தமிழகம் தந்த
மகான்கள்

ஆர்.வி.பதி

வெளியீடு
தாமரை பிரதர்ஸ் மீடியா பிரைவேட் லிமிடெட்
21, 'லட்சுமி' சத்யசாய் நகர், மதுரை – 625 003

தாமரை பிரதர்ஸ்
மீடியா பிரைவேட் லிமிடெட்

தலைப்பு
தமிழகம் தந்த மகான்கள்

வகை
ஆன்மிகம்

ஆசிரியர்
ஆர்.வி.பதி

பதிப்பு
முதல் பதிப்பு – ஆகஸ்ட் 2023

அளவு
22 செ.மீ. x 14 செ.மீ.

பக்கங்கள்
192

புத்தக எண்
TB0315

வடிவமைப்பு
பா. ராஜபாண்டியன்

விலை
₹ 260 / –

வெளியீடு
தாமரை பிரதர்ஸ் மீடியா பிரைவேட் லிமிடெட்,
21, 'லட்சுமி', சத்யசாய் நகர், மதுரை – 625 003.

புத்தகம் தேவைக்கு

Toll Free **1800 425 7700** | 📞 **75500 09565** (whatsapp only)
(காலை 7:00 – இரவு 7:00 மணி)

Copyright © Thamarai Brothers Media P. Ltd.,

இந்த புத்தகத்திலுள்ள எந்த ஒரு பகுதியையும் பதிப்பாளர்,
எழுத்தாளர் அனுமதியின்றி நகல் எடுக்கவோ, மறுபதிப்பு செய்யவோ,
டிஜிட்டல் ஊடகங்கள் வாயிலாக வெளியிடவோ,
டிஜிட்டல் வடிவில் பகிரவோ கூடாது. இந்த புத்தகத்திற்கான காப்புரிமை
தாமரை பிரதர்ஸ் மீடியா பிரைவேட் லிமிடெட் – க்கு கொடுக்கப்பட்டுள்ளது.

ISBN: 978-93-926019-1-0

சரஸ்வதி

சுப்பலட்சுமி லட்சுமிபதி அறிவியல் கல்லூரி வளாகம், மதுரை

டி.வி.ஆர். நகர், அருப்புக்கோட்டை ரோடு, மதுரை – 625 022.

முன்னுரை

வணக்கம். "தமிழகம் தந்த மகான்கள்" என்ற இந்த நூலினை எழுதியதில் மிக்க மகிழ்ச்சி அடைகிறேன். இந்த உலகம் தோன்றிய காலத்திலிருந்தே அவதாரப்புருஷர்கள் எனப்படும் மகான்கள் அவ்வப்போது இந்தியாவின் பல பகுதிகளிலிருந்தும் தோன்றி மனிதர்களை நல்வழிப்படுத்தியிருக்கிறார்கள். மகான்களின் வாழ்க்கை சாதாரண மனித வாழ்க்கையிலிருந்து முற்றிலும் வேறுபட்டது. மனிதர்கள் இன்பம் வரும் போது துள்ளிக் குதிக்கிறார்கள். துன்பம் வரும் போது துவண்டு போகிறார்கள். ஆனால் மகான்கள் அப்படிப்பட்டவர்கள் அல்ல. இன்பத்தையும் துன்பத்தையும் ஒரே மாதிரியான மனநிலையில் அணுகுபவர்கள். கோடிக்கணக்கான மனிதர்கள் வருகிறார்கள். பூலோக வாழ்க்கை முடிந்ததும் விடைபெற்றுச் செல்லுகிறார்கள். அவர்கள் எல்லோரையும் இவ்வுலகம் நினைவில் வைத்துக் கொள்ளுவதில்லை. தனித்தன்மையுடன் விளங்கும் ஒரு சிலரை மட்டுமே உலகம் தன் மனதில் நிலையாய் நிறுத்திக் கொள்ளுகிறது. இவர்களில் ஒரு சிலர் மகான்கள் எனவும் வேறு சிலர் சாதனையாளர்கள் எனவும் உலக மக்களால் போற்றப்பட்டு தலைமுறை தலைமுறைகளாக தங்களில் நினைவில் வைத்துப் போற்றுகிறார்கள். மனிதர்களாகிய நாம் இன்பத்தை விரும்பி வரவேற்பதைப் போல துன்பத்தையும் எதிர்கொள்ளும் மனநிலையை வளர்த்துக் கொள்ள வேண்டும். அவ்வப்போது ஏற்படும் துன்பங்கள்தான் மனிதர்களை நிலைப்படுத்துகிறது. மகான்கள் நமக்காக போதித்த நல்ல கருத்துக்களை உள்வாங்கி ஏற்று

அவற்றைப் பின்பற்றி நடந்து நாம் நல்ல மனிதர்களாய் வாழ்வோம்.

நான் எழுதிய "மகான் ஸ்ரீ நாராயண குரு புனித சரிதம்" மற்றும் "சென்னை நவகிரக கோயில்கள்" என்ற நூல்களை வெளியிட்ட தாமரை பிரதர்ஸ் மீடியா பிரைவேட் லிமிடெட் நிறுவனம் இந்த நூலினையும் வெளியிடுகிறது. இந்நிறுவனத்தாருக்கு என் நன்றிகளை உரித்தாக்குகிறேன்

உங்கள்
ஆர்.வி.பதி

நூலாசிரியர் பற்றி...

ஆர்.வி.பதி செங்கற்பட்டு மாவட்டத்தில் செங்கற்பட்டு நகரத்தில் 30 ஏப்ரல் 1964 அன்று பிறந்தவர். தமிழ்நாட்டிலிருந்து வெளிவரும் பல்வேறு நாளிதழ், வாரஇதழ், வாரமிருமுறை இதழ், மாதஇதழ் போன்றவற்றில் கடந்த முப்பத்தைந்து ஆண்டுகளாக பல்வேறு படைப்புகளை எழுதி வருகிறார். இவர் சிறுகதை, கவிதை, சிறுவர் இலக்கியம், அறிவியல், பக்தி இலக்கியம் என பல்வேறு துறைகளில் 125 க்கும் மேற்பட்ட நூல்களை பிரசுரித்துள்ளார். இவர் எழுதிய நூற்றுக்கும் மேற்பட்ட திருத்தலங்கள் பற்றிய கட்டுரைகள் குமுதம் பக்தி ஸ்பெஷல், தினமணி வெள்ளிமணி, தீபம், தினகரன் ஆன்மிகம் முதலான பிரபல ஆன்மிக இதழ்களில் பிரசுரமாகியுள்ளன.

தனது எழுத்துகளுக்காக இவர் ஸ்ரீ வைணவ மகாசங்க விருது, பவித்ரம் அறக்கட்டளை வழங்கிய சிறந்த ஆன்மிக எழுத்தாளர் விருது, கலை இலக்கியப் பெருமன்றம் வழங்கிய தவத்திரு குன்றக்குடி அடிகளார் நினைவு விருது, ஜெய்வர்மம் அறக்கட்டளை வழங்கிய சிறந்த எழுத்தாளர் விருது, சென்னை பபாசி அமைப்பினர் வழங்கிய சிறந்த குழந்தை அறிவியல் நூல் எழுத்தாளர் விருது, நெய்வேலி பழுப்பு நிலக்கரி நிறுவனம் வழங்கிய சிறந்த எழுத்தாளர் விருது, மணிமேகலை மன்றம் வழங்கிய சிறுவர் இலக்கியச் செம்மல் பட்டம் மற்றும் சிறந்த சிறுவர் நூலுக்கான விருது, திருப்பூர் தமிழ்ச் சங்கம் வழங்கிய விருது, புதுக்கோட்டை இலக்கியப் பேரவை விருது, மகாத்மா காந்தி நூலகம் வழங்கிய சிறந்த எழுத்தாளருக்கான சக்தி டி.கே. கிருஷ்ணசாமி விருது என பல்வேறு விருதுகளைப் பெற்றுள்ளார்.

2021 ஆம் ஆண்டில் கலைமகள் பத்திரிகை நடத்திய சிறுகதைப் போட்டியில் இவர் எழுதிய “காலக்கிரகம்” என்ற சிறுகதை முதல் பரிசினைப் பெற்றுள்ளது.

ஸ்ரீஇராமானுஜர் வாழ்க்கை வரலாறு, எளிய தமிழில் ஆழ்வார்கள் வரலாறு, ஸ்ரீஇராகவேந்திரர் வரலாறு, நாரதர் கதைகள், தசாவதாரக் கதைகள், வைணவம் வளர்த்த மகான்கள், வைணவம் தந்த பக்திக் கதைகள், பரவசமூட்டும் பக்திக் கதைகள், சைவம் தந்த பக்திக் கதைகள், சிறப்பான வாழ்வு தரும் வைணவத் தலங்கள், வளமான வாழ்வு தரும் வைணவத்தலங்கள், ஆரோக்கிய வாழ்வு அருளும் மலைக்கோயில்கள், சிறப்பான வாழ்வு தரும் சிவத்தலங்கள், ஆன்மிக அகராதி, தொண்டைநாட்டு திவ்ய தேசங்கள் என பல ஆன்மிக நூல்களை எழுதியுள்ளார். தினமலர் தாமரை பிரதர்ஸ் மீடியா லிமிடெட் நிறுவனம் இவர் எழுதிய “மகான் ஸ்ரீநாராயணகுரு புனித சரிதம்”, “சென்னை நவகிரக கோயில்கள்” என்ற நூலினை பிரசுரித்துள்ளது.

பொருளடக்கம்

1. அருணகிரிநாதர் 11
2. திருமுருக கிருபானந்த வாரியார் 22
3. குமரகுருபர சுவாமிகள் 27
4. தவத்திரு குன்றக்குடி அடிகளார் 31
5. ஸ்ரீ சந்திரசேகரேந்திர சரசுவதி சுவாமிகள் 41
6. சேஷாத்திரி ஸ்வாமிகள் 51
7. ஸ்ரீ தாயுமான ஸ்வாமிகள் 56
8. ஸ்ரீ தியாகராஜ சுவாமிகள் 63
9. பட்டினத்தார் 70
10. மகாஅவதார் பாபாஜி 79
11. ஸ்ரீமத் பாம்பன் குமரகுருதாச சுவாமிகள் 108
12. ரமணமகரிஷி 117
13. ராமலிங்க அடிகளார் 128

| 14. ஸ்ரீ ராமானுஜர் 143
| 15. வேதாத்திரி மகரிஷி 166
| 16. ஸ்ரீ வேதாந்த தேசிகர் 175

1

அருணகிரிநாதர்

பிறந்தால் முக்தி தரும் தலம் திருவாரூர். இறந்தால் முக்தி தரும் தலம் காசி. நினைத்தாலே முக்தி தரும் தலம் அண்ணாமலையார் உண்ணாமுலையுடன் வீற்றிருக்கும் திருவண்ணாமலை. பஞ்சபூதத்தலங்களில் இத்தலம் அக்னித்தலம். திருவண்ணாமலையில் தோன்றிய அருணகிரிநாதர் தமிழ்க்கடவுளான முருகப்பெருமானின் பக்தர்.

முருகப்பெருமானின் சக்தியையும் புகழையும் பாடி பேறு பெற்ற மகான்கள் பலர் உண்டு. அவர்களுள் முதன்மையானவர் அருணகிரிநாதர். இவருக்கு முருகப்பெருமான் பலமுறை நேரில் காட்சி தந்து அருளியதாக புராண வரலாறுகள் கூறுகின்றன. அருணகிரிநாதருக்கு தமிழறிவை ஊட்டியவர் முருகப்பெருமான். அருணகிரிநாதர் பாடிய "திருப்புகழ்" இன்றுவரை நம் நெஞ்சில் நிலைத்து நிற்கிறது. திருப்புகழ் என்ற வார்த்தையை உச்சரித்ததும் முருகப்பெருமானின் அருள் நம்மிடையே வந்து சேர்ந்தது போன்ற ஒரு தெய்வீக உணர்வு ஏற்படும்.

சோழநாட்டைச் சேர்ந்த தற்போது பூம்புகார் என்றழைக்கப்படும் காவிரிப்பூம்பட்டினத்தில் வாழ்ந்தவர் திருவெண்காடர். இவர் சிவகலை என்ற மங்கையை மணந்து கொண்டார். இவர்களுக்குக் குழந்தைச் செல்வம் வாய்க்கவில்லை. பின்னர் துறவறத்தை மேற்கொண்டு இறைவனை தரிசித்து பல புண்ணியத் தலங்களுக்குச் சென்று கோயில்நன்மணிமாலை, திருக்கழுமல மும்மணிக்கோவை, திருவிடைமருதூர் மும்மணிக்கோவை, திருவேகம்பமுடையார் திருவந்தாதி முதலான பிரபந்தங்களைப் பாடினார். இவை

பதினொன்றாம் திருமுறையில் இடம் பெற்றுள்ளன. ஒரு சமயம் திருவண்ணாமலைக்குச் சென்று அண்ணாமலையாரையும் உண்ணாமுலை அம்மையையும் தரிசித்தார்.

திருவண்ணாமலையில் சிவாலய உருத்திரக்கணிகை முத்து என்ற பெண்ணைக் கண்டார். அவள் அழகில் மயங்கிய அவர் அவளை நெருங்க அவளோ சன்னியாசிக் கோலத்தில் இருந்த திருவெண்காடரை வெறுத்து அங்கிருந்து புறப்பட்டுச் சென்றாள். பின்னர் திருவெண்காடரும் மனதை ஒருநிலைப்படுத்தி அங்கிருந்து சென்றார். இல்லம் திரும்பிய முத்து தன் தாயாரிடம் இந்த விஷயத்தைத் தெரிவித்தாள்.

"மகளே. முற்றும் துறந்த முனிவர்களின் நோக்கம் வேறாக இருக்கும். அவரை நீ அலட்சியப்படுத்தி விட்டாயே" என்று கூறி தாயார் வருந்தினாள்.

யோசித்த முத்து உடனே புறப்பட்டு திருவெண்காடரை தேடிச் சென்ற போது அவர் ஆழ்ந்த தவத்தில் இருந்தார். தவத்தை முடித்த பின்னர் அவரை அணுகி மன்னிப்பு கோரி தாயார் கூறிய விஷயத்தைத் தெரிவித்தாள். திருவெண்காடர் அவளை மன்னிக்க தெய்வகடாட்சத்தால் திருவெண்காடரின் உயிர்சக்தி அவள் வயிற்றை அடைந்தது. இறையருளால் அவளுக்கு ஒரு ஆண் குழந்தை பிறக்க அக்குழந்தைக்கு "அருணகிரி" என்று பெயர் சூட்டி வளர்க்கத் தொடங்கினாள். முத்துவிற்கு ஏற்கனவே ஆதி என்ற பெயரில் ஒரு பெண் குழந்தையும் இருந்தது.

தெய்வகடாட்சத்தால் பிறந்த குழந்தை அருணகிரியை அளவுக்கதிகமாக செல்லம் கொடுத்து வளர்த்தாள் தாய் முத்து. இதனால் யார் கட்டுப்பாட்டிலும் இல்லாமல் முரட்டுக்காளையாய் வளர்ந்தார். உரிய வயதை அடைந்தும் கல்வி பயில ஆர்வமின்றி சுற்றித் திரிந்தார். வளர்ந்து வாலிப பருவத்தை அடைந்ததும் அவர் மனமானது பெண்களை நாடியே சென்றது. பல பெண்களை நாடினார். அவருடைய தாயார் வேதனை அடைந்தாள். தன் மகனைத் திருத்த முயற்சிகள் பல மேற்கொண்டாள். ஆனால் அனைத்து முயற்சிகளும் தோல்வியிலேயே முடிந்தன. முத்து தான் இன்னும் சில காலத்திற்குள் இறந்து விடுவோம் என்று நினைத்து கவலை அடைந்தாள்.

முத்து தன் மகள் ஆதியை அழைத்தாள்.

"ஆதி. நான் இன்னும் சில காலத்திற்குள் இறந்து போய் விடுவேன். எனக்குப் பின்னர் அருணகிரிக்கு தமக்கையாகவும் தாயாகவும் இருந்து நீ தான் காப்பாற்ற வேண்டும். அவன் முருகனருளால் பிறந்தவன். இன்று இப்படி இருந்தாலும் பிற்காலத்தில் இறையருளால் புகழோடு வாழ்வான் என்று எனக்குத் தோன்றுகிறது. அவனை நீதான் காக்க வேண்டும்"

ஆதியும் அருணகிரியை நல்லபடியாக பார்த்துக் கொள்கிறேன் என்று தாயாருக்கு வாக்களித்தாள். சில காலத்திற்குப் பின்னர் முத்து இறையடி சேர்ந்தாள்.

தாயார் காலமான பின்னரும் அருணகிரி திருந்தவில்லை. பல பெண்களின் சேர்க்கையால் அவருக்கு உடலில் தீராத வியாதிகள் ஏற்பட்டன. குஷ்டமும் ஏற்பட்டது. அழகு போய் அவலட்சணமாக காட்சியளித்தார். அவருடைய கோலத்தைப் பார்த்த பெண்கள் அவரை நெருங்கவே பயந்தார்கள். முகம் சுளித்தார்கள். இதனால் அருணகிரி தவித்துப்போனார்.

காமஇச்சையால் தன் தம்பி தவிப்பதைப் பார்த்த ஆதியின் மனம் துன்பப்பட்டது. அதிகபணம் கொடுத்தால் தன் இச்சையைத் தீர்க்க பெண்கள் முன்வருவார்கள் என்று நினைத்த அருணகிரி தன் அக்கா ஆதியிடம் பொருள் தரும்படி கேட்டார். ஆனால் ஆதியிடம் பொருள் இல்லை.

யோசித்தாள் ஆதி. அருணகிரியை நல்லபடியாக பார்த்துக் கொள்ளுகிறேன் என்று தன் தாயாருக்கு கொடுத்த வாக்குறுதி அவள் நினைவிற்கு வந்தது. உடனே ஒரு முடிவெடுத்தாள். அருணகிரியிடம் தானே முன்வந்து அவர் இச்சையைத் தீர்த்து வைப்பதாய்க் கூற ஆதியின் இந்த வார்த்தைகள் அருணகிரியின் நெஞ்சை நெருப்பாய்ச் சுட்டன. தன் தம்பியின் மேல் உள்ள பாசத்தினால் அக்கா இந்த முடிவை எடுத்துள்ளாள். தன் சகோதரியை இந்த கொடிய பாவத்தைச் செய்யத் தூண்டிய தான் இனி உயிர் வாழ்தல் கூடாது என்று முடிவு செய்து உடனே அண்ணாமலையார் கோயிலுக்குச் சென்று கோபுரத்தின் மீதேறி "முருகா" என்று அழைத்தபடி அங்கிருந்து கீழே குதித்து விட்டார்.

முருகப்பெருமானின் திருவருளால் அருணகிரி காயம்

படாமல் கீழே விழுந்தார். மயக்கநிலைக்குச் சென்றார். அப்போது முருகப்பெருமான் முனிவர் வேடந்தாங்கி அங்கே தோன்றி அருணகிரியின் உடலைத் தொட்டு அருணகிரி என்றழைத்தார். மெல்லக் கண் திறந்து பார்த்த அருணகிரி "முனிவரே. என்னை ஏன் காப்பாற்றினீர்கள். பாவியாகிய நான் வாழ்ந்து என்ன பயன்? யாருக்குப் பயன்?" என்று அழுது புலம்பினார்.

"இதுநாள் வரை அறியாமல் பிழை செய்து விட்டாய். பொன்னான வாழ்நாட்களை வீணாக்கினாய். இனி நான் உனக்கு சடாஷர மந்திரத்தை உபதேசிக்கிறேன். அதை உச்சரித்து உயர்வடைவாயாக. துறவு நிலையை ஏற்றுக் கொள். இனி உன் பெயர் அருணகிர்நாதர் என விளங்கட்டும்"

சடாஷர மந்திரத்தை அருணகிரிக்கு கற்பித்து மறைந்தார்.

அருணகிரி மனச்சஞ்சலம் அனைத்தும் அகன்று துறவியானர். சதாசர்வகாலமும் சடாஷர மந்திரத்தை உச்சரித்தவண்ணம் இருந்தார். அனைத்தையும் துறந்து கோயில் கோபுரத்தின் அருகில் அமர்ந்து அதைத் தன் இருப்பிடமாக்கிக் கொண்டார்.

தன் தம்பி வெளியேறியதும் அக்கா ஆதி மனம் கலங்கினாள். தன் வார்த்தையை ஏற்றுக் கொள்ள முடியாமல்தான் தம்பி அங்கிருந்து அகன்றான் என்று நினைத்து மன வேதனை அடைந்தாள். தன் தம்பியைத் தேடிச் சென்றாள். அப்பொழுது அப்பக்கமாக வந்த ஒருவரிடம் விசாரிக்க அவர் "உன் தம்பி அருணகிரி கோபுரவாசலில் துறவி வேஷம் தாங்கி அமர்ந்திருக்கிறான்" என்று சொல்லிச் சென்றார்.

உடனே ஓடிச்சென்று துறவிக் கோலத்தில் இருந்த தன் தம்பியைக் கண்டாள். அருணகிரி தன்னை மறந்த நிலையில் சடாஷர மந்திரத்தை உச்சரித்தவண்ணம் இருந்தார். ஆதி தம்பி என்றழைக்க கண் விழித்துப் பார்த்தார். ஆதி அழுது புலம்பினாள்.

"தாயே. இறைவன் என்னைத் திருத்தி ஆட்கொண்டு விட்டான். என்னைப் பற்றிய கவலை வேண்டாம். இறையருள் கிடைக்கப் பெற்றேன். இனி என் வாழ்க்கை துறவு வாழ்க்கைதான்"

தம்பியின் இந்த வார்த்தைகளைக் கேட்டு ஒருவாறு சமாதானமடைந்த ஆதி அங்கிருந்து புறப்பட்டுச் சென்றாள்.

அருணகிரிநாதர் பனிரெண்டு காலம் தவ வாழ்க்கையை வாழ்ந்து சடாக்ஷர மந்திரத்தை உச்சரித்தபடி இருந்தார். ஒருநாள் முருகப்பெருமான் அவருக்கு காட்சி தர முடிவு செய்து அவர் முன்தோன்றினார். முருகப்பெருமானின் திருக்காட்சி அருணகிரிநாதரை மெய்மறக்கச் செய்தது.

“அருணகிரி. எம் புகழைப் பாடு” என்று கட்டளையிட்டார்.

“அய்யனே. நான் கற்றவனில்லை. அப்படியிருக்கையில் தங்களைப் பற்றி எவ்வாறு பாடுவேன்?”

“கவலை வேண்டாம். முத்தென்று வாய் திற. அது போதும்” என்று முருகப் பெருமான் சொல்ல உடனே மடை திறந்த வெள்ளம் போல அருணகிரிநாதர் பாடத்தொடங்கினார்.

முத்தைத்தரு பத்தித் திருநகை
அத்திக்கிறை சத்திச் சரவண
முத்திக்கொரு வித்துக் குருபர எனவோதும்

முக்கட்பர மற்குச் சுருதியின்
முற்பட்டது கற்பித் திருவரு
முப்பத்துமு வர்க்கத் தமரரு மடிபேணப்

பத்துத்தலை தத்தக் கணை தொடு
ஒற்றைக் கரி மத்தைப் பொருதொரு
பட்டப்பகல் வட்டத் திகிரியி லிரவாகப்

பத்தற்கிர தத்தைக் கடவிய
பச்சைபுயல் மெச்சத் தருபொருள்
பத்தொடு ரத் தருள்வது மொருநாளே

தித்தித்தெய வொத்தப் பரிபுர
நிர்த்தப்பதம் வைத்துப் பயிரவி
திக்கொட்கந டிக்கக் கழுகொடு கழுதாடத்

திக்கப்பரி அட்டப் பயிரவர்
தொக்குத் தொகு தொக்குத் தொகுதொகு
சித்ரப்பவு ரிக்குத் த்ரிகடக எனவோதக்

கொத்துப்பறை கொட்டக் களமிசை
குக்குக்குகு குக்குக் குகுகுகு
குத்திப்புதை புக்குப் பிடியென முதுகூகை

கொட்புற்றெழ நட்பற் றவுணரை
வெட்டிப்பலி யிட்டுக் குலகிரி
குத்துப்பட வொத்துப் பொரவல பெருமாளே

இதன்பிறகு அருணகிரிநாதரின் புகழ் எங்கும் பரவத்தொடங்கியது. அன்று முதல் ஆசுகவி, மதுரகவி, சித்திரக்கவி, வித்தாரக்கவி எனும் நால்வகை கவித்திறனும் கைவரப்பெற்று வண்ணக் குறிப்புகளினாலேயே முருகப்பெருமானின் புகழைப் பாடினார். முருகப்பெருமானின் புகழைப் பாடப்பாட அவருடைய நோய்கள் அனைத்தும் அகன்று உடல்பொலிவோடு காட்சியளித்தது. அவரைக்கண்ட அனைவரும் அவரை வணங்கத் தொடங்கினார்கள். பல அரிய சக்திகள் கைவரப் பெற்றார். எப்போதும் கோபுரவாசலிலேயே அமர்ந்திருந்தார். அவர் யாரையும் தேடிச் செல்லவில்லை. பல பகுதிகளிலிருந்தும் அவரைத் தேடி வந்து ஆசி பெற்றுச் சென்றவண்ணம் இருந்தனர்.

அருணகிரிநாதர் திருப்புகழ், கந்தர்அநுபூதி, கந்தர் அலங்காரம், கந்தர் அந்தாதி, வேல் விருத்தம் போன்ற நூல்களை அருளிச்செய்துள்ளார். கந்தர் அலங்காரத்தில் முருகப்பெருமானுடைய அருமை பெருமைகளையும் அவருடைய ஊர்தி, படை, கொடி, நாமவிசேஷங்கள், காலனிடமிருந்து பயத்தைப் போக்குதல், செல்வநிலையாமை, சிவயோகம் முதலான அரிய விஷயங்களை அருளியிருக்கிறார்.

அக்காலத்தில் பிரபுட தேவன் என்ற மன்னர் ஆட்சி செய்து வந்தார். ஒரு முறை பரிவாரங்கள் புடைசூழ அண்ணாமலையார் ஆலயத்திற்கு வந்தார். அப்போது கோபுரவாசல் பகுதியில் அமர்ந்திருந்த அருணகிரிநாதரைச் சூழ்ந்து பலர் அமர்ந்திருந்தனர். மன்னர் வருவதை அறிந்ததும் அனைவரும் எழுந்து நின்று மன்னருக்கு மரியாதை செலுத்தினார். ஆனால் அருணகிரிநாதரோ ஏறெடுத்தும் பார்க்கவில்லை. இதை கவனித்த மன்னருக்கு மனதுள் கோபம் ஏற்பட்டது. பெரிய மனிதர்கள் முதல் சாதாரண

குடிமக்கள் வரை தனக்கு மரியாதை செலுத்துகிறார்கள். ஆனால் ஒரு சாதாரண துறவி தன்னை மதிக்காமல் அமர்ந்திருக்கிறாரே என்று நினைத்தபடியே கோயிலுக்குச் சென்று வணங்கி வெளியே வந்தார். அப்போதும் அருணகிரிநாதர் மனம்போன போக்கில் அமர்ந்தவண்ணம் இருந்தார். மனதுள் ஏற்பட்ட ஆத்திரத்துடன் அரண்மனைக்குத் திரும்பிய மன்னர் இதுகுறித்து சிந்தித்தவாறே இருந்தார். இதன் விளைவாக அவருக்கு காய்ச்சல் ஏற்பட்டது. அரண்மனை வைத்தியர் முதல் நாட்டிலுள்ள ஏனைய வைத்தியர்கள் வரை மன்னருக்கு சிகிச்சை அளித்தார்கள். ஆனால் காய்ச்சல் குறையவே இல்லை.

அமைச்சர் ஒருவர் இதுகுறித்து சிந்தித்தார். அருணகிரிநாதர் மீது மன்னர் கொண்டிருந்த வெறுப்பே இந்த காய்ச்சலுக்குக் காரணமாக இருக்கலாம் என்று நினைத்து மன்னரிடம் சென்றார்.

“மன்னரே. கோபப்படாமல் நான் சொல்லுவதைக் கேளுங்கள். அருணகிரிநாதர் முருகப்பெருமானை நேரில் தரிசித்தவர். அவர் ஒரு சக்தி மிக்க துறவி. அவர்மீது தாங்கள் கொண்டிருக்கும் வெறுப்புணர்ச்சியே இக்காய்ச்சலுக்குக் காரணமாக இருக்கும் என்று நான் கருதுகிறேன்”

“உண்மைதான் அமைச்சரே. ஆனால் அருணகிரி என்னை மதிக்காததால் அவரை நான் தண்டிக்கவில்லையே”

“துறவிகளை அவமதிப்பாக நினைப்பதும் தவறே. தாங்கள் அருணகிரிநாதரைச் சந்தித்து அவரிடமிருந்து விபூதி பிரசாதத்தைப் பெற்று பூசிக்கொண்டால் முருகப்பெருமான் அருளால் தங்கள் காய்ச்சல் அகலும் என்று உறுதியாக நம்புகிறேன்”

மன்னரும் அமைச்சர் கூறியதை ஏற்று அருணகிரிநாதரைச் சந்தித்து தங்களைப் பற்றி தவறாக எண்ணியதை பொருத்தருள வேண்டும் என்று கேட்டுக் கொள்ள அருணகிரிநாதரும் மன்னருக்கு விபூதியை அளித்து ஆசிர்வதித்தார். அந்த விபூதியை மன்னர் நெற்றியில் பூசிய அடுத்த கணமே காய்ச்சல் முற்றிலுமாக சரியானது. மன்னர் அருணகிரிநாதரின் மகிமையை உணர்ந்தார்.

வைணவ சமயத்தைச் சேர்ந்த வில்லிபுத்தூரார் என்பவர் பல நாடுகளுக்கும் திக் விஜயம் செய்து வாதம் செய்வார். வாதத்தில் அவரிடம் தோற்றால் தன்னிடம் இருக்கும் துறட்டுக்கோலால்

தோற்பவரின் காதுகளை அறுத்துவிடுவார். திருவண்ணாமலையில இருக்கும் அருணகிரிநாதரைப் பற்றிக் கேள்வியுற்று அவருடைய திருப்புகழைக் கேட்டு அவருடைய பாடலில் குற்றம் உள்ளதாகக் கூறினார். இதை அறிந்த மன்னர் பிரபுட தேவன் வருத்தமுற்று அருணகிரிநாதரிடம் வில்லிபுத்தூராருடன் வாதம் செய்யும்படி கேட்டுக் கொண்டார். இதை ஏற்ற அருணகிரிநாதர் வில்லிபுத்தூராருடன் வாதம் செய்தார். பல நாட்கள் நடைபெற்ற வாதத்தில் யாரும் தோற்கவில்லை. மன்னர் வில்லிபுத்தூராரிடம் “அருணகிரிநாதர் ஒரு பிரபந்தம் பாடிக் கொண்டே வருவார். தாங்கள் அதற்கு உடனே உரை கூற வேண்டும். இதில் யார் தடுமாறுகிறாரோ அவரே தோற்றவர்” என்று கூற வில்லிபுத்தூரார் இதை ஏற்றார். அருணகிரிநாதர் பிரபந்தத்தைப் பாடத் தொடங்கினார். ஒவ்வொரு பிரபந்தத்திற்கும் உரை கூறி வந்தார். இப்படியாக ஐம்பது பாடல்களைப் பாடினார். எல்லாவற்றிற்கும் சரியாக உரை கூறிக்கொண்டு இருந்தார் வில்லிபுத்தூரார். அடுத்ததாக அருணகிரிநாதர் ஒரு பாடலைக் கூற அதற்கு உரை கூற இயலாமல் தடுமாறினார். இதைக் கண்ட மன்னர் தயக்கம் யாது? என்று கேட்க அதற்கு வில்லிபுத்தூரார் இவர் பொருளின்றி தன் விருப்பத்திற்குப் பாடுகிறார். இதற்குப் பொருள் என்று ஒன்று இருக்குமானால் அவரே விடை கூறட்டும் என்று கூற மன்னரோ அருணகிரிநாதரை நோக்கினார். அருணகிரிநாதர் குமாரசுவாமி என்று அழைக்க முருகப்பெருமான் பத்து வயது இளம்பாலகனாகத் தோன்றி அருணகிரிநாதர் பாடிய பாடலுக்கு உரைகூறி விளக்கிவிட்டுச் சென்றார். தொடர்ந்து அருணகிரிநாதர் அந்தாதியைத் தொடர்ந்தார். இதுவே “கந்தரந்தாதி” என்று புகழ் பெற்றது. அருணகிரிநாதர் வென்றார் என்று மன்னர் தீர்ப்பளிக்க வில்லிபுத்தூரார் தீர்ப்பினை ஏற்றார். கருணை உள்ளம் மிக்க அருணகிரிநாதர் வில்லிபுத்தூராருக்கு தண்டனை ஏதும் தராமல் ஒரு நல்ல நூல் செய்யுமாறு கூறி அனுப்பி வைத்தார்.

இந்த நிகழ்ச்சிக்குப் பின்னர் மன்னருக்கு அருணகிரிநாதரின் மீது மதிப்பும் மரியாதையும் கூடியது. அக்காலத்தில் சம்பந்தாண்டான் என்பவர் மன்னரின் ஆதரவைப் பெற்று விளங்கினார். அவர் தேவிஉபாசனை செய்து வருபவர். மன்னர் அளவிற்கு அதிகமாக அருணகிரியின் மீது அன்புபாராட்டுவதைக் கண்ட சம்பந்தாண்டான் அருணகிரிநாதரின் மீது பொறாமை

கொண்டு எப்படியாவது அவரை அவமதிக்க வேண்டும் என்று காத்திருந்தார்.

ஒருநாள் மன்னரை சந்தித்து "மன்னரே. நான் தேவி உபாசனை செய்பவன். என் ஆற்றலால் அன்னை தேவியை அழைத்து தங்களுக்கு தரிசனம் செய்து வைக்கிறேன். அதுபோலவே அருணகிரிநாதர் சக்தி மிக்கவராக இருந்தால் முருகப்பெருமானை அழைத்து இங்கு காட்சியளிக்கச் செய்யட்டும்" என்றார்.

"இந்த போட்டிக்கான நிபந்தனை யாது?" என்று மன்னர் சம்பந்தாண்டானிடம் வினவ அதற்கு அவர் நான் அழைத்து தேவி ராஜராஜேஸ்வரி தங்களுக்குக் காட்சியளிக்காமல் போனால் என்னையும் என் குடும்பத்தாரையும் இந்த நாட்டை விட்டே அனுப்பி விடுங்கள். அதுபோல அருணகிரி தோற்றால் அவர் இந்த நாட்டை விட்டேச் சென்றுவிட வேண்டும்" என்று தன் நிபந்தனையைத் தெரிவித்தார். அருணகிரிநாதரும் இதற்குச் சம்மதித்தார்.

ஒரு குறிப்பிட்ட நாளில் சம்பந்தாண்டான் யாகம், பூஜைகளைச் செய்து தேவியை வரவழைக்க முயற்சிகள் மேற்கொண்டார். அம்பிகையும் சம்பந்தாண்டானுக்குக் காட்சியளித்தாள். சம்பந்தாண்டான் "மன்னருக்கும் தாங்கள் காட்சி தந்து அருள வேண்டும்" என்று விண்ணப்பிக்க அதற்கு அம்பாளோ "நீ என்னை உபாசனை செய்பவன். அதனால் உனக்கு நான் காட்சியளித்தேன். மன்னரும் அவ்வாறே என்னை உபாசனை செய்து வந்தால் ஒரு நாள் காட்சியளிப்பேன்" என்று கூறி மறைந்தார். சம்பந்தாண்டான் இதை மன்னரிடம் தெரிவிக்க ஏமாற்றமடைந்த மன்னர் சம்பந்தாண்டான் மீது கோபமுற்றார். மன்னர் அருணகிரிநாதரிடம் நடந்தவற்றைக் கூறி முருகப்பெருமானை நான் தரிசித்து மகிழ வேண்டும் என்ற தன் விருப்பத்தைக் கூறினார்.

அருணகிரிநாதரும் முருகப்பெருமானை மனமுருகி வேண்டினார். முருகப்பெருமானுக்கு உகந்த மயில் பதிகம் ஒன்றைப் பாடிட முருகப்பெருமானும் மகிழ்ந்து மயிலேறி வந்து அருணகிரிநாதருக்குக் காட்சி கொடுத்தார். உடன் மன்னருக்கும் திருக்காட்சி அருளினார். அருணகிரிநாதரின் வேண்டுகோளுக்கு

இணங்க மன்னர் சம்பந்தாண்டானை தண்டிக்காமல் மன்னித்து அனுப்பினார்.

இந்த நிகழ்ச்சிக்குப் பின் அருணகிரிநாதர் திருத்தணிகை, பழநி, திருச்செந்தூர் முதலான தலங்களுக்கு யாத்திரை மேற்கொண்டு முருகப்பெருமானை தரிசித்து மகிழ்ந்தார். இச்சமயத்தில் வயலூரில் எழுந்தருளி அருள்பாலிக்கும் முருகப்பெருமானை தரிசித்து பாமாலை சூடி மகிழ்ந்தார். மகிழ்ந்த முருகப்பெருமானும் அன்றிரவு கனவில் காட்சி தந்து விராலிமலைக்கு வருமாறு கூறினார். விராலிமலைக்குச் சென்று முருகப்பெருமானை பாமாலையால் வழிபட்டு மகிழ்ந்தார்.

அருணகிரிநாதரைச் சூழ்ச்சியால் கொல்ல முடிவு செய்த சம்பந்தாண்டான் ஒருநாள் மன்னரைச் சந்தித்து கற்பக நாட்டில் பாரிஜாதப்பூ ஒன்று இருப்பதாகவும் அதைக் கொண்டு வந்தால் தங்களுக்கு நன்மைகள் பல கிடைக்கும் என்றும் முருகப்பெருமான் அருளைப் பெற்ற அருணகிரிநாதரால் மட்டுமே இதைச் செய்ய இயலும் என்று கூறினார். இதை நம்பிய மன்னரும் அருணகிரிநாதரிடம் தமது விருப்பத்தைத் தெரிவிக்க அவரும் பாரிஜாதப்பூவினைக் கொண்டு வந்து தருவதாய் வாக்களித்தார்.

ஒருநாள் அருணகிரிநாதர் திருவண்ணாமலை கோபுரத்தின் மீது ஒரு இடத்தில் தன் உயிரை உடலிலிருந்து பிரித்து அதை கிளியினுள் செலுத்தி பறந்து சென்றார். தொடர்ந்து வந்த சம்பந்தாண்டான் இதைத் தெரிந்து கொண்டார். மன்னரிடம் சென்று பாரிஜாதமலரினைக் கொண்டு வர இயலாமல் போனதற்காக வருந்தி அருணகிரிநாதர் தன் உயிரை விட்டுவிட்டார். உடல் கோபுரத்தில் இருக்கிறது என்று ஒரு பொய்யைச் சொன்னார். இதை அறிந்து வருந்திய மன்னரும் அருணகிரிநாதரின் உயிரற்ற உடலினை உரிய முறையில் தகனம் செய்ய ஏற்பாடுகளைச் செய்தார். கிளி உருவத்தில் கற்பக நாட்டிற்குச் சென்று பாரிஜாதப்பூவினைக் கொண்டு வந்த அருணகிரிநாதர் நடந்த விஷயங்களை அறிந்து வருந்தினார்.

கிளி உருவில் இருந்த அருணகிரிநாதர் பாரிஜாத மலரைப் பற்றிக்கொண்டு பறந்து வந்து கோபுரத்தின் மீது அமர்ந்தார். பாரிஜாதமலரின் நறுமணம் ஊரெங்கும் வீசியது. மன்னர் வந்து பார்த்தார். அப்போதுதான் அருணகிரிநாதர் கிளி உருவத்தில்

சென்று பாரிஜாத மலரினைக் கொண்டு வந்திருக்கிறார் என்பதை என்பதை உணர்ந்து குழப்பதை ஏற்படுத்திய சம்பந்தாண்டானுக்கு மரண தண்டனை விதித்தார். அப்போதும் அருணகிரிநாதர் சம்பந்தாண்டானை மன்னிக்குமாறு வேண்ட மன்னரும் சம்பந்தாண்டானை மன்னித்து நாடு கடத்தினார்.

தன்னை உபாசிப்பவன் ஒருவனால் எந்த குற்றமும் செய்யாத அருணகிரிநாதரின் உடல் அழிந்து கிளி ரூபத்தில் இருப்பதை அறிந்த தேவி கிளி உருவத்தில் இருந்த அருணகிரிநாதரைத் தன் கரத்தில் ஏந்தி "நீ என் கரத்திலேயே எக்காலமும் இருப்பாயாக" என்று அருளினார். இதனால்தான் முருகப்பெருமான் மீது அளவற்ற பக்தி கொண்ட காரணத்தினால் அருணகிரிநாதர் கிளி உருவத்தில் இன்னும் அம்பிகையில் கரங்களில் காட்சி தந்து கொண்டிருக்கிறார்.

அருணகிரிநாதரின் நினைவாக திருவண்ணாமலை அருணாச்சலேஸ்வர்ர் கோவிலில் ஒரு கோபுரத்திற்கு கிளி கோபுரம் என்று பெயர் சூட்டப்பட்டுள்ளது.

2

திருமுருக கிருபானந்த வாரியார்

தமிழ்க்கடவுளான முருகப்பெருமானின் செல்லப்பிள்ளைகளுள் நம்மோடு நாம் வாழும் காலத்தில் வாழ்ந்த கிருபானந்த வாரியார் மிக முக்கியமானவர். முருகப்பெருமானால் தமிழறிவு பெற்றவர் அருணகிரிநாதர். இதே போல முருகப்பெருமானின் அருளால் தமிழை அழகாய் உச்சரித்து நம்மையெல்லாம் பக்திப்பரவசத்தில் ஆழ்த்தியவர் திருமுருக கிருபானந்த வாரியார் சுவாமிகள். கிருபானந்த வாரியார் சுவாமிகளுக்கு எப்போதும் ஒரே நினைப்புதான். அவர் எப்போதும் மனதுள் நினைத்துக் கொண்டிருந்த கடவுள் முருகன்.

இவரது கடலைப்போன்று ஆழமான பரந்த ஆன்மிகப் பேச்சு அனைவரையும் திகைக்க வைத்திருக்கிறது. பக்தி பரவசத்தில் ஆழ்த்தி இருக்கிறது. இவரது உபதேசங்களையும் அறிவுரைகளையும் கேட்டு தங்களது வாழ்க்கையை சிறப்பாக மாற்றிக் கொண்டு பயனடைந்தவர்கள் ஏராளம்.

தற்போதைய வேலூர் மாவட்டத்தில் (முந்தைய வட ஆற்காடு மாவட்டம்) காட்பாடிக்கு அருகில் காங்கேயநல்லூர் என்ற கிராமம் அமைந்துள்ளது. இது பாலாற்றங்கரையில் அமைந்த ஒரு கிராமம். இக்கிராமத்தில் மல்லையதாச பாகவதர் கனகவல்லி தம்பதியினர் வாழ்ந்து வந்தனர். இவர்களுக்கு பதினோரு குழந்தைகள் பிறந்தனர். 25 ஆகஸ்ட் 1906 அன்று நான்காவது திருமகனாய் அவதரித்தவர் கிருபானந்த வாரியார் சுவாமிகள். இவருக்கு தந்தையே குருவாக அமைந்து தமிழ் இலக்கண இலக்கியங்களை கற்றுத் தந்தார். மூன்று வயதிலேயே இவருக்கு இலக்கண இலக்கியங்கள் நன்கு பரிச்சியமாகியிருந்தன.

இதன் விளைவாக எட்டு வயதிலேயே பாடல் புனையும் ஆற்றல் பெற்றார். இந்த இளம் வயதில் தேவாரம், திருப்புகழ், அருட்பா, கந்தபுராணம், ராமாயணம், பாரதம் முதலான ஆன்மிக நூல்களை மனப்பாடம் செய்து அனைவரையும் வியப்பில் ஆழ்த்தினார். ஐந்தாவது வயதில் திருவண்ணாமலையில் பாணிபத்ர மடத்தில் சிவலிங்க தாரணம் செய்விக்கப்பெற்றார்.

தந்தை மல்லையாதாசர் புராணச் சொற்பொழிவாற்றுவதில் கைதேர்ந்தவர். ஒரு சமயம் அவரால் சொற்பொழிவாற்ற போக இயலாத நிலை ஏற்பட்டது. தந்தைக்கு பதிலாக வாரியார் அந்த சொற்பொழிவிற்குச் சென்றார். விழாவிற்கு ஏற்பாடு செய்தவர்கள் தயங்கினார்கள். ஆனாலும் அன்று வாரியார் சொற்பொழிவாற்றினார். அப்போது அவருக்கு வயது பதினெட்டு. வந்திருந்தவர்கள் அனைவரும் வாரியாரின் சொற்பொழிவைக் கேட்டு அதிசயத்தில் ஆழ்ந்தனர். அவ்வளவு அற்புதமாக அமைந்தது அவருடைய முதல் சொற்பொழிவு. வாரியார் சுவாமிகள் தனது மாமன் மகளான அமிர்தலட்சுமி என்ற அம்மையாரை தனது பத்தொன்பதாவது வயதில் மணந்து கொண்டார்.

திருப்புகழ் சுவாமிகள் என்பவர் மதுரையில் திருப்புகழைப் பரப்புவதற்காக ஒரு அமைப்பினை ஏற்படுத்தியிருந்தார். வாரியார் சுவாமிகள் மதுரையில் இந்த அமைப்பில் திருப்புகழ் பயிற்சி பெற்றார். திருப்புகழ் சுவாமிகள் எனும் பிரம்மஸ்ரீ லோகநாதய்யர் வாரியார் சுவாமிகளுக்கு ஆசி வழங்கி அனைத்து கலைகளும் புகழும் கைகூடும் என்று வாழ்த்தி அனுப்பி வைத்தார்.

திருப்புகழ் சுவாமிகள் மற்றும் பழனி ஈசான சிவாச்சார்ய சுவாமிகள் முதலான பக்திமான்களின் ஆசியும் பாம்பன் சுவாமிகள் முதலான மகான்களின் அனுக்கிரகமும் இவருக்குக் கிட்டியது. வாரியார் சுவாமிகளின் இருபத்தியோராவது வயதில் மைசூருவில் நடைபெற்ற நவராத்திரித் திருவிழாவிற்குத் தந்தையுடன் சென்றார். அங்கு இவருடைய தந்தை வீணை சேஷண்ணாவிடமிருந்து ஒரு வீணையை வாங்கிக் கொடுத்தார். சென்னையில் ஒரு இசை ஆசிரியரிடம் வீணை கற்றுக் கொடுக்கவும் ஏற்பாடு செய்தார். பின்னர் இவருடைய 23 வது வயதில் சென்னை ஆனைகவுனி தென்மடம் பிரம்மஸ்ரீ வரதாசாரியாரிடம் நான்கு ஆண்டுகள் வீணை

கற்றுத் தேர்ந்தார். வீணை இசையினை இவர் முழுமையாகக் கற்றுணர்ந்ததால் தனது சொற்பொழிவுகளில் இவரால் அனைத்துப் பாடல்களையும் ராகத்தோடு இசையாகப் பாடி அனைவரையும் கவர முடிந்தது. இசைச் சொற்பொழிவு செய்யும் போது திருப்புகழ், தேவாரம், திருவாசகம் முதலான பாடல்களை இன்னிசையுடன் பக்திக்கமழும் விதத்தில் பாடி அனைவரையும் ஈர்த்தார். இவருடைய இசை ஞானத்தை கௌரவிக்கும் விதமாக சென்னை தமிழிசை மன்றத்தைச் சேர்ந்தவர்கள் தங்கள் வெள்ளி விழாவின் போது வாரியாருக்கு "இசைப் பேரறிஞர்" என்ற பட்டத்தை வழங்கிச் சிறப்பித்துள்ளனர்.

பாம்பன் சுவாமிகள் முருகப்பெருமானை மும்முறை நேரில் தரிசித்த சிறப்பு வாய்ந்தவர். பாம்பன் சுவாமிகளை சென்னையில் சந்தித்து ஆசி பெற்றார் வாரியார் சுவாமிகள். ஒரு சமயம் சொற்பொழிவாற்ற திருநாரையூர் சென்றிருந்த சமயத்தில் விடியற்காலையில் பாம்பன் சுவாமிகள் இவருடைய கனவில் தோன்றி சடக்கரமந்திரத்தை உபதேசம் செய்துள்ளார்.

முருகப்பெருமானின் புகழைப்பரப்ப வாரியார் சுவாமிகள் 1936 ஆம் ஆண்டில் "திருப்புகழ் அமிர்தம்" என்ற மாத இதழினைத் தொடங்கி சுமார் 37 ஆண்டுகள் நடத்தி வந்தார். இந்த இதழில் ஒவ்வொரு மாதமும் திருப்புகழ் பாடலுக்கு விளக்க உரையும் கந்தர் அலங்கார உரை மற்றும் பக்தி நெறிக்கதைகள் முதலான கட்டுரைகள் வெளியாகின. இவை பின்னர் தொகுக்கப்பட்டு தனித்தனி நூல்களாக வெளியாகின.

தன் வாழ்நாள் முழுவதும் பூஜை, சொற்பொழிவு, கோயிலுக்குச் சென்று இறைவனை தரிசித்தல் என்று வாழ்க்கை முறையை வகுத்து வாழ்ந்தவர் வாரியார் சுவாமிகள். தன் வாழ்நாள் முழுவதும் தினமும் முருகப்பெருமானுக்கு பூஜை செய்தவர் வாரியார். உலகெங்கிலும் உள்ள முருகப்பெருமான் தலங்களுக்குச் சென்று முருகப்பெருமானை வழிபட்டு மகிழ்ந்தவர். கார்த்திகை மாதத்தில் சோமவார விரதத்தைக் கடைபிடித்தவர். வயலூர் முருகன் மீது சுவாமிகளுக்கு அளவுகடந்த ஈடுபாடு உண்டு. எப்போதும் "வயலூர் எம்பெருமான்" என்று கூறித்தான் அவர் தன் சொற்பொழிவைத் தொடங்குவது வழக்கம். ஏராளமான கோயில்களுக்குத் திருப்பணி செய்த பெருமையும் இவருக்கு

உண்டு. இவர் திருப்பணி செய்ய உதவி புரிந்த கோயில்களின் எண்ணிக்கை எண்ணிலடங்காதவை. வாரியார் சுவாமிகள் தன் வாழ்நாளில் சுமார் எழுபது ஆண்டுகளுக்கும் மேலாக, ஆயிரக்கணக்கான சொற்பொழிவுகள் நிகழ்த்தியிருக்கிறார். ஐநூறுக்கும் மேற்பட்ட கட்டுரைகளையும், நூற்றி ஐம்பதுக்கும் மேற்பட்ட நூல்களையும் எழுதியுள்ளார். வெண்பா இயற்றுவதில் இவர் கை தேர்ந்தவராக விளங்கினார். இவர் ஆயிரத்திற்கும் அதிகமான வெண்பாக்களை இயற்றியுள்ளார்.

வாரியார் சுவாமிகள் அமெரிக்கா, இலங்கை, சிங்கப்பூர், மலேசியா, லண்டன், சுவிட்சர்லாந்து முதலான பல நாடுகளுக்கும் சென்று சொற்பொழிவுகளை நிகழ்த்தியிருக்கிறார். அக்டோபர் மாதம் 1993 ல் லண்டன் நகருக்கு சொற்பொழிவாற்றச் சென்றார். அங்கு உடல்நலக் குறைவு ஏற்பட்டது. சிகிச்சை பெற்றுக் கொண்டு நவம்பர் 6 அன்று லண்டனில் இருந்து புறப்பட்டு ஏழாம் தேதி மும்பை வந்தடைந்தார். அங்கிருந்து காலை ஆறு மணிக்கு சென்னை விமானத்தில் பயணித்தார். சென்னையை வந்தடைவதற்கு முன்னரே அவர் உயிர் பிரிந்து விட்டது. 07 நவம்பர் 1993 அன்று இறையடி சேர்ந்தார். சொந்த ஊரான காங்கேய நல்லூரில் அவருடைய உடல் நல்லடக்கம் செய்யப்பட்டது.

கிருபானந்த வாரியார் சுவாமிகள் ஏராளமான கோயில்களின் கும்பாபிஷேகம் நடைபெறக் காரணமாக இருந்தார். மேலும் இவர் ஏராளமான நன்கொடைகளை வழங்கியுள்ளார். அவரது தாயாரின் விருப்பப்படி காங்கேய நல்லூரில் மடம் ஒன்றை அமைத்தார்.

இனி வாரியார் சுவாமிகள் தமது வாழ்நாளில் நமது வாழ்க்கை பயன்பெற திருவாய் மலர்ந்தருளியவற்றை படித்து பயன்பெறலாம்.

யாசித்துப் பெற்ற நெய் பால் போன்ற உணவை விட உழைத்து கிடைத்த தண்ணீரும் சோறும் மிகச்சிறந்த உணவாகும்.

யோகி சாதுக்கள் இவர்களுடைய உபதேசம் செவி வழியாக உண்ணும் உணவிற்குச் சமம்.

சத்தியத்தைச் சொல். தர்மத்தை நடத்து. தாய் தந்தை குரு ஆகியோரை தெய்வமாய் மதி.

அறிவு ஒன்றே மனிதனை உயர்த்தும் வழியாகும். உலகிலுள்ள மக்கள் செய்யும் பிழைகளுக்கெல்லாம் தலையாய பிழை நல்ல நூல்களைக் கல்லாமை எனும் பிழையாகும்.

நாம் பார்க்கவில்லை என்பதற்காக கடவுள் இல்லை என்று சொல்லி விட முடியாது. உயிரைக் கூடத்தான் நாம் கண்ணால் கண்டதில்லை. அதனால் நாம் உயிரில்லாதவர்கள் என்று சொல்ல முடியுமா?

உடற்பயிற்சி செய்தால் உடலில் பலம் பெருகும். தியானம் செய்தால் ஆத்ம சக்தி பெருகும்.

உன்னை புகழும் சமயத்தில் மகிழ்ச்சி அடையாதே. உன்னை இகழும் சமயத்தில் கவலை அடையாதே. இரண்டையும் சமமாக கருதினால் நமது மனது அமைதியாக இருக்கும்.

பகை தொலைவில் இருக்கலாம். ஆனால் எதிர்வீட்டில் இருக்கக் கூடாது. அது பெரும் ஆபத்தை விளைவிக்கும்.

3

குமரகுருபர சுவாமிகள்

குமரகுருபர சுவாமிகள் பதினேழாம் நூற்றாண்டில் அவதரித்த ஒரு மகான். திருச்செந்தூருக்கு அருகில் தாமிரபரணி ஆற்றங்கரையில் ஸ்ரீவைகுண்டம் என்ற திருப்பதியில் சண்முகசிகாமணிக் கவிராயர் எனும் பக்தர் ஒருவர் வாழ்ந்து வந்தார். இவருடைய துணைவி சிவகாமசுந்தரி அம்மையார். இத்தம்பதியினர் தங்களுக்கு குழந்தைப் பேறு அருளுமாறு திருச்செந்தூர் முருகப்பெருமானை வழிபட்டு வேண்டி நின்றனர். முருகப்பெருமானின் திருவருளால் ஒரு ஆண் குழந்தை பிறக்க அக்குழந்தைக்கு குமரகுருபரன் என்ற பெயரைச் சூட்டி மகிழ்ந்தார்கள். ஆனால் அக்குழந்தை உரிய வயதை அடைந்தும் பேசாமல் இருந்தது. ஐந்து ஆண்டுகள் கடந்து சென்றன. தவமாய் தவமிருந்து பெற்ற குழந்தை பேசாமல் இருப்பதை நினைத்து பெற்றோர் கவலையடைந்தார்கள்.

குழந்தையை அழைத்துக் கொண்டு திருச்செந்தூர் தலத்திற்குச் சென்று விரதமிருந்து முருகப்பெருமானை வழிபட்டு குழந்தைக்கு பேசும் சக்தியைத்தருமாறு வேண்டிக் கொண்டார்கள். திருச்செந்தூரில் கடலில் குளித்துப் பின்னர் நாழிக்கிணற்றில் நீராடி முருகனை வழிபட்டு உப்பிடாத உணவினை ஒருவேளை மட்டும் சாப்பிட்டு நாற்பது நாட்கள் கடும் விரதமிருந்தனர். ஆனாலும் குழந்தைக்குப் பேச்சு வரவில்லை. நாட்கள் பல கடந்தும் குழந்தை பேசவில்லை.

நாற்பத்தி ஐந்தாவது நாள் பெற்றோர் தங்கள் குழந்தையை முருகப்பெருமான் சன்னிதிக்கு அழைத்துச் சென்று கண்ணீர் மல்க தங்கள் குழந்தைக்கு கருணை காட்டுமாறு வேண்டி நின்றனர்.

அந்த நேரத்தில் யாருமே எதிர்பாராத அதிசயம் நிகழ்ந்தது. சிறுவன் வாய் திறந்து பேசத் தொடங்கினான். சற்று நேரத்தில் சரவணபவ என்ற மந்திரத்தின் மகிமையை வெண்பாக்களால் பாடத் தொடங்கினான். அப்போது பாடப்பட்ட பாமாலைகள் "கந்தர் கலிவெண்பா" என்று அழைக்கப்படுகின்றன. முருகப்பெருமானை வணங்கி நன்றி தெரிவித்துப் பின்னர் ஸ்ரீவைகுண்டம் திரும்பினார்கள்.

இறையருளால் தமிழ் இலக்கணம், இலக்கியம், சாஸ்திரங்கள் அனைத்தையும் தெளிவாகக் கற்றுத் தேர்ந்தார். ஸ்ரீவைகுண்டம் கைலாசநாதரைப் போற்றி "கயிலைக் கலம்பகம்" என்ற பிரபந்த நூலை இயற்றினார்.

இதன் பின்னர் பக்தி யாத்திரையைத் தொடங்கினார். பல திருத்தலங்களை தரிசித்து திருப்பரங்குன்றம் வந்தடைந்தார். அங்கு முருகப்பெருமானை வழிபட்டு சில காலம் தங்கி பின்னர் குமரகுருபர சுவாமிகள் மதுரைக்குச் சென்றார். அங்கு அன்னை மீனாட்சியை தரிசனம் செய்தார். மதுரையில் "மீனாட்சியம்மைப் பிள்ளைத் தமிழ்" என்ற நூலை படைத்தார். பிள்ளைத்தமிழ் நூலானது பத்து பருவங்களைக் கொண்டது. பத்து பருவங்களில் ஒரு பருவத்திற்கு பத்து பாடல்கள் என மொத்தம் நூறு பாடல்கள் இருந்தன.

"மீனாட்சியம்மைப் பிள்ளைத் தமிழ்" நூலானது மீனாட்சியம்மன் கோயிலில் அரங்கேற்றம் செய்யப்பட்டது. நூல் அரங்கேற்றம் நடைபெற்றுக் கொண்டிருந்த வேளையில் ஒரு சிறுமி நடந்து வந்து அவையில் அமர்ந்து பாடலைக் கேட்டுக் கொண்டிருந்தாள். குமரகுருபரரின் தமிழ் நடையில் மூழ்கி அவையோர் தங்களை மறந்த நிலையில் இருந்தனர். அப்போதுதான் அந்த அதிசயம் நிகழ்ந்தது. ஒரு கட்டத்தில் அந்த சிறுமி எழுந்து தன் கழுத்தில் இருந்த முத்துமாலையைக் கழற்றி குமரகுருபரரின் கழுத்தில் அணிவித்து மறைந்தாள். அவையோர் இந்த அதிசயத்தைக் கண்டு வியந்தனர். இதைத் தொடர்ந்து குமரகுருபர சுவாமிகள் மன்னரின் விருந்தினராக அரண்மனையில் சிலகாலம் தங்கியிருந்தார். திருமலை நாயக்கர் குமரகுருபரரை கௌரவித்து மரியாதை செலுத்தினார். சுவாமிகள் மதுரையில் இருந்த போது சோமசுந்தரக் கடவுளைத் துதித்து "மதுரைக்

கலம்பகம்” என்ற பிரபந்தத்தை இயற்றினார். மன்னர் திருமலை நாயக்கரின் வேண்டுகோளை ஏற்று “நீதிநெறி விளக்கம்” என்ற நீதிநூலையும் படைத்தருளினார்.

குமரகுருபர சுவாமிகள் திருவாரூரில் தங்கியிருந்த சமயத்தில் “திருவாரூர் நான்மணிமாலை” என்ற நூலை இயற்றினார். திருவாரூர் தியாகேசரை தரிசித்த பின்னர் அவருக்கு ஞானோபதேசம் பெற வேண்டும் என்ற எண்ணம் மனதில் எழ தருமபுர ஆதீனத்தை அடைந்து மாசிலாமணி தேசிகரிடம் சீடராகச் சேர்ந்து அவரிடமிருந்து உபதேசம் பெற்றார். தேசிகரின் அறிவுரைப்படி சிதம்பரத்திற்கு விஜயம் செய்தார். வழியில் வைத்தீஸ்வரன் கோயிலில் சிலகாலம் தங்கி வழிபட்டு அங்கு “ஸ்ரீமுத்துக்குமாரசாமி பிள்ளைத்தமிழ்” எனும் நூலைப் படைத்தார். பின்னர் சிதம்பரம் சென்று அங்கு ஈசனை தரிசித்து “சிதம்பர மும்மணிக் கோவை” மற்றும் ”சிதம்பரச் செய்யுட்கோவை” முதலான நூல்களைப் பாடியருளினார். சிவகாமியம்மையைப் போற்றி “சிவகாமியம்மை இரட்டை மணிமாலை” என்ற நூலினை இயற்றினார். பிறகு தருமபுரம் திரும்பினார்.

நடராஜரின் தரிசனம் கிடைத்த பின்னர் அவருடைய மனதில் துறவு மேற்கொள்ள வேண்டும் என்ற எண்ணம் தோன்றியது. தமது குரு மாசிலாமணி தேசிகரிடம் தீட்சை பெற்று “பண்டார மும்மணிக் கோவை” என்ற நூலினைப் பாடினார்.

தேசிகரின் கட்டளைப்படி காசிக்குப் புறப்பட்டார். காசியில் ஒரு மடத்தை நிறுவ விரும்பிய குமரகுருபர சுவாமிகள் காசியை ஆண்டு கொண்டிருந்த மன்னரைச் சந்தித்து இதற்காக இடம் கேட்க விரும்பினார். மன்னருக்கோ உருது மொழியைத் தவிர வேறொரு மொழியும் தெரியாது. எனவே தான் மன்னரிடம் பேச விரும்பி உருது மொழியைக் கற்றுக் கொள்ள விரும்பி கலைமகளை வேண்டி “சகலகலாவல்லிமலை” எனும் பாமாலையினைச் சூட்டினார். கலைமகளின் அருளினால் வெகுவிரையிலேயே உருது மொழி கைவரப் பெற்றார். மன்னரிடத்தில் அவருடைய பாஷையிலேயே உரையாடி தன் விருப்பத்தைக் கூறினார். தென்னகத்திலிருந்து வந்த துறவி தன் மொழியில் சரளமாக உரையாடுவதைக் கண்டு வியந்த மன்னர் வேண்டுவது யாது என்று கேட்க சுவாமிகள்

காசியில் மடம் அமைக்க இடம் வேண்டும் என்றார். மன்னரும் உரிய இடத்தை அளிக்க அங்கு ஒரு மடத்தை நிறுவினார். அதற்கு குமாரசுவாமி மடம் என்று பெயர். அங்கு ஒரு சிவன் கோயிலையும் உருவாக்கினார். காசியிலேயே தங்கியிருந்து பல அரிய சொற்பொழிவுகளை நிகழ்த்தினார். இக்கால கட்டத்தில் "காசித்துண்டி விநாயகர் பதிகம்" மற்றும் "காசிக் கலம்பகம்" முதலான நூல்களை இயற்றினார். சிறிது காலத்திற்குப் பின்னர் தருமபுரத்திற்குத் திரும்பினார். அங்குத் தன் ஞானகுருவை தரிசித்துப் பின்னர் காசி மாநகரைச் சென்றடைந்தார். காசியிலேயே தங்கியிருந்து இறைபணிகள் பலவற்றைச் செய்து காசியிலேயே இறைவனுடன் இரண்டறக் கலந்தார்.

குமரகுருபரர் கந்தர் கலிவெண்பா, மீனாட்சியம்மை பிள்ளைத்தமிழ், மதுரைக் கலம்பகம், நீதிநெறிவிளக்கம், திருவாரூர் நான்மணி மாலை, முத்துக்குமாரசாமி பிள்ளைத்தமிழ், சிதம்பர மும்மணிக்கோவை, சிதம்பரச் செய்யுட்கோவை, பண்டார மும்மணிக் கோவை, சகலகலாவல்லி மாலை, காசித்துண்டி விநாயகர் பதிகம், காசிக் கலம்பகம், மதுரை மீனாட்சியம்மை இரட்டை மணிமாலை, தில்லை சிவகாமி அம்மை இரட்டை மணிமாலை, கயிலைக் கலம்பகம் முதலான நூல்களை இயற்றியுள்ளார்.

4

தவத்திரு குன்றக்குடி அடிகளார்

தமிழ்மாமுனிவர், அருள்நெறித்தந்தை என்று அழைக்கப்பட்டவர் தவத்திரு குன்றக்குடி அடிகளார். அடிகளார் என்றால் துறவி என்பது பொருள். மயிலாடுதுறைக்கு அடுத்துள்ள திருவாளப்புத்தூருக்கு அருகில் அமைந்த ஒரு சிறிய ஊர் நடுத்திட்டு. இக்கிராமத்தில் இராமகிருஷ்ணப்பிள்ளை எனும் சைவ மரபினைச் சேர்ந்த நிலசுவான்தார் வாழ்ந்து வந்தார். இரக்க குணம் மிக்கவர். இவருடைய புதல்வர் சீனிவாசம் பிள்ளை. இவருடையகாலத்தில்குடும்பபொருளாதாரம்அவ்வளவுவளமாக இல்லை. இவருடைய மனைவி சொர்ணத்தம்மாள். சீனிவாசம் பிள்ளை சொர்ணத்தம்மாள் தம்பதிக்கு கோபாலகிருஷ்ணப் பிள்ளை, பாண்டுரங்கம் பிள்ளை, அரங்கநாதன் ஆகிய மூன்று ஆண் பிள்ளைகளும் சிவானந்தம் அம்மையார் என ஒரு பெண் பிள்ளையும் பிறந்தனர். இதில் அரங்கநாதனே பிற்காலத்தில் தவத்திரு குன்றக்குடி அடிகளார் என்று அழைக்கப்பட்டார். அரங்கநாதன் 11 ஜீலை 1925 அன்று பிறந்தார். அரங்கநாதன் தொடக்கக்கல்வியை உள்ளூரிலேயே பயின்றார்.

தமையனார் கோபாலகிருஷ்ணப்பிள்ளை வித்துவான் படிப்பிற்காக சிதம்பரம் அண்ணாமலைப் பல்கலைக்கழகத்தில் சேர்ந்தார். இதனால் இவருடைய குடும்பத்தினர் அண்ணாமலை நகரை ஒட்டி அமைந்த திருவேட்களம் என்ற பகுதியில் வாடகை வீட்டில் வசிக்கத் தொடங்கினர். இக்குடும்பத்தினர் பால் கறந்து அவற்றை விற்று வாழ்ந்து வந்தனர். அப்போது அரங்கநாதன் நான்காம் வகுப்பில் பயின்று வந்தார். பல்கலைக்கழக பேராசிரியர்களின் வீடுகளுக்குப் பால் ஊற்றச்

செல்லுவார். இதன்மூலம் அண்ணாமலைப் பல்கலைக்கழகத்தில் தமிழ்த்துறையில் பணியாற்றிக் கொண்டிருந்த சுவாமி விபுலானந்த அடிகள், சொல்லின் செல்வர் ரா.பி.சேதுப்பிள்ளை, நாவலர் பண்டித ந.மு.வேங்கடசாமி நாட்டார், நாவலர் ச.சோமசுந்தர பாரதியார், சர்க்கரைப்புலவர் முதலான தமிழறிஞர்களின் தொடர்பு கிடைத்தது.

சிறுவனான அரங்கநாதனுக்கு உள்ள தமிழார்வத்தைப் புரிந்து கொண்ட ரா.பி.சேதுப்பிள்ளை அவருக்கு தமிழைப் பயிற்றுவிக்க விரும்பினார். பால் ஊற்றும் போது அவருடைய ஜன்னல் அறையின் முன்னால் நின்று தினந்தோறும் ஒரு திருக்குறளை ஒப்புவிக்க வேண்டும். சிறுவன் அரங்கநாதனை ஊக்குவிக்க தினமும் காலணா கொடுப்பார் சேதுப்பிள்ளை. துறவி விபுலானந்த அடிகள் சமூக சேவை செய்யும் போது அரங்கநாதனும் அவருடன் தன்னை சமூக சேவைகளில் ஈடுபடுத்திக் கொண்டார்.

அரங்கநாதனின் உள்ளத்தில் சமூகப்பணிகளில் ஈடுபாட்டைத் தோற்றுவித்தவர் சுவாமி விபுலானந்த அடிகள். இவர் 1931 ல் அண்ணாமலைச் செட்டியாரின் வேண்டுகோளை ஏற்று பல்கலைக்கழகப் பேராசியராய் பணியில் சேர்ந்தார். அரங்கநாதன் அவருடைய இல்லத்திற்குச் சென்று மாலை வேளைகளில் அவருக்கு பணி செய்து வந்தார். ஒவ்வொரு வெள்ளிக்கிழமையும் திருவேட்களத்தில் உள்ள ஆதிதிராவிடர் குடியிருப்புகளுக்குச் சென்று வழிபாட்டுக் கூட்டம் நடத்தி வந்தார். அப்போது அவருக்கு உதவியாகச் செல்வது அரங்கநாதனின் பணியாக இருந்தது. இதன் மூலம் சமூகப்பணியாற்ற வேண்டும் என்ற எண்ணம் அரங்கநாதனின் மனதில் இளம் வயதிலேயே சுவாமி விபுலானந்த அடிகளின் வாயிலாக பதிந்தது.

வித்துவான் படிப்பினை முடித்த கோபாலகிருஷ்ணப் பிள்ளை வேலை நிமித்தமாக காரைக்குடிக்கு அருகில் அமைந்த கடியாப்பட்டிக்குச் சென்றார். அரங்கநாதனும் உடன் சென்று அங்கு ஸ்ரீபூமீஸ்வரசுவாமி இலவச உயர்நிலைப் பள்ளியில் 1937 முதல் 1942 வரை கல்வி பயின்றார். 1942 ல் பள்ளி இறுதித் தேர்வினை எழுதினார். இப்பள்ளியின் தலைமை ஆசிரியர் அரங்கநாதனுக்கு இலக்கிய நூல்களை அறிமுகப்படுத்தினார்.

படிப்பினை முடித்து 1943 ஆம் ஆண்டில் ராயவரம்

காகிதத் தொழிற்சாலையில் சிறிது காலம் பணியாற்றினார். நான்கு மாதங்களுக்குப் பின்னர் ஊனியூர் தொடக்கப் பள்ளியில் ஆசிரியர் பணி என சில பணிகளைச் செய்தார். பின்னர் தம் சொந்த ஊரான நடுத்திட்டிற்குச் சென்று விட்டார். கடைசியாக 1944 ஆம் ஆண்டில் தருமபுர ஆதின திருமடத்தில் எழுத்தராக பணியில் சேர்ந்தார். இந்த பணி அவருக்குப் பிடித்திருந்தது. தருமபுர ஆதீனம் 25வது குரு மகா சன்னிதானம் தவத்திரு சுப்பிரமணிய தேசிக ஞானசம்பந்த பரமாச்சாரிய சுவாமிகள் அவர்களுக்கு அரங்கநாதனின் நேர்மை உள்ளமும், இறை ஈடுபாடும், தமிழ் ஆர்வமும் பிடித்துப் போனது. அரங்கநாதனுக்கு பதினேழரை வயது நடந்து கொண்டிருந்த போது மகாசன்னிதானம் முறைப்படி சிவதீட்சை அளித்து கந்தசாமிப் பரதேசி என்ற பெயரினையும் சூட்டினார். தீட்சாநாமம் பெற்றதும் காவித்துணியை உடுத்தி யாத்திரை மேற்கொள்ள வேண்டும். அவ்வாறே நாற்பத்திஏழு நாட்கள் புனிதயாத்திரை மேற்கொண்டு திருமடம் திரும்பினார். யாத்திரை முடிந்ததும் சிவபூஜை செய்து மந்திரகாஷாயம் வழங்குவார்கள். இதை மகாசந்நிதானம் வழங்க அதைப் பெற்ற பின்னரே பரதேசியாக இருந்தவர் மடத்துத் தம்பிரான் ஆவது வழக்கம். இதன் பின்னர் கந்தசாமித் தம்பிரான் ஆனார்.

மகாசன்னிதானம் அடிகளாரை 1945 ஆம் ஆண்டில் தருமபுர ஆதீனத்துக்கு உட்பட்ட மயிலாடுதுறை குமரக்கட்டளைத் தம்பிரானாக நியமித்தார். தொடர்ந்து சீர்காழித் திருக்கோயில் கட்டளைத் தம்பிரானாகவும் நியமித்தார். தமக்கிட்ட பணிகளை மிகச்சரியாகச் செய்தார். அடிகளார் தருமபுரம் தமிழ்க் கல்லூரியில் 1945 முதல் 1948 வரை தமிழ் இலக்கியம் இலக்கணம் முதலானவற்றைக் கற்றுத் தேர்ந்தார். இதோடு பன்னிரு திருமுறைகளையும் சாஸ்திரங்களையும் கற்றார். 1949 ஆம் ஆண்டில் குன்றக்குடி திருவண்ணாமலை ஆதீனத்தின் குருபூஜை விழாவிற்கு குரு மகாசந்நிதானம் ஆதீனத்தின் பிரதிநிதியாக அடிகளாரை அனுப்பி ஒரு சொற்பொழிவு ஆற்ற ஏற்பாடு செய்தார். அடிகளார் நிகழ்த்திய சொற்பொழிவு அங்கிருந்த அனைவரையும் கவர அவர்களில் பலர் அடிகளார் குன்றக்குடியிலேயே தங்கியிருக்க வேண்டும் என்று விருப்பம் தெரிவித்தனர். ஆனால் அடிகளார் தருமபுரம் திரும்பி விட்டார். ஆனால் குன்றக்குடி மகா சன்னிதானத்திடம் அந்த அன்பர்கள்

பேசி அவருடைய சம்மதத்தைப் பெற்று குன்றக்குடிக்கு அடிகளாரை அழைத்து 05 செப்டம்பர் 1949 ல் குன்றக்குடி திருமடத்தின் இளவரசராகப் பட்டம் கட்டப் பெற்றார். இதன்பின் அடிகளார் ஸ்ரீலஸ்ரீ தெய்வசிகாமணி அருணாசல தேசிக பரமாச்சாரிய சுவாமிகள் ஆனார். காரைக்குடி கம்பன் விழாவில் “புதரிடைமலர்” என்ற தலைப்பில் 1950 ஆம் ஆண்டில் அடிகளார் “திரிசடை” பற்றி ஆற்றிய உரை கம்பன் கழகத்தினரை பெரிதும் ஈர்த்தது. 16 ஜீன் 1952 அன்று அடிகளார் குன்றக்குடி ஆதீனத்தின் முழுப்பொறுப்பையும் ஏற்று 45 வது குருமகா சன்னிதானமானார். குன்றக்குடியில் நடைபெற்ற இவ்விழாவில் அடிகளார் சமபந்தி போஜனத்தை நடத்தினார்.

பதினான்காம் நூற்றாண்டில் திருவண்ணாமலையில் தெய்வசிகாமணி தேசிகரால் தோற்றுவிக்கப்பட்ட ஆதீனம் 17 ஆம் நூற்றாண்டில் நாகலிங்கதேசிகர் காலத்தில் இராமநாதபுரம் மன்னர் சேதுபதிமன்னரின் வேண்டுகோளுக்கு இணங்கி சிவகங்கை மாவட்டத்தில் உள்ள பிரான்மலைக்கு வந்தது. பதினெட்டாம் நூற்றாண்டில் ஆதீனத்தின் தலைமையகம் குன்றக்குடிக்கு மாறி குன்றக்குடி திருவண்ணாமலை ஆதீனம் என வழங்கப்பெற்றது.

குன்றக்குடி திருவண்ணாமலை ஆதீனத்தின் ஆட்சிக்குட்பட்டு பிரான்மலை மங்கைபாக சுவாமி திருக்கோயில், திருப்பத்தூர் திருத்தளிநாதர் திருக்கோயில், திருக்கோளக்குடி கோளபிரீச்சுரர் திருக்கோயில், தேனாட்சியம்மன் திருக்கோயில், குன்றக்குடி சண்முகநாதப் பெருமாள் திருக்கோயில் முதலான கோயில்கள் இருந்தன. அடிகளார் இக்கோயில்களுக்கு குடமுழுக்குச் செய்து வைத்தார். அக்காலத்தில் திராவிடக்கழகம் கடவுள் மறுப்புக் கொள்கையைக் கையிலெடுத்து நாத்திகவாதத்தை வளர்த்துக் கொண்டிருந்தது. இதனால் ஒரு கட்டத்தில் ஆத்திகம் முற்றிலும் அழிந்து போகுமோ என்ற எண்ணம் சமயத்தலைவர்களின் மனதில் எழுந்தது. தமிழ் மக்களை ஆத்திக வழியில் ஒன்றுபடுத்த விரும்பி ஆத்திகர்களை ஒன்றிணைத்து அவர்களின் மனதில் நம்பிக்கையூட்டி இறையுணர்வை வளர்க்க விரும்பிய குன்றக்குடி அடிகளார் 11 ஆகஸ்ட் 1952 அன்று “அருள் நெறித்திருக்கூட்டம்” என்ற ஆத்திக அமைப்பு ஒன்றை உருவாக்கினார். இளைஞர்களின் மனதில் நாத்திக உணர்வு தலையெடுத்த போது இந்த அமைப்பானது சமய வாழ்வு

நம்பிக்கைக்கும் நல்லெண்ணத்திற்கும் ஏற்ற ஒரு கொள்கை என்ற கருத்தை முன்வைத்தது.

அருள்நெறித் திருக்கூட்டத்தின் முதல் மாநாடு தேவக்கோட்டையில் 10 ஜீலை 1954 அன்று நடைபெற்றது. முதல்நாள் மாலையில் சுமார் ஆயிரத்தி ஐநூறு மாணவர்கள் சிவபுராணம் ஓத அனைவரும் தேவக்கோட்டை வீதிகளில் ஊர்வலம் வந்தனர். இம்மாநாட்டில் அப்போதைய முதல்வர் ராஜாஜி, கல்வி அமைச்சர் சி.சுப்பிரமணியம் முதலானோர் கலந்து கொண்டு சிறப்பித்தார்கள். அடிகளார் 28 டிசம்பர் 1954 முதல் 27 மார்ச் 1955 வரை மலேசியா, தாய்லாந்து, இந்தோசீனா முதலான நாடுகளுக்கு ஆன்மிகச் சுற்றுப்பயணம் மேற்கொண்டார்.

ஒருநாள் அடிகளார் மடத்தில் உள்ள சிலரை அழைத்து சிவகங்கை மன்னர் வர இருக்கிறார் என்றும் மதியம் சுவையான விருந்து தயாரியுங்கள் என்று உத்தரவிட பணிகள் பரபரப்பாய் நடைபெற்றன. ஒரு குறையும் நிகழக்கூடாது என்ற நோக்கத்தில் மிக கவனமாக அறுசுவை உணவு தயாரிக்கப்பட்டது. அனைவரும் மன்னரை எதிர்நோக்கிக் காத்திருந்தார்கள். நேரம் கடந்தும் சிவகங்கை மன்னர் திருமடத்திற்கு வரவில்லை. சற்று நேரத்தில் திருமடத்து நிலத்தில் பணியாற்றும் விவசாயிகள் வந்தார்கள். அவர்கள் அனைவரையும் அன்புடன் வரவேற்ற அடிகளார் மடத்து நிர்வாகிகளிடம் "இவர்கள்தான் நான் சொன்ன சிவகங்கை மன்னர்கள். அனைவரையும் சிறப்பாக உபசரியுங்கள்" என்றார். அனைவரும் ஆச்சரியம் அடைந்தார்கள். சிறப்பான உணவு தயாரித்து விவசாயிகளுக்கு பரிமாறியதன் மூலம் நாட்டின் உண்மையான மன்னர் என்பவர் விவசாயிகளே என்பதை அனைவருக்கும் உணர்த்தினார்.

அன்பினால் மனிதர்களின் மனதை மட்டுமல்ல யானையின் மனதையும் வெல்லலாம் என்பதை அடிகளார் ஒருசமயம் நிகழ்த்திக் காட்டினார். குன்றக்குடி கோயிலுக்குச் சொந்தமான சுப்பு என்ற யானை 1954 ல் பள்ளத்தூருக்குச் சென்றிருந்த சமயத்தில் அது மதம் கொண்டு பாகனை மிதித்துக் கொன்றுவிட்டது. வெறியோடு பாகனின் அருகிலேயே நின்று கொண்டிருந்தது. போலீசார் யானையைச் சுடவேண்டும் என்று தெரிவித்ததை அலுவலர்கள் அடிகளாரிடம் தெரிவிக்க அப்போது

மதுரையில் இருந்த அடிகளார் உடனே விரைந்து சம்பவ இடத்திற்கு வந்தார். யானையை நோக்கி பழத்தை வீசினார். சுப்பு அதை எடுக்கவில்லை. உடனே சுப்பு என்று அன்பொழுக அழைத்தார். உடனே யானை தன் காதுகளை அசைத்தது. அன்பு பெருக்கெடுக்கும் போது தன் காதுகளை அசைக்கும் வழக்கம் உடையவை யானைகள். அடிகளார் மீண்டும் சுப்பு என்று அழைத்து பழத்தை நீண்ட தன் துதிக்கையால் பழத்தை வாங்கிக் கொண்டது. சுப்பு என அழைத்து அடிகளார் நடக்கத் தொடங்க யானையும் அடிகளாரைப் பின் தொடர்ந்து நடந்தது. யானை சுப்புவின் மீது அன்பும் பாசமும் வைத்திருந்த அடிகளார் அது இறந்த போது "இவ்வளவு அன்போடு வளர்ந்த யானை சுப்பு என்று கூப்பிட்டு விளையாடப் பக்கத்தில் இல்லாமல் இறந்து விட்டது. கடந்த இரண்டாண்டுக்காலமாகவே அதற்கு உடல்நலம் சரியாக இல்லை. அதன் நலன் காக்கும் முயற்சியில் ஈடுபட்டதனாலேயே சில சமயங்களில் சில நிகழ்ச்சிகளில் கலந்து கொள்ளக்கூட முடியாமல் போய்விட்டது. துக்கம் நெஞ்சை அழுத்துகிறது. அதன் ஆன்மா சாந்தியடைய நமது பிரார்த்தனை" என்று எழுதினார்.

அக்காலத்தில் அனைவருக்கும் கல்வி என்பது எட்டாக்கனியாகவே இருந்தது. இதைக் கருத்தில் கொண்ட அடிகளார் எல்லா குழந்தைகளுக்கும் கல்வி கிடைக்க வேண்டும் என்ற நோக்கத்தில் அருள் நெறித்திருக்கூட்டத்தின் கிளையாக "அருள் நெறித் திருப்பணி மன்றம்" என்ற அமைப்பினை 10 ஜீன் 1955 ல் உருவாக்கினார். இம்மன்றங்களின் வாயிலாக குன்றக்குடி, தேவக்கோட்டை, கொறுக்கை, ஈரோடு, அம்மன்பேட்டை, கள்ளிமந்தயம், களக்காடு, நாங்குநேரி, திருமலையப்பபுரம், விசயஅச்சம்பாடு, பாவநாசம் முதலான பலபகுதிகளில் பள்ளிகளை உருவாக்கினார். அக்காலகட்டத்தில் தமிழகத்தில் இது ஒரு பெரும் கல்விப்புரட்சியாகக் கருதப்பட்டது. பள்ளிகளின் தேவைகளை மக்களைக் கொண்டே பூர்த்தி செய்ய பள்ளிச்சீரமைப்பு மாநாடுகள் பல நடத்தப்பட்டன. 1959 ஆம் ஆண்டில் ஆ.தெக்கூரில் அடிகளார் பள்ளிச் சீரமைப்பு மாநாட்டினை நடத்தினார். இம்மாநாட்டில் கலந்து கொள்ள பாரதப் பிரதமர் ஜவஹர்லால் நேரு தமிழ்நாட்டிற்கு வருகை தந்தார். மாநாட்டுக்கு வரும் வழியில் குன்றக்குடி திருமடத்தில்

நேருவிற்கு மகத்தான வரவேற்பு அளிக்கப்பட்டது. குன்றக்குடி அடிகளாரின் சமுதாய சேவைகளை கௌரவிக்கும் விதமாக நேருஜி 1960 ல் அடிகளாரை மத்திய சமூக நல வாரியத்தில் உறுப்பினராக நியமித்தார்.

இந்தியாவின் மீது 1962 ஆம் ஆண்டில் சீனா போர் தொடுத்தது. இந்தியா சார்பில் போர் நிதி திரட்டப்பட்டது. சென்னை திருவொற்றியூர் கூட்டத்தில் தாம் அணிந்திருந்த தங்க உருத்திராட்ச மாலையை ஏலம் விட்டு அதன் மூலம் கிடைத்த நான்காயிரம் ரூபாயினை போர் நிதியாக வழங்கினார். அன்றிருந்து அடிகளார் தங்கத்தால் ஆன எந்த அணிகளையும் அணியவில்லை. இந்தியா பாகிஸ்தான் போர் 1965 ஆம் ஆண்டில் நடைபெற்றது. இதற்காக சேகரிக்கப்பட்ட நிதிக்காக குன்றக்குடி பள்ளியில் பணியாற்றிய ஆசிரியர்கள் அனைவரும் அடிகளாரின் வேண்டுகோளை ஏற்று தங்களுடைய ஒருநாள் ஊதியத்தை நிதியாக அளித்தனர்.

திரு.எம்.பக்தவச்சலம் 1962 ஆம் ஆண்டில் தமிழ்நாட்டின் அறநிலையத்துறை அமைச்சராக இருந்த போது அடிகளார் அருள் நெறித் திருக்கூட்டத்தின் சார்பில் கோயில்களில் தமிழில் அர்ச்சனை செய்ய வேண்டும் என்ற கோரிக்கையினை வைத்தார். தமிழில் அர்ச்சனை செய்ததற்கு சான்றுகள் உண்டா என்று அமைச்சர் கேட்க அடிகளார் சமய நூல்களில் காணப்பட்ட ஆதாரச் சான்றுகளை அமைச்சருக்கு அனுப்பி வைத்தார். முறையான ஆராதங்களை கவனத்தில் கொண்ட அமைச்சர் அடிகளாரின் கருத்தை ஏற்றுக் கொண்டார். இதன்விளைவாக மதுரை அருள்மிகு மீனாட்சியம்மன் திருக்கோயிலில் திருமுறைத் தமிழ் அர்ச்சனைத் தொடங்கப்பட்டது.

தமிழ்நாட்டில் உள்ள பல்வேறு மடங்களைச் சேர்ந்த மடாதிபதிகளை ஒன்றிணைத்து சமய வாழ்வினை சாதிகளைக் கடந்த முற்போக்கு திசையில் வளரச் செய்ய வேண்டும் என்ற எண்ணத்தில் அடிகளார் அனைத்து மடாதிபதிகளையும் தனித்தனியாகச் சந்தித்துப் பேசி தன் எண்ணத்தை வெளிப்படுத்தினார். அடிகளாரின் முயற்சியில் 1966 ஆம் ஆண்டில் "தமிழ்நாடு தெய்வீகப் பேரவை" என்ற அமைப்பானது உருவானது. தமிழ்நாட்டிலுள்ள பதினைந்து மடங்களைச்

சேர்ந்த அமைப்பாக இந்தப் பேரவை உருவானது. முதல் மூன்று ஆண்டுகளுக்கு தருமபுரம் கயிலைக் குருமணி மகா சன்னிதானம் இப்பேரவையின் தலைவராக இருந்தார். தொடக்க காலத்தில் கோயில் திருப்பணிகள், ஆத்திக நூல்கள் வெளியிடுதல், விழாக்களை நடத்துதல் போன்றவை இதன் பணிகளாக இருந்தன. 21 டிசம்பர் 1969 ல் அடிகளார் தலைமைப் பொறுப்பேற்ற பின்னர் இந்தப் பேரவை சமயம் சார்ந்த சமூகப் பேரியக்கமாக மாறியது. மக்கள் பணியே மகேசன் பணி என்பது முக்கிய கொள்கையானது. "அருளோசை" என்ற மாத இதழையும் "செய்திக்கதிர்" என்ற மாதமிருமுறை இதழையும் இப்பேரவை நடத்தியது.

சிவகங்கை மாவட்டத்தில் அமைந்த சிங்கம்புணரிக்கு அருகில் அமைந்த பிரான்மலை எனும் ஊர் குன்றக்குடி ஆதினத்தின் தலைமை இடமாக சில காலம் திகழ்ந்தது. இந்த ஊர் சங்ககாலத்தில் பறம்புமலை என்ற பெயருடன் திகழ்ந்தது. இப்பகுதியை வள்ளல் பாரி என்ற மன்னர் ஆண்டு வந்தார். ஒருநாள் தேரில் ஏறி உலா வருகையில் முல்லைக்கொடி ஒன்று படர கொம்பின்றிக் கிடப்பதைப் பார்த்து அது படர்ந்துப் பெருகி வளரத் தனது தேரை அங்கே நிறுத்தி அரண்மனைக்கு நடந்தே திரும்பினார். இந்த நிகழ்வினைக் கொண்டாடும் வகையில் அடிகளார் பறம்புமலையில் பாரி விழா என்று ஒரு விழாவினை ஆண்டுதோறும் நடத்தினார். இவ்விழா அன்று பலதுறை கலைஞர்களுக்கு விருதுகளும் பரிசுகளும் வழங்கி சிறப்பிப்பதை வழக்கமாக வைத்திருந்தார். இந்த நிகழ்வானது இயற்கையைப் பேணுதல், மரங்களை வளர்த்தல், அறம் முதலான வாழ்க்கை நெறிகள் மக்கள் மனதில் பதிய வித்திட்டது. இரண்டாம் உலகத் தமிழ்மாநாடு 1967 ல் நடைபெற்ற சமயத்தில் திருக்குறளை இந்திய நாட்டின் தேசிய நூலாக வேண்டுமென்று அடிகளார் வலியுறுத்தினார்.

இலங்கை அன்பர்கள் அழைப்பினை ஏற்று 1968 ல் இலங்கைப் பயணம் மேற்கொண்டார் அடிகளார். இரண்டு வாரங்கள் இலங்கையில் அருள்நெறித்திருக்கூட்ட நிகழ்ச்சிகளில் கலந்து கொண்டார். இலங்கை யாழ்ப்பாணத்தில் சைவக் கோயில்களில் கீழ்சாதி மக்கள் அனுமதிக்கப்படுவதில்லை என்பதை அறிந்த அடிகளார் ஒரு கோயிலின் முன்பு உண்ணாநோன்பு இருந்தார். கீழ்சாதி மக்களை கோயிலுக்குள்

நுழைய அனுமதிப்போம் என்று கோயில் தருமகர்த்தாக்கள் உறுதி அளித்ததை ஏற்று தனது உண்ணாநோன்பினைக் கைவிட்டார்.

சென்னை மயிலாப்பூர் திருவள்ளுவர் திருக்கோயில் திருப்பணிக்குழுத் தலைவராக 1972 ஆம் ஆண்டில் நியமிக்கப்பட்டார். மேலும் இது ஆண்டில் வள்ளுவர் கோட்டம் திருப்பணித் தலைவராக நியமனம் பெற்றார். அடிகளாரின் அமைதிப்பணியும் மிகவும் போற்றத்தக்கது. 1968 ஆம் ஆண்டில் கீழ்வெண்மணியில் பாதிக்கப்பட்டவர்களுக்கு ஆறுதல் கூறுதல், 1982 ல் குமரி மாவட்டம் மண்டைக்காடு கலவரத்திற்குப் பின்னர் அமைதிப் பணியாற்றல் என அடிகளார் ஆன்மிகப் பணிகளோடு மக்கள் ஒற்றுமையாக வாழ வேண்டும் என்ற நோக்கத்தில் அறப்பணியான அமைதிப் பணியினையும் தக்க சமயங்களில் ஆற்றியுள்ளார்.

அடிகளார் 1971 ஆம் ஆண்டில் சோவியத் யூனியனுக்கு பயணம் மேற்கொண்டார். இந்த பயணத்தின் விளைவாக அவர் மனதில் உருவானதுதான் “குன்றக்குடி கிராமத் திட்டம்”. 1973 ஆம் ஆண்டில் குன்றக்குடி கிராமத்தைத் தன்னிறைவுக் கிராமமாக ஆக்கும் திட்டம் உருவானது. வறுமையில் சிக்கித் தவிக்கும் கிராமங்களை தன்னிறைவு பெற்ற கிராமங்களாக மாற்ற முடிவு செய்த அடிகளார் STAR என்ற திட்டத்தை உருவாக்கிச் செயல்படுத்தினார். அறிவியல் (Science), தொழில்நுட்பம் (Technology), வேளாண்மை மற்றும் கால்நடை வளர்ச்சி (Agriculture & Animal Husbandry), சமயம் (Religion) இதுவே STAR ன் விரிவாக்கமாகும். இதன் மூலமாக கிராமங்களில் உருவாக்கப்பட்ட தொழிலகங்களின் மூலமாக வீட்டில் ஒருவருக்கு வேலை வாய்ப்பும் மகளிருக்கு வேலைவாய்ப்பும் உறுதி செய்யப்பட்டது. மதுக்கடைகளை மூடுதல், லாட்டரிச்சீட்டிற்குத் தடை முதலான காரியங்களால் குன்றக்குடி கிராமம் தன்னிறைவு பெற்ற ஒரு முன் உதாரணமான கிராமமாக உருவானது. இதுபற்றி தி இந்து நாளிதழில் வெளியான செய்தியினைப் படித்து அறிந்த பாரதப்பிரதமர் திருமதி.இந்திராகாந்தி அவர்கள் 1984 ஆம் ஆண்டில் குன்றக்குடிக் கிராமத் திட்டக்குழுவின் பணிகளை வெகுவாகப் பாராட்டினார். 1985 ல் இந்திய அரசின் திட்டக்குழுப் பிரதிநிதிகள் குன்றக்குடி வருகை தந்து கிராம வளர்ச்சிப் பணிகளைப் பார்வையிட்டுப் பாராட்டினார்கள். இந்திய அரசின்

திட்டக்குழு 1986 ஆம் ஆண்டில் குன்றக்குடித் திட்டப்பணியைப் பாராட்டி "Kundrakudi Pattern என்று அறிவித்தது.

அடிகளாரின் மணிவிழா 7,8 ஜீலை 1985 ல் இரண்டு நாட்கள் குன்றக்குடியில் நடைபெற்றது. இந்த விழாவில் "நடந்ததும் நடக்க வேண்டியதும்" என்ற நூல் வெளியிடப்பட்டது.

அடிகளார் மனம் ஒரு மாளிகை, ஆலயங்கள் சமுதாய மையங்கள், சிந்தனை மலர்கள், சைவசித்தாந்தமும் சமுதாய மேம்பாடும் என முப்பதுக்கும் மேற்பட்ட நூல்களை எழுதியுள்ளார். 1986 ல் தமிழ்நாடு அரசின் திருவள்ளுவர் விருது முதன்முதலாக இவருக்கு வழங்கப்பட்டது. இவர் எழுதிய ஆலயங்கள் சமுதாய மையங்கள் என்னும் நூல் 1989 ல் தமிழ்நாடு அரசின் முதற்பரிசு பெற்றது, அடிகளாரின் இலக்கியப் பணிகள் மற்றும் சமூகப்பணிகளைப் பாராட்டி 1989 ஆம் ஆண்டில் அண்ணாமலைப் பல்கலைக்கழகம் கௌரவ டாக்டர் பட்டம் டி.லிட்., வழங்கிச் சிறப்பித்தது. 1991 ல் இந்திய அரசின் அறிவியல் செய்தி பரப்பும் தேசியக்குழு அடிகளாருக்கு தேசிய விருது வழங்கிச் சிறப்பித்தது, இதே ஆண்டில் இலண்டன், அமெரிக்கா, அரபுநாடுகள் முதலான நாடுகளுக்கு சுற்றுப்பயணம் மேற்கொண்டார். மதுரை காமராசர் பல்கலைக்கழகம் 1993 ல் தமிழ்ப் பேரவைச் செம்மல் விருது வழங்கிச் சிறப்பித்தது.

குன்றக்குடி ஆதீனத்தின் 45 வது மடாதிபதியாக இருந்த குன்றக்குடி அடிகளார் 15 ஏப்ரல் 1995 அன்று முக்தி அடைந்தார். அடிகளாரைத் தொடர்ந்து அவர் செய்த அரும்பணிகளை மடத்தின் 46 வது மடாதிபதியான தவத்திரு குன்றக்குடி பொன்னம்பல அடிகளார் செய்து வருகிறார்.

5

ஸ்ரீ சந்திரசேகரேந்திர சரஸ்வதி ஸ்வாமிகள்

காஞ்சி காமகோடி பீடத்தின் 68 வது பீடாதிபதி ஸ்ரீசந்திரசேகரேந்திர சரஸ்வதி ஸ்வாமிகள். இவரை பக்தர்கள் காஞ்சிப்பெரியவர், பரமாச்சாரியார், மகா பெரியவா, ஸ்ரீ ஸ்வாமிகள் என்று மிகுந்த மரியாதையோடு அழைப்பார்கள். பக்தர்களால் சிவஸ்வரூபமாக வணங்கப்பட்ட பெரியவர் நடமாடும் தெய்வம் என போற்றப்பட்டார்.

மகா பெரியவா விழுப்புரத்தில் 20 மே 1894 அன்று அவதரித்தவர். தந்தை சுப்பிரமணிய சாஸ்திரிகள். தாயார் லட்சுமி அம்மையார். இவர்களுக்கு சுவாமிநாதன் இரண்டாவது மகனாக அவதரித்தார். ஆம். மகா காஞ்சிப் பெரியவருக்குப் பெற்றோர் சூட்டிய திருநாமம் சுவாமிநாதன். இவர்களுடைய குல தெய்வம் சுவாமிமலை சுவாமிநாதன். எனவே தங்கள் மகனுக்கு சுவாமிநாதன் என்று பெயர் சூட்டினார்கள். இவரைத் தவிர நான்கு மகன்களும் ஒரு மகளும் இருந்தனர்.

சுவாமிநாதன் தனது எட்டாவது வயது வரையில் தன் தந்தையிடமே ஆரம்பக் கல்வியினைக் கற்றார். பின்னர் திண்டிவனம் ஆற்காடு அமெரிக்க மிஷன் உயர்நிலைப் பள்ளியில் சேர்ந்தார். இப்பள்ளியில் ஆண்டுதோறும் நடைபெறும் பைபிள் ஒப்புவிக்கும் போட்டியில் முதல் பரிசினைப் பெற்றார். இப்பள்ளியில் உதவித் தொடக்கக் கல்வி அதிகாரியான மஞ்சக்குப்பம் சிங்காரவேலு முதலியார் ஆய்விற்கு வந்திருந்தார். இவர் சுவாமிநாதனிடம் கேட்ட கேள்விகள் அனைத்திற்கு தெளிவாக பதில் சொல்லி கல்வி அதிகாரியின் பாராட்டுதலைப் பெற்றார்.

காஞ்சி காமகோடி பீடத்தின் பீடாதிபதியாக இவருடைய தாயார் வழி உறவினர் ஒருவர் 1907 ஆம் ஆண்டில் நியமிக்கப்பட்டு அதற்கான நிகழ்ச்சிகள் ஏற்பாடு செய்யப்பட்டன. இந்த நிகழ்ச்சியில் கலந்து கொள்ள தன் தாயாருடன் சென்றிருந்தார் சுவாமிநாதன். உறவினருக்கு திடீரென்று உடல்நலக் குறைவு ஏற்பட்டு மயங்கி விழுந்தார். இதனால் சுவாமிநாதனை ஆச்சாரியராக்க முடிவு செய்யப்பட்டது. சுவாமிநாதனுக்கு அப்போது வயது வெறும் பதிமூன்றுதான். 13 பிப்ரவரி 1907 அன்று ஸ்ரீசந்திரசேகரேந்திர சரஸ்வதி என்ற பெயர் சூட்டப்பட்டு ஸ்ரீகாமகோடி பீடத்தின் 68 வது பீடாதிபதியானார். சமஸ்கிருதம், வேதங்கள், உபநிடதங்கள், புராணங்கள், இதிகாசங்கள் முதலானவை முறையாகக் கற்பிக்கப்பட்டன.

அபார நினைவாற்றல் கொண்ட இவர் வேதங்கள், உபநிடதங்கள், கலைகள், சாஸ்திரங்கள் என அனைத்தையும் எளிதில் தன் வசப்படுத்தினார். தமிழ், ஆங்கிலம், தெலுங்கு, கன்னடம், மலையாளம், சமஸ்கிருதம், இந்தி, மராட்டி, ஜெர்மன், பார்சி முதலான பதினான்கு மொழிகளை அறிந்து அனைவரையும் பிரமிப்பூட்டினார். எளிய நடையில் அமைந்த இவருடைய ஆன்மிகக் கருத்துகள் பலதரப்பினரையும் எளிதில் சென்றடைந்தன. வேத சாஸ்திரங்களில் உள்ள கருத்துக்களை எளிய நடையில் பாமர மக்களுக்கும் புரியும் விதத்தில் வெளிப்படுத்தினார். இதனால் பாமர மக்களையும் இவர் எளிதில் கவர்ந்தார். ஸ்ரீ மடத்தில் அறக்கட்டளையினைத் தொடங்கினார். இதன் மூலம் வேத பாடசாலைகள் ஏற்படுத்தப்பட்டு வேதம் கற்றுக் கொடுக்க ஏற்பாடு செய்தார். அவ்வப்போது பல பகுதிகளிலும் ஆன்மிக மாநாடுகளை நடத்தினார். கும்பகோணம் மடத்தில் 1914 முதல் 1918 வரை நான்கு ஆண்டுகள் பெரியவா தங்கியிருந்த சமயத்தில் கலை, ஆன்மிகம் மற்றும் மொழி விற்பன்னர்கள் வருகை தந்து பலவிதமான நிகழ்ச்சிகளை நடத்தினர்.

ஒரு சமயம் கும்பகோணம் மடத்திற்கு வயதான சதாவதானி ஒருவர் வருகை தந்தார். பல துறை சார்ந்த நூறு கேள்விகளை மனதில் பதிய வைத்து அதற்கான பதில்களை வரிசைக்கிரமத்தில் அளிப்போரை சதாவதானி என்று அழைப்பார்கள். பெரியவா முன்னிலையில் சதாவதானியிடம் மடத்தைச் சேர்ந்தவர்கள் மற்றும் வித்துவான்கள் கேள்விக்கணைகளைத் தொடுத்த வண்ணம்

இருந்தனர். வடமொழி, தமிழ், இதிகாசங்கள், புராணங்கள், வேதம், கணிதம், ஜோதிட சாஸ்திரம் முதலான துறைகளில் கேள்விகளைக் கேட்டனர். சதாவதானி அவற்றையெல்லாம் மனதில் பதித்துக் கொண்டே வந்தார். அதே நேரத்தில் மகா பெரியவா தமதருகில் இருந்த ஒருவரிடம் அவையினர் கேட்ட கேள்விகளுக்கான பதில்களைக் கூறி அவற்றை வரிசைக்கிரமமாக எழுதிக் கொண்டே வருமாறு பணித்தார். நூறு கேள்விகள் கேட்கப்பட்டு முடிந்தன. சதாவதானி ஒவ்வொரு கேள்விக்கான விடையினை வரிசைக்கிரமத்தில் சொல்லிக் கொண்டே வந்தார். மகா பெரியவா தமதருகில் இருந்தவரிடம் தான் கூறிய விடைகள் சரியாக இருக்கிறதா என்று பார்க்குமாறு கூற அருகில் இருந்தவருக்கோ ஆச்சரியம். அனைத்து விடைகளும் மிகச்சரியாக இருந்தன. இதை அறிந்த அவையோர் ஆச்சரியத்தில் ஆழ்ந்தனர். மகா பெரியவா ஆன்மிகம் மட்டுமின்றி அனைத்துத் துறைகளிலும் புலமை பெற்றவராகவும் அபார நினைவாற்றல் உடையவராகவும் இருந்தார் என்பதை எடுத்துக் காட்டிய அரிய நிகழ்ச்சி இது.

மகா பெரியவா ஒரு துறவிக்கான எளிமையான வாழ்க்கையை விரும்பி வாழ்ந்தவர். ஒரு சிறிய அறையில் மிக எளிமையான வாழ்க்கை அவருடையது. எப்போதும் கதராடையே அணிவது வழக்கம். கைராட்டையால் நூற்ற கதர் நூலால் உருவாக்கப்பட்ட ஆடையையே அணிவார். மகா பெரியவாவின் உணவும் மிக எளிமையானது. அவருடைய உணவில் உப்பு, புளி, காரம் இருக்காது. நெல்பொறியும் பழங்களும் பாலுமே அவருடைய அன்றாட உணவாகும். பாலில் ஊற வைக்கப்பட்ட நெல்பொறியை சிறிதளவு சாப்பிடுவார். இதுவே அவருடைய பகல் உணவு. இரவில் சிறிது பால் மட்டுமே அருந்துவார்.

நமது பாரத தேசத்தின் ஆடை கதராடை என்ற கொள்கை ஒரு கட்டத்தில் தீவிரமாகப் பரவியது. மகாபெரியவாவும் கதராடையை ஊக்குவிப்பது அவசியம் என்று முடிவு செய்தார். 1918 ஆம் ஆண்டில் தாம் இனி கதராடையினை அணியப்போவதாகக் கூறி அதை செயல்படுத்தவும் செய்தார். மடத்தில் பணியாற்றும் அனைவரும் இனி கதராடையினை அணிய வேண்டும் என்று கட்டளையிட தனுஷ்கோடியில் ஸ்நானம் செய்யும் போது அனைவரும் தங்களுடைய மில் ஆடைகளை எறிந்து விட வேண்டும் என்ற உத்தரவும் பிறப்பித்ததுடன் நில்லாமல்

மதுரையிலிருந்து மடத்தைச் சேர்ந்தவர்களுக்காக நூற்றுக்கணக்கில் கதர் வேட்டிகளை வரவழைத்தார். ஒவ்வொருவருக்கும் இரண்டு கதராடைகள் வழங்கப்பட்டன.

இதுபோலவே பட்டுப்புடவைகளை தயார் செய்ய ஆயிரக்கணக்கான பட்டுப்பூச்சிகளைக் கொல்லப்படுவதை அறிந்த பெரியவா பட்டுப்பூச்சிகளைக் கொல்லாமல் பட்டு நூலைப் பெற ஏதாவது வழி இருக்கிறதா என்று ஆராய்ந்தவண்ணம் இருந்தார். சமயம் கிடைக்கும் போதெல்லாம் அதைச் சார்ந்த நிபுணர்களிடம் கலந்தாலோசித்தார். ஒரு சமயம் அஸ்ஸாம் மாநிலத்திலிருந்து துர்காநாத் என்ற கிராமக் கைத்தொழில் விற்பனை அதிகாரி ஸ்வாமிகளை தரிசிக்க வந்திருந்தார். அவரிடம் ஸ்வாமிகள் அகிம்சை முறையில் பட்டு தயாரிக்க முடியுமா என்று கேட்டார். துர்காநாத் அஸ்ஸாம் மாகாணத்தில் நூலைப் பிரித்து எடுத்ததும் பூச்சிகள் உயிருடன் வெளியேறிவிடும் முறையில் பட்டினைத் தயாரிப்பதாகக் கூறினார். இதற்கு கூடுதல் செலவாகும் என்றும் அவர் தெரிவிக்க இதைக் கேட்ட மகாபெரியவா மகிழ்ச்சி அடைந்தார். இனி அகிம்சா பட்டினையே பயன்படுத்த வேண்டும் என்று அக்கணமே முடிவு செய்தார். மடத்தில் பூஜையில் உள்ள ஸ்ரீதிரிபுரசுந்தரி சமேத ஸ்ரீசந்திரமௌளீஸ்வரர் விக்கிரகங்களுக்கு அகிம்சா பட்டுத்துணியையே பயன்படுத்தினார். இதன் பின்னர் மடத்தில் செய்யப்படும் சன்மான வஸ்திரங்களும் அகிம்சா பட்டாக இருக்கவேண்டும் என்று கட்டளை பிறப்பித்தார். பட்டுப் பூச்சிகளைக் கொன்று அதிலிருந்து கிடைக்கும் பட்டு நூலில் பட்டுப்புடவையினை பயன்படுத்துவதில் பெரியவாளுக்கு உடன்பாடில்லை.

ஸ்ரீஸ்வாமிகள் எப்போதும் கமண்டலம், தண்டம், காஷாயவஸ்திரம் இவற்றுடனே காட்சி தருவார். குளிக்கச் செல்லும் சமயம் தவிர மற்ற நேரங்களில் தண்டம் அவருடனே இருக்கும். தூங்கும் சமயத்தில் கூட அதைப் பிடித்துக் கொண்டுதான் தூங்குவார். மடத்தில் இருந்து யாத்திரைக்குப் புறப்பட்டால் தண்டத்தைக் கையில் பிடித்துக் கொண்டு சாலையில் இறங்கி இவர் வேகமாக நடக்கத் தொடங்குவார். அவருடைய சீடர்களும் பக்தர்களும் பின்னால் ஓடிவருவார்கள்.

காசி முதல் ராமேஸ்வரம் வரையிலான தலங்களை

தரிசித்துள்ளார். ஆந்திரா, கேரளா, கர்நாடகம், மகாராஷ்டிரா, உத்தரப் பிரதேசம், பீஹார், ஒரிஸா, மேற்கு வங்காளம் என்று இந்தியாவின் பல பகுதிகளுக்கும் பயணித்திருக்கிறார். பெரியவா பெரும்பாலும் பாரதத்தின் அனைத்து பகுதிகளுக்கும் நடந்தே சென்று பல ஆன்மிகத் தலங்களை தரிசித்து ஆன்மிகக் கருத்துக்களைப் பரப்பினார்.

ஒரு சமயம் சென்னைக்கு விஜயம் மேற்கொண்ட போது அவரை அழைத்துச் செல்ல பக்தர்கள் பல்லக்குடன் காத்திருந்தார்கள். பெரியவாளிடம் இதில் அமர்ந்து வரணும் என்று வேண்டுகோள் விடுத்தார்கள். ஆனால் பெரியவரோ இதை ஏற்க மறுத்தார். சென்னையின் பல பகுதிகளுக்கும் நடந்தேதான் தனது யாத்திரையைச் செய்தார்.

மகா பெரியவா மனிதர்களிடம் மட்டுமின்றி விலங்குகளிடமும் அன்பு பாராட்டினார். மடத்தில் 1927 ஆம் ஆண்டில் நாய் ஒன்று வாழ்ந்து வந்தது. மடத்திற்குப் பாதுகாப்பாக அது இருந்து வந்தது. மகா பெரியவா அந்த நாய்க்கு ஆகாரம் கொடுத்தாகி விட்டதா என்று நாள்தோறும் விசாரிப்பார். பெரியவாளைக் கண்டால் அவரை அன்போடு சுற்றி சுற்றி வரும். அவர் எங்கேயாவது வெளியே செல்லும் போது உடன் செல்லும். ஒருநாள் சிறுவர் ஒருவன் அந்த நாயைக் கல்லால் அடிக்க அது வலியின் காரணமாக அங்கிருந்தோரை கடிக்கத் தொடங்கி விட்டது. மடத்தைச் சேர்ந்த சிலர் அந்த நாயைப் பிடித்து வேறொரு கிராமத்திற்குக் கொண்டு சென்று விட்டுவிட்டுத் திரும்பினர். நாயோ மடத்து ஆட்களுக்கு முன்னதாகவே மடத்திற்கு வந்து சேர்ந்திருந்தது. இந்த செய்தியை அறிந்த ஸ்ரீஸ்வாமிகள் மடத்து ஆட்களை அழைத்து வாயில்லா ஜீவன்களைத் துன்புறுத்தக்கூடாது என்று கட்டளையிட்டார். அந்த நாயும் சாந்தமானது.

மகா பெரியவா 1930 ஆம் ஆண்டில் ஆரணிக்கு அருகில் அமைந்த பூசமலைக்குப்பம் மடத்தில் தங்கியிருந்தார். அந்த மடத்தில் ஒரு யானை இருந்தது. அது மகா பெரியவரைக் கண்டால் துதிக்கையைத் தூக்கி நமஸ்காரம் செய்யும். பெரியவரும் அந்த யானையை அன்போடு தடவிக் கொடுத்துவிட்டுச் செல்வார். ஒருநாள் இரவு யானை இருந்த கொட்டகை தீப்பிடித்து எரிந்தது. யானை சங்கிலியை அறுத்துக் கொண்டு எங்கேயோ ஓடிவிட்டது.

அதன் காலில் தீப்புண்கள் ஏற்பட்டுவிட்டன. பாகனும் வேறு சிலரும் யானையைத் தேடி அலைந்தார்கள். சற்று தொலைவில் ஒரு நீர்நிலையில் யானை படுத்துக் கொண்டிருப்பதாகத் தகவல் கிடைக்க பாகன் அதில் இறங்கி யானையை அழைத்துவர முயற்சி செய்தான். ஆனால் யானை பாகனுடன் வர மறுத்து அடம் பிடித்தது. இதை அறிந்த மகா பெரியவர் தானே அந்த இடத்திற்குச் சென்று யானையை அன்போடு நோக்கினார். உடனே குளத்திலிருந்து எழுந்து பெரியவாளின் அருகில் வந்து மண்டியிட முயன்றது. தீப்புண் அளித்த வலியின் காரணமாக யானையின் கண்களில் நீர் பெருகியது. யானையைத் தடவிக் கொடுக்க யானை மடத்திற்கு வந்து சேர்ந்தது. உரிய சிகிச்சையும் தரப்பட்டது.

ஸ்ரீ ஸ்வாமிகள் செங்கற்பட்டிக்கு விஜயம் செய்திருந்த சமயம் அது. அவரை தரிசனம் செய்வதற்காக பால் பிரண்டன் என்பவர் வந்திருந்தார். ஸ்வாமிகளை தரிசனம் செய்து பல ஆன்மிக சந்தேகங்களை நிவர்த்தி செய்து கொண்டார். ஸ்வாமிகளும் பால் பிரண்டனின் கேள்விகளுக்கு உரிய விடைகளை வழங்கினார். விடைபெறும் போது நீங்கள் திருவண்ணாமலைக்குச் சென்று ரமணமகரிஷியை சந்திக்க வேண்டும் என்று கூறி விடை கொடுத்தார். ஸ்வாமிகளுடனான சந்திப்பு முடிந்ததும் தென்னக யாத்திரையை முடித்துக் கொண்டு திரும்ப முடிவு செய்திருந்தார். ஆனால் ஸ்வாமிகள் கூறிய மகரிஷியைச் சந்திக்க வேண்டும் என்று தீர்மானித்தார். தன் இருப்பிடத்திற்குத் திரும்பிய போது அவரை சந்திக்க ஒருவர் காத்திருந்தார். அவரிடம் பேசியே போது அவர் திருவண்ணாமலையில் இருந்து வந்திருக்கிறேன் என்று கூறினார். தங்களுடைய குருநாதர் மகரிஷியா என்று கேட்ட வந்தவரும் ஆம் என்றார். மறுநாள் அவருடன் புறப்பட்டு திருவண்ணாமலை சென்று ரமணமகரிஷியை சந்தித்தார் பால் பிரண்டன்.

ஒரு சமயம் நடராஜப் பெருமானை தரிசிக்க சிதம்பரம் சென்றார். அவரை கோயிலில் வரவேற்க கோயில் முக்கியஸ்தர்கள் ஏற்பாடுகளைச் செய்தார்கள். மகா பெரியவரோ விடியற்காலையில் நடைபெறும் நடராஜரின் விஸ்வரூபதரிசனத்தைக் காண விரும்பினார். மறுநாள் அதிகாலையில் எழுந்து ஸ்நானம் செய்து கோயிலுக்குச் சென்றார். உள்ளே சிவநாமத்தை உச்சரித்த

வண்ணம் இருந்தார். பூஜை செய்து கொண்டிருந்த தீட்சிதர் திரும்பிப் பார்த்தபோது பெரியவா நடராஜப்பெருமானின் தரிசனக் காட்சியில் மூழ்கி இருப்பதை உணர்ந்து வந்திருப்பது ஸ்ரீஸ்வாமிகள் என்பதை அறிந்து தீட்சிதர்களை அழைக்க அனைவரும் வந்து ஸ்வாமிகளிடம் தங்களை முறைப்படி வரவேற்க ஏற்பாடுகளைச் செய்திருந்தோம். தாங்கள் தனியாக விஜயம் செய்து விட்டீர்களே என்றார்கள். அதற்கு ஸ்ரீஸ்வாமிகள் நடராஜப்பெருமானின் விஸ்வரூப தரிசனத்தைக் காண உள்ளம் விரும்பியது. அதனால்தான் அதிகாலையில் வந்தேன். வேறொன்றுமில்லை என்று சொன்னதும் அனைவரும் நிம்மதி அடைந்தார்கள். பின்னர் ஸ்வாமிகளுக்கு உரிய மரியாதைகளைச் செய்து மகிழ்ந்தார்கள். ஸ்வாமிகள் விரும்பியபடி விஸ்வரூபதரிசனக் காட்சியைக் கண்டு மகிழ்ந்தார்கள்.

ஸ்ரீஸ்வாமிகள் 1954 ஆம் ஆண்டில் ஸ்ரீகாமகோடி பீடத்தின் அதிபதியாக ஒருவரை தன் காலத்திலேயே நியமிக்க முடிவு செய்தார். மன்னார்குடியைப் பூர்வீகமாகக் கொண்ட மகாதேவய்யர் என்பவரின் மூத்தகுமாரர் சுப்ரமணியம் என்பவரை மனதில் கொண்டு மகாதேவய்யரிடம் மடத்து நிர்வாகிகள் மூலம் இதுகுறித்துத் தகவல் அனுப்பினார். தமது குடும்பத்தினருடன் இதுகுறித்து ஆலோசித்து சம்மதம் தெரிவித்தார் மகாதேவய்யர். 19 மார்ச் 1954 அன்று சர்வதீர்த்தக்கரையில் அமைந்த முக்தி மண்டபத்தில் ஸ்ரீஸ்வாமிகள் தமது சிஷ்யருக்கு ருத்திராட்ச மாலை, ஸ்படிக மாலை, பட்டுப்பீதாம்பரம் முதலானவற்றை வழங்கி முறைப்படி துறவறத்தை வழங்கினார்கள். இதன் பின்னர் சுப்ரமணியம் ஸ்ரீஜெயேந்திர சரஸ்வதி ஸ்வாமிகளானார்.

மகா பெரியவாளும் ஸ்ரீஜெயேந்திர சரஸ்வதி ஸ்வாமிகளும் பல வருடங்களுக்குப் பிறகு 1957 ஆம் ஆண்டில் சென்னை பக்தர்களின் கோரிக்கையை ஏற்று சென்னைக்கு விஜயம் செய்தார்கள். நவராத்திரி விழா, சங்கர ஜெயந்தி, சாதுர்மாஸ சங்கல்பம் மற்றும் பலப்பல விழாக்களில் இருவரும் கலந்து கொண்டு 534 நாட்கள் சென்னையில் தங்கியிருந்து பக்தர்களுக்கு ஆசி வழங்கி மகிழ்ச்சிக்குள்ளாக்கினார்கள். 15 மார்ச் 1959 அன்று சென்னையிலிருந்து ஸ்ரீமடத்திற்கு இரு ஸ்வாமிகளும் திரும்புவது என முடிவாயிற்று. இதற்காக ஏற்பாடு செய்யப்பட்ட நிகழ்ச்சியில்

பெரியவா கலந்து கொண்டு அருளுரை வழங்கி அனைவருக்கும் ஆசி வழங்கினார்.

மகா பெரியவா இரக்கசுபாவம் மிக்கவர். இறுதிச்சடங்கு செய்ய பணமின்றித் தவிக்கும் ஏழைகளுக்கு உதவியிருக்கிறார். ஒரு சமயம் மடத்தில் காரியஸ்தரை அழைத்து கொல்கத்தாவில் உள்ள ஒருவரின் முகவரியைக் குறிப்பிட்டு உடனே ஐநூறு ரூபாய் அனுப்பி வைக்கும்படி உத்தரவிட்டார். பெரியவா ஏன் இப்படிச் சொல்லுகிறார் என்பது அப்போது அங்கிருந்தவர்களுக்குச் புரியவில்லை. பெரியவா கூறியபடியே பணம் அனுப்பி வைக்கப்பட்டது. இது நடந்து சில மாதங்கள் கழித்து பெரியவாவை தரிசிக்க ஒரு எளிய மனிதர் வந்தார். "ஸ்வாமி. தாங்கள் அனுப்பி வைத்த ஐநூறு ரூபாய் என் தந்தை இறந்ததும் இறுதிச் சடங்குகளைச் செய்ய உதவியாக இருந்தது" என்று நன்றிப் பெருக்கோடு கூறியபோதுதான் அனைவருக்கும் விஷயம் புரிந்தது.

மகா பெரியவா பணத்தைத் தன் கையால் தொட்டதில்லை. யாராவது காணிக்கை செலுத்த வந்தால் "அங்கே வெச்சுட்டுப் போ" என்பார். எல்லோரிடமிருந்தும் காணிக்கையை ஏற்க மாட்டார். பல சமயங்களில் பணத்தை ஏற்காமல் திருப்பி அனுப்பி வைத்த சம்பவங்களும் உண்டு. சில சமயங்களில் சிலர் தரும் காணிக்கைப் பணத்தை அங்கு உதவிக்காக வந்த பக்தர்களிடம் தரச் சொல்லி விடுவார்.

ஒரு சமயம் ஸ்ரீஸ்வாமிகள் ஸ்ரீசந்திரமௌலீச்வர பூஜையைச் செய்து கொண்டிருந்தார்கள். அந்த பூஜையில் கலந்து கொண்டிருந்த பல பக்தர்களில் ஒரு தாயும் சிறுவயது மகளும் இருந்தார்கள். ஸ்ரீஸ்வாமிகள் பூஜையைச் செய்ய அனைவரும் பக்திப் பரவசத்தோடு பூஜையைப் பார்த்தவண்ணம் இருந்தார்கள். அன்று திரிபுரசுந்தரி அம்பாளுக்கு அழகிய செந்நிறப் பட்டாடையை உடுத்தியிருந்தார்கள். அதைப்பார்த்த அந்த சிறுமி அந்த ஆடை வேண்டும் என்று தன் தாயாரிடம் கேட்டாள். இதைக் கேட்ட அந்த தாயாரே திடுக்கிட்டாள். தன் மகள் கடையில் ஏதாவது பொருளைக் கேட்டால் வாங்கித் தரலாம். ஆனால் அம்பாள் அணிந்திருக்கும் வஸ்திரத்தைக் கேட்கிறாளே என்று கவலைப்பட்டாள். மகள் பிடிவாதம் பிடிக்க

அம்மா அவளை சமாதானம் செய்ய அவளோ பிடிவாதமாக அந்த ஆடை வேண்டும் என்று அடம் பிடித்தாள். பூஜைகள் முடிந்தது தீரத்தப்பிரசாதம் வழங்கப்பட்டது. தாயும் மகளும் பிரசாதத்தை வாங்க நெருங்கினார்கள். அப்போது ஸ்ரீஸ்வாமிகள் ஒருவரை அழைத்து ஏதோ கூறினார். அவரும் உடனே செயல்பட்டார். தாயார் பிரசாதத்தை வாங்கிக் கொண்டு நகர்ந்த வேளையில் ஸ்ரீஸ்வாமிகள் சிறுமியின் கைகளில் அம்பாளின் செந்நிறப் புடவையைத் தந்தார். சிறுமியின் முகத்தில் அப்படியொரு மகிழ்ச்சி. தாயாருக்கோ பேரதிர்ச்சி. மகள் தன்னிடம் கேட்டது ஸ்ரீஸ்வாமிகளுக்கு எப்படித் தெரிந்தது என்று வியந்தாள். அங்கிருந்தோரும் இதை அறிந்து வியந்தார்கள்.

ஸ்ரீஜெயேந்திர சரஸ்வதி சுவாமிகள் 19 மே 1983 அன்று சங்கரநாராயணன் என்ற இளம்பாலகருக்கு ஸ்ரீ சங்கர விஜயேந்திர சரஸ்வதி என்ற சந்நியாச நாமம் சூட்ட ஸ்ரீ சங்கர விஜயேந்திர சரஸ்வதி ஸ்வாமிகள் ஸ்ரீகாமகோடி மடத்தின் எழுபதாவது பீடாதிபதியானார். மகா பெரியவா யாத்திரையில் இருந்த சமயத்தில் ஸ்ரீஜெயேந்திர சரஸ்வதி ஸ்வாமிகளையும் ஸ்ரீ சங்கர விஜயேந்திர ஸ்வாமிகளையும் தாம் முகாமிட்டிருந்த மடத்திற்கு சாதுர்மாஸ விரதம் அனுஷ்டிக்க அழைத்திருந்தார். துங்கபத்ரா நதியின் உபநதியான ஐந்த்ராவதி நதிக்கரைக்கு இரு ஸ்வாமிகளும் வருகை தந்தார்கள். அங்கு முறைப்படி பூஜைகளும் பாராயணங்களும் நடைபெற்றன. மூன்று ஆச்சார்யார்களும் யாத்திரை செய்து காவேரிப்பாக்கம் வழியாக காஞ்சியை 13 ஏப்ரல் 1984 அன்று வந்தடைந்தார்கள்.

ஸ்ரீஜெயேந்திர சரஸ்வதி ஸ்வாமிகளும் ஸ்ரீ சங்கர விஜயேந்திர ஸ்வாமிகளும் மகா பெரியவாளுக்கு சதாப்தி மகோத்சவ வைபவத்தை சிறப்பாக நடத்திட ஏற்பாடுகளைச் செய்தார்கள். இதை முன்னிட்டு வேதபாராயணங்கள், அதிருத்ர ஹோமம், ஸஹஸ்ர கண்டி ஹோமம் முதலானவை விமரிசையாக நடைபெற்றன. 04 ஏப்ரல் 1993 முதல் 07 மே 1993 வரை சதாப்தி வைபவம் நடைபெற்றது. 26 மே 1993 அன்று ஸ்ரீமகா ஸ்வாமிகளுக்கு கனகாபிஷேகம் நடைபெற்றது. தங்கக்காசுகளால் மகாஸ்வாமிகளுக்கு ஸ்ரீஜெயேந்திர சரஸ்வதி ஸ்வாமிகளும் ஸ்ரீ சங்கர விஜயேந்திர ஸ்வாமிகளும் அபிஷேகம் செய்தார்கள். சதாப்தி கனகாபிஷேகத்தினைத் தொடர்ந்து பக்தர்கள் வழங்கிய

தங்கக்காசுகளைக் கொண்டு ஜீலை மாதத்தில் மற்றுமொரு கனகாபிஷேகத்தை ஸ்ரீஜெயேந்திர சரஸ்வதி ஸ்வாமிகளும் ஸ்ரீ சங்கர விஜயேந்திர ஸ்வாமிகளும் நடத்தினார்கள். மகா பெரியவா காஞ்சி காமகோடி பீடத்தின் பீடாதிபதியாக 87 ஆண்டுகள் இருந்தார். தனது நூறாவது வயதில் 08 ஜனவரி 1994 அன்று சித்தியடைந்தார்.

6

சேஷாத்திரி சுவாமிகள்

மகான் சேஷாத்திரி சுவாமிகள் தமிழ்நாட்டில் காஞ்சிபுரம் மாவட்டத்தில் உத்திரமேரூருக்கு அருகில் அமைந்த வழூர் என்ற கிராமத்தில் 22 ஜனவரி 1870 அன்று பிறந்தவர். ஆதிசங்கரர் அவர்களால் பிரதிஷ்டை செய்யப்பட்ட காஞ்சி காமாட்சி அம்மனுக்கு முறைப்படி நித்ய பூஜைகளைச் செய்ய ஆதிசங்கரர் நர்மதை ஆற்றங்கரையோரத்தில் இருந்து முப்பது அம்பிகை உபாசகர்களை வரவழைத்து பூஜைகளைச் செய்தார். இவர்கள் காமகோடி வம்சம் என்று அழைக்கப்பட்டனர். இவ்வம்சா வழி வந்த தம்பதிகளான வரதராஜன் மரகதம்மாள் தம்பதியினருக்கு மூத்தமகனாக அவதரித்தவர் சேஷாத்திரி. தனது பத்தொன்பதாவது வயதில் திருவண்ணாமலைக்குச் சென்ற இவர் சதாசர்வ காலமும் தியானம், பூஜைகளைச் செய்தபடி இருந்தார். திருவண்ணாமலையில் நாற்பது ஆண்டுகள் வாழ்ந்து பல அற்புதங்களைச் செய்த மகான் சேஷாத்திரி சுவாமிகள். இவர் யாரை ஆசிர்வதித்தாலும் அவர்களுக்கு நல்லதே நடக்கும் என்பது பலரின் அனுபவப்பூர்வமான உண்மை.

சுவாமிகள் குழந்தையாக இருந்த போது அவருடைய தாயார் அவரை காஞ்சி வரதராஜப்பெருமாள் கோயிலுக்கு அழைத்துச் சென்றார். அது ஒரு திருவிழாக்காலம். பக்தர்கள் கோயிலுக்கு வந்த வண்ணம் இருந்தனர். அப்போது அங்கே பொம்மை வியாபாரம் செய்து கொண்டிருந்தார் ஒரு வியாபாரி. தவழும் கிருஷ்ணர் சிலைகளை விற்றுக் கொண்டிருந்தார். அந்த பொம்மை தனக்கு வேண்டும் என அடம்பிடிக்க தாயாரோ மறுத்தார். குழந்தை சேஷாத்ரி அழுது அடம் பிடிக்க இதைக் கண்ட வியாபாரி தாயாரிடம் “அம்மா. குழந்தை பொம்மை

கேட்கிறான். குழந்தையை அழ விடாதீர்கள். ஒரு பொம்மையை எடுத்துக் கொள்ளுங்கள். அதற்கான காசு வேண்டாம்" என்று கூற குழந்தை ஒரு பொம்மையை எடுத்துக் கொண்டது. வழக்கம் போல மறுநாள் தாயார் குழந்தையை அழைத்துக் கொண்டு கோயிலுக்குச் சென்றார். அவரைக் கண்ட அந்த பொம்மை வியாபாரி தாயாரின் கால்களில் விழுந்தான். "அம்மா. திருவிழா நாட்களில் நூறு பொம்மைகளை விற்பதே பெரும்பாடு. நேற்று தங்கள் குழந்தை கை பட்டதால் ஏராளமான பொம்மைகள் சட்டென விற்றுத் தீர்ந்தன. இது சாதாரண கை அல்ல அம்மா. தங்கக்கை" என்ற சொன்ன அந்த வியாபாரி குழந்தையின் கைகளை தன் கண்களில் ஒற்றிக் கொண்டார். இந்த விஷயம் அங்கிருந்தோர் மூலமாக காஞ்சியில் பரவியது. அந்தக் குழந்தை தெய்வீகக் குழந்தை என்பதை முதன்முதலில் கண்டறிந்தவர் அந்த பொம்மை வியாபாரி.

தாயார் மரகதம்மாள் சேஷாத்திரிக்கு கிருஷ்ணாஷ்டகம், ராமாஷ்டகம், மூகபஞ்சசதி, குருஸ்துதி முதலான ஸ்தோத்திரங்களைக் கற்பித்தார். சிறுவன் சேஷாத்திரி அனைத்தையும் சுலபமாக கற்றுக் கொண்டான். சேஷாத்திரியின் ஏழாவது வயதில் உபநயனம் செய்விக்கப்பட்டு வேதபாடசாலைக்கு அனுப்பப்பட்டார். பாட்டனார் காமகோடி சாஸ்திரிகளிடத்தில் வேதங்களையும் மந்திரங்களையும் பயின்றார். வேத சாஸ்திரங்களை முறைப்படி பயின்று வந்த சமயத்தில் எதிர்பாராதவிதமாக தந்தை வரதராஜன் காலமானார்.

உரிய வயதில் தாயார் சேஷாத்திரிக்கு திருமணம் செய்து வைக்க எண்ணி ஜாதகத்தைப் பார்த்தார். ஜோதிடர் சேஷாத்திரிக்கு ஜாதகப்படி சந்நியாக யோகம் உள்ளதாகத் தெரிவிக்க தாயார் மனம் வருந்தினார். நாளைடைவில் தாயார் உடல்நலிவுற்று காலமானார். தன் இறுதிக் கட்டத்தில் "அருணாச்சல அருணாச்சல அருணாச்சல" என்று மூன்று முறை கூறி உயிர் நீத்தார்.

பெற்றோரை இழந்த சேஷாத்திரி தன் சித்தப்பா வீட்டில் வசிக்கலானார். நாள் முழுதும் இறைவழிபாட்டிலேயே பொழுதைக் கழிக்கலானார். அவருடைய நடவடிக்கைகள் முற்றிலும் விநோதமாக இருந்தன. நாட்கணக்கில் வீட்டிற்கு வராமல் இருப்பதை வழக்கமாக்கிக் கொண்டார். திடீரென ஒரு நாள் அழுக்கு வேட்டி தாடியோடு வீடு திரும்புவார்.

தாயார் இறுதிக்காலத்தில் கூறிய அருணாச்சல என்ற வார்த்தை சேஷாத்திரியின் மனதில் பதிந்து போயிருந்தது. அருணாச்சலத்தை அறிய ஆவல் பிறந்தது. அதுபற்றி சிந்தித்தவண்ணம் இருந்தார். பசி தூக்கம் துறந்து சதாசர்வகாலமும் தியானநிலையிலேயே இருந்தார். மயானம் கோயில் என இரண்டிற்கும் வேறுபாடின்றி ஒரு பித்தனைப் போலத் திரிந்தார். அவருடைய தந்தையின் நினைவு தினத்தை அனுஷ்டிக்க அழைத்தார்கள். நான் ஒரு சந்நியாசி. எனக்கு எந்த பந்தமும் இல்லை என்று மறுத்துப் பேசினார்.

சேஷாத்திரி சுவாமிகள் தனது பத்தொன்பதாம் வயதில் (1889) திருவண்ணாமலைக்குச் சென்றடைந்தார். அங்கு ஒரு சந்நியாசி போலச் சுற்றி வந்தார். இவர் திருவண்ணாமலையைச் சுற்றி கிரிவலம் செல்லுவது, துர்க்கையம்மன் கோயிலில் தியானத்தில் அமர்வது என வாழ்ந்து வந்தார். நாளடைவில் அவருடைய மகிமையை உணர்ந்த மக்கள் அவரைச் சந்திக்கத் தொடங்கினார்கள். சுவாமிகளின் செய்கைகள் விநோதமாக அமைந்தன. தானாகச் சிரிப்பதும் இரவு நேரங்களில் திடீரென்று ஓடுவதும் உறங்காமல் சுற்றுவதுமாக இருந்தார். நல்லவர்கள் வணங்கினால் அவர்களை ஆசிர்வதிப்பார். தீயவர்களைக் கண்டால் வசை பாடுவார். பெண்களைக் கண்டால் என் தாய் என்று சொல்லி வணங்குவதுமாக வாழ்ந்தார். இவர் கட்டியணைத்தால் தோஷம் நீங்கியது. கன்னத்தில் அறைந்தால் செல்வம் பெருகியது. திருப்புகழே மந்திரம் என்று வன்னிமலை சுவாமிகளுக்கு உபதேசம் செய்து அவர் மூலம் திருப்புகழைத் தமிழ்நாடெங்கும் பரவச் செய்தார்.

ரமணமஹரிஷி பாதாள லிங்க அறையில் தவமிருந்தபோது அவரை உலகுக்கு அடையாளம் காட்டியவர் சேஷாத்திரி ஸ்வாமிகள். ரமண மகரிஷி அண்ணாமலையார் கோயிலில் பாதாள லிங்கக்குகையில் தவத்தில் மூழ்கியிருந்தார். ரமணர் தவம் புரிந்து கொண்டிருந்த குகையின் அருகில் சென்று "என் குழந்தை கந்தன் உள்ளே தவம் செய்கிறான்" என்று சொல்லி ரமணரை உலகிற்கு அடையாளம் காட்டியவர் சேஷாத்ரி சுவாமிகள்.

தனது தவத்தின் பலத்தினால் அதிசயங்கள் பலப்பலவற்றைச் செய்தவர் சுவாமிகள். மகா பெரியவர் தனது பக்தர்களிடம் 'ஜய ஜய ஜய ஜய காமாக்ஷி, ஜய ஜய ஜய ஜய காமகோடி, ஜய ஜய ஜய ஜய சேஷாத்ரி!' என்று கூறுவாராம்.

சேஷாத்ரி சுவாமிகள் தன் வாழ்நாளில் பலப்பல அற்புதங்களை நிகழ்த்தியுள்ளார். ஒரு சமயம் சுவாமிகள் மண்டப வாயிலில் அமர்ந்திருந்தார். அங்கு வந்த பக்தர் ஒருவர் அவருக்கு உணவுப் பொட்டலத்தைக் கொடுத்து சாப்பிடுமாறு வேண்டினார். சுவாமிகள் அந்த பொட்டலத்தைப் பிரித்து சிறிது உணவை எடுத்து உட்கொண்டவர் திடீரென்று மீதமிருந்த உணவை அள்ளி வீசத் தொடங்கினார். இதைக் கண்ட பக்தர் திகைத்துப் போனார். சுவாமி உணவை ஏன் இப்படி வீணாக்குகிறீர்கள் என்று கேட்டு விட்டார். அதற்கு சுவாமிகள் "நீ எனக்குக் கொடுத்த உணவினை பூதங்களும் தேவதைகளும் கேட்கும் போது நான் என்ன செய்வது? அதனால்தான் இப்படி உணவை அவைகளுக்குத் தருகிறேன்" என்று சொல்லி மீண்டும் உணவை எடுத்து வீசத் தொடங்கினார். பக்தர் குழப்பத்தில் ஆழ்ந்தார். சுவாமிகள் உணவை வீணாக்குகிறாரே என்ற ஆதங்கத்தில் சுவாமி எனக்கு பூதமும் தேவதைகளும் கண்களுக்குத் தெரியவில்லையே என்று கேட்டார். அப்படியா அவற்றை உனக்குக் காட்டுகிறேன் என்று சொல்லி அந்த பக்தரின் புருவ மத்தியில் தனது கட்டை விரலை வைத்து சிறிது அழுத்தியபோது கண்களை மூடிக்கொண்ட பக்தரிடம் இப்போது பார் என்றார். கண்களைத் திறந்து பார்த்த பக்தர் அதிர்ச்சி அடைந்தார். சுவாமிகள் வீசி எறிந்த உணவை பயங்கரமான தோற்றத்தில் இருந்த பூதங்கள் வேக வேகமாக எடுத்துச் சாப்பிட்டுக் கொண்டிருந்தன. இந்த காட்சிகளைக் கண்ட பக்தர் நடுங்கிக் கொண்டிருந்தார். இப்போது புரிகிறதா உனக்கு? இனி சந்தேகப்படாதே என்று கூறி புருவ மத்தியிலிருந்துத் தன் கட்டை விரலை எடுக்க பக்தர் சகஜ நிலைக்குத் திரும்பி சுவாமிகளிடம் மன்னிப்பு கேட்டார்.

திருவண்ணாமலையில் ஒருநாள் திடீரென்று ஒரு நாவிதர் முன்னால் போய் அமர்ந்து எனக்கு மொட்டை போடு என்பார். அந்த நாவிதரும் மிகுந்த மகிழ்ச்சியோடும் பயபக்தியோடும் சுவாமிகளுக்கு மொட்டை போடுவார். காரணம் தங்கக்கை சுவாமிகளுக்கு மொட்டை போட்டால் அன்று முழுவதும் ஏராளமானோர் அந்த நாவிதரிடம் முகச்சவரம் செய்யவும் முடியிறக்கவும் தேடி வந்த வண்ணம் இருப்பார்கள். இப்படிப் பலமுறை நடந்திருக்கிறது. அதனால்தான் சுவாமிகள் மொட்டை போடச் சொல்லி எந்த நாவிதர் முன்னால் அமர்ந்தாலும் அவர்கள் மகிழ்ச்சியோடு சுவாமிகளுக்கு மொட்டை போடுவார்கள்.

முடியை மழித்ததும் சுவாமிகள் சிரித்துக் கொண்டே குளிக்கச் சென்று விடுவார். இதனால் சில நாவிதர்கள் சுவாமிகளைக் கண்டால் தலைமுடி மழிக்கவா என்று தாங்களாகவே கேட்பார்கள். ஆனால் சுவாமிகள் யாரைத் தேர்வு செய்வார் என்று யாருக்கும் தெரியாது. நினைத்தால் நினைத்த நாவிதரின் முன்னால் சென்று அமர்ந்து கொள்ளுவார்.

சுவாமிகளின் பக்தர்களில் ஒருவர் சிவபிரகாச முதலியார். ஒருமுறை சிவபிரகாசருக்கு அலுவலகத்தில் வேலை பறிபோகும் சூழல் உண்டானது. மனவருத்தத்தில் இருந்தபோது சுவாமிகளை தரிசித்தால் மனது சாந்தமடையும் என்று கருதி சேஷாத்திரி சுவாமிகளை தரிசிக்கச் சென்றார். அவரைப் பார்த்த சேஷாத்திரி சுவாமிகளோ "வாரும் வாரும். இன்று உனக்கு வேலையில் ஊதிய உயர்வு கிடைக்கப்போகிறது. பெற்றுக்கொள்" என்று புன்னகை ததும்பக் கூறி ஆசிர்வதித்தார். சிவபிரகாசரோ, "ஸ்வாமி. என் வேலை பறிபோக இருக்கிறது. மன ஆறுதலுக்காக தங்களை தரிசிக்க வந்தேன்" என்றார். இதைக் கேட்டு சிரித்த சுவாமிகள் தன் திருக்கரங்களால் அவர் தலையில் ஆசிர்வதித்து "போ நல்லதே நடக்கும் பார்" என்று அனுப்பி வைத்தார். தயங்கியபடியே மிகுந்த கவலையுடன் வீடு வந்து சேர்ந்தார். அலுவலகத்தில் இருந்து ஒரு கடிதம் வந்திருந்தது. அலுவலகத்திலிருந்து வந்த அந்தக் கடிதம் தனது வேலை நீக்க உத்தரவாக இருக்கும் என்று பயந்தவாறே கடிதத்தைப் பிரித்தார். ஆனால் ஒரு ஆச்சரியம் அவருக்குக் காத்திருந்தது. சம்பள உயர்வோடு கூடிய பதவி உயர்வு கொடுக்கப்பட்டிருப்பதாக அந்தக் கடிதத்தில் குறிப்பிடப்பட்டிருந்தது. ஆச்சரியத்தில் மூழ்கினார் சிவப்பிரகாசம்.

இவ்வாறாக ஒரு சக்தி மிக்க மகானாக வாழ்ந்த சேஷாத்ரி சுவாமிகளுக்கு உடல் நலக்குறைவு ஏற்பட்டது. சுமார் நாற்பது நாட்கள் உடல்நலமின்றி இருந்தார். சேஷாத்ரி சுவாமிகள் 04 ஜனவரி 1929 அன்று தனது பூத உடலை நீத்தார். அவரது இறுதி சடங்கில் ரமண மகரிஷி கலந்து கொண்டது குறிப்பிடத்தக்கது. சேஷாத்திரி சுவாமிகளின் அதிஷ்டானம் திருவண்ணாமலையில் செங்கம் செல்லும் சாலையில் உள்ளது.

7

ஸ்ரீ தாயுமான சுவாமிகள்

ஸ்ரீ தாயுமான சுவாமிகளின் காலம் கி.பி.பதினெட்டாம் நூற்றாண்டாகும். தமிழ்நாட்டில் அமைந்த நாகப்பட்டினம் மாவட்டத்தில் கடற்கரைப் பகுதியில் அமைந்த ஓர் ஊர் வேதாரண்யம். இவ்வூரில் சிறப்பான சிவத்தலம் ஒன்று இருந்தது. சுமார் முன்னூறு ஆண்டுகளுக்கு முன்னால் இப்பகுதியில் சைவ வேளாளக் குலத்தைச் சேர்ந்த இரண்டு சகோதரர்கள் வாழ்ந்து வந்தார்கள். மூத்த சகோதரர் பெயர் வேதாரண்யப் பிள்ளை. இளைய சகோதரர் பெயர் கேடிலியப்பப் பிள்ளை. வேளாண்மை இவர்களுடைய பூர்வீகமான தொழிலாக இருந்தது. கேடிலியப்பப் பிள்ளை அவ்வூரின் சிவத்தலத்தை நிர்வகிக்கும் பொறுப்பினை திறம்படச் செய்து வந்தார்.

திருச்சிராப்பள்ளியை ஆட்சி செய்து வந்த விஜயரங்க சொக்கநாத நாயகர் ஒரு சமயம் வேதாரண்யத்தில் எழுந்தருளியிருந்த சிவபெருமானை தரிசிக்கச் சென்றிருந்தார். திருச்சிராப்பள்ளி மன்னர் வேதாரண்யம் வருவதை அறிந்த கேடிலியப்பப்பிள்ளை உரிய மரியாதையுடன் மன்னரை வரவேற்று வேண்டிய வசதிகளைச் செய்து சிவதரிசனம் செய்து வைத்தார். திருச்சி மன்னருக்கு கேடிலியப்பப்பிள்ளையின் நடவடிக்கைகள் மிகவும் பிடித்துப் போனது. இதன் விளைவாக கேடிலியப்பப் பிள்ளையை திருச்சிராப்பள்ளிக்கு வந்து சம்பிரதி எனும் பெருங்கணக்கர் பணியை ஏற்றுக் கொள்ளுமாறு தெரிவித்தார். கேடிலியப்பப்பிள்ளையும் இதை ஏற்றுக் கொள்ளுவதாய் மன்னரிடம் தெரிவித்தார். தாம் கவனித்து வந்த வேதாரண்யம் சிவத்தலத்தின் பொறுப்புகளை உரிய நபரிடம்

ஒப்படைத்து திருச்சிராப்பள்ளிக்குப் புறப்படத் தயாரானார். விஜயரங்க சொக்கநாத நாயக்கர் திருச்சிராப்பள்ளியில் அரசாண்ட காலம் கி.பி. 1704 முதல் கி.பி.1731 வரையிலாகும். விஜயரங்க சொக்கநாத நாயக்கரின் மனைவி ராணி மீனாக்ஷி அரசாண்ட காலம் கி.பி. 1731 முதல் கி.பி.1736 வரையிலாகும்.

கேடிலியப்பப்பிள்ளையின் மனைவி பெயர் கெஜவல்லியம்மை. இத்தம்பதியினருக்கு சிவசிதம்பரம் என்ற மகன் பிறந்திருந்தான். கேடிலியப்பப்பிள்ளையின் தமையனார் வேதாரண்யப்பிள்ளைக்கு மகப்பேறு வாய்க்காததால் சிவசிதம்பரத்தின் மீது அதிகமான பாசம் காட்டினார்கள். இதனால் கேடிலியப்பப்பிள்ளை தம்பதியினர் தங்கள் மகன் சிவசிதம்பரத்தை வேதாரண்யப்பிள்ளைக்கு தத்து கொடுத்தனர்.

கேடிலியப்பப்பிள்ளை திருச்சிராப்பள்ளிக்குச் சென்று அரண்மனை சம்பிரதி பணியினை ஏற்றுக் கொண்டார். கேடிலியப்பப்பிள்ளை கெஜவல்லி அம்மையார் இருவரும் திருச்சிராப்பள்ளி மலைக்கோட்டையில் எழுந்தருளியிருந்த தாயுமானவரை தினமும் காலை மாலை என இருவேளைகளும் வழிபட்டு வந்தனர். தங்களுக்கு ஒரு பிள்ளைச் செல்வம் அருளுமாறு வேண்டுகோளும் வைத்தவண்ணம் இருந்தனர்.

திருச்சிராப்பள்ளி மலைக்கோட்டையில் சிவபெருமான் செவ்வந்திநாதர் என்ற திருநாமம் தாங்கி எழுந்தருளியிருந்தார். தனகுத்தன் என்ற வணிகனும் அவனுடைய மனைவி ரத்தினாவதியும் மலைக்கோட்டை செவ்வந்திநாதர் மீது தீராத பக்தி உடையவர்களாகத் திகழ்ந்தார்கள். ஒரு சமயம் ரத்தினாவதி தாய்மை அடைந்து பிரசவத்தை எதிர்நோக்கிக் காத்திருந்தாள். பிரசவத்தின் போது உடனிருந்து கவனிக்கத் தன் தாயை உதவிக்கு வருமாறு அழைப்பு விடுத்திருந்தாள். தாயார் மகளைக் காண வந்தபோது காவிரியில் வெள்ளம் பெருக்கெடுத்து ஓடியதால் அதைக் கடக்க முடியாமல் அக்கறையிலேயே நின்று கொண்டிருந்தாள். நேரம் நெருங்க நெருங்க பயத்தில் தாய் தன் மகளுக்கு என்னாகுமோ என்று பயந்து மலைக்கோட்டையை நோக்கி கரங்களைக் குவித்து செவ்வந்திநாதா அபயம் அபயம் என்று கதறி அழுதாள். மகள் ரத்தினாவதியோ உதவிக்கு யாருமின்றி துடித்துக் கொண்டிருந்தாள். பக்தர்களைக் காக்க செவ்வந்திநாதரே

தாயாகி தாதியாகி ரத்தினாவதிக்கு பிரசவம் பார்த்து தாயார் வெள்ளம் வடிந்து அங்கு வந்து சேரும் வரை ரத்தினாவதியைப் பேணிக் காத்தார். இதன் பின்னர் செவ்வந்திநாதர் தாயுமானவர் என்று அழைக்கப்பட்டார்.

கேடிலியப்பப்பிள்ளை தம்பதியினருக்கு தாயுமான சுவாமிகளின் அருளால் ஆண் குழந்தை ஒன்று பிறந்தது. இறைவன் தாயுமான சுவாமிகளின் அருளால் பிறந்த தங்கள் குழந்தைக்கு "தாயுமானவன்" என்ற பெயரைச் சூட்டினார்கள்.

குழந்தைக்கு ஐந்து வயது பூர்த்தியானதும் திருச்சியில் பாடசாலை நடத்தி வந்த சிற்றம்பல தேசிகரிடம் கல்வி பயில அனுப்பி வைத்தார்கள். தாயுமானவரின் முதல் ஆசான் சிற்றம்பல தேசிகர். இவர் தமிழ், சமஸ்கிருதம், ஜோதிட சாஸ்திரம் முதலானவற்றை கற்றுத் தேர்ந்தார். மேலும் சைவ நூல்களான தேவாரம், திருவாசகம், திருப்புகழ் முதலானவற்றைக் கற்றுத் தேர்ந்தார். தாயுமானவன் சிறுவனாக இருந்த போது தினமும் மலைக்கோட்டையில் எழுந்தருளியிருந்த தாயுமானவ சுவாமிகளையும் திருவானைக்கா அகிலாண்டேஸ்வரியையும் தினமும் வழிபட்டு வருவதை வழக்கமாகக் கொண்டார்.

திருச்சிராப்பள்ளி மலைக்கோட்டை அருகே சாரமாமுனிவர் மடாலயம் இருந்தது. இதில் ஸ்ரீ மத் மௌனகுரு என்பவர் எழுந்தருளியிருந்தார். அம்முனிவர் பேசமாட்டார். இதனால் அவரை மௌனகுரு என்று அழைத்தார்கள். இவரது இயற்பெயர் ஸ்ரீ மத் சிதம்பரநாதத் தம்பிரான் சுவாமிகள் என்பதாகும். மௌனகுருவின் கீர்த்தியால் சாரமாமுனிவர் மடாலயம் என்ற வழக்கத்திலிருந்த பெயர் நாளடைவில் மறைந்து மௌனமடம் என்ற பெயர் வழக்கத்தில் நின்றது. மௌனமடத்தில் இருந்த ஸ்ரீசிவசுப்பிரமணிய கடவுளின் கோயிலில் வழிபடுவது தாயுமானவரின் வழக்கம். ஒருநாள் மௌனமடத்தில் ஸ்ரீ மத் மௌனகுருவைக் கண்ட தாயுமானவர் தாயை சேய் நாடிச் செல்வதைப் போல அவரிடம் அருளாசி பெற்றார்.

ஸ்ரீ மத் மௌனகுரு தாயுமானவருக்கு தீட்சை வழங்கினார். மௌனகுருவிடம் தீட்சையும் ஆசியும் பெற்ற பிறகு சைவசித்தாந்தமே உண்மை நிலை என்றும் சிவபெருமானே உலகின் முதல் பரம்பொருள் என்றும் அவருடன் கலத்தலே

உண்மையான முக்தி என்பதையும் உணர்ந்தார். இந்த சமயத்தில் "மௌனகுரு வணக்கம்" மற்றும் "திருவானைக்கா அகிலாண்டநாயகி பதிகம்" போன்றவற்றை தாயுமானவர் பாடி அருளினார்.

உரிய பருவத்தை அடைந்ததும் தாயுமானவருக்கு மட்டுவார்குழலி என்ற பெண்ணைத் திருமணம் செய்து வைத்தார்கள். இவர்களுக்கு கனகசபாபதி என்ற மகன் பிறந்தான். சில காலத்திற்குள்ளாகவே மட்டுவார்குழலி காலமாக சிறுவன் கனகசபாபதியை வளர்க்கும் பொறுப்பினை தமையன் சிவசிதம்பரம் ஏற்றுக் கொண்டார்.

ஒரு சமயம் காஷ்மீர் தேசத்திலிருந்து சால்வைகளை விற்கும் ஒரு வியாபாரி திருச்சிராப்பள்ளி அரண்மனைக்கு வந்தான். அதிக விலைமதிப்பு மிக்க அச்சால்வைகளை மன்னர் போன்றோரே வாங்க இயலும். சாதாரண மக்கள் அவற்றை நினைத்துக் கூடப் பார்க்க இயலாது. மன்னர் விஜயரங்க சொக்கநாத நாயக்கர் இது போன்ற வஸ்திரங்களை விரும்பி வாங்குபவர். காஷ்மீரத்து வியாபாரியிடம் பத்துக்கும் மேற்பட்ட விலையுயர்ந்த சால்வைகளை வாங்கினார். அந்த சமயத்தில் அலுவல் விஷயமாக தாயுமானவர் அங்கே வந்தார். அவர் மீது மிகுந்த மதிப்பு வைத்திருந்த மன்னர் ஒரு சால்வையை எடுத்து தாயுமானவருக்கு அணிவித்து மகிழ்ந்தார். அலுவல்களை முடித்து தாயுமானவர் மன்னரோடு கோட்டை வாசலை நோக்கி வந்தார்.

கோட்டை வாசலின் அருகில் ஒரு வயதான கூன் விழுந்த கிழவி குளிரால் நடுங்கிக் கொண்டிருந்தாள். இதைக் கண்ட தாயுமானவர் உடனே தன்னிடமிருந்த அந்த காஷ்மீரத்து சால்வையினை அந்த கிழவியின் உடலில் போர்த்தி மன்னரிடம் விடைபெற்றுப் புறப்பட்டுச் சென்றார்.

மன்னரின் மனமோ கோபத்தில் இருந்தது. பரிசாகத் தந்த விலையுயர்ந்த அந்த காஷ்மீரத்து சால்வையினை தாயுமானவர் பிச்சைக்காரக் கிழவிக்குப் பரிசாகத் தந்து விட்டுச் சென்றாரே என்று மன்னர் தாயுமானவர் மீது கோபத்தில் இருந்தார். அன்று மாலை அகிலாண்டேஸ்வரியை தரிசிக்க அரசியோடு திருவானைக்கா சென்றார். அம்பிகையின் தரிசனத்தை மன்னருக்குக் காட்ட சூடம் ஏற்றி அம்பிகையின் தரிசனத்தை மன்னருக்குக் காட்டினார்கள்.

அந்த காஷ்மீரத்து சால்லை அம்பிகையின் திருமேனியை அலங்கரித்துக் கொண்டிருந்ததைக் கண்ட மன்னர் திடுக்கிட்டுப் போனார். அம்பிகையே பிச்சைக்காரியின் வடிவம் தாங்கி அரண்மனை வாசல் வரை வந்ததை நினைத்து அதிர்ச்சியும் ஆச்சரியமும் அடைந்தார். உடனே தாயுமானவரை அழைத்து விவரங்களைக் கூறி தன்னை மன்னித்தருளும்படி வேண்டி நின்றார்.

ஒருகட்டத்தில் தாயுமானவரின் தந்தை கேடிலியப்பப்பிள்ளை இறையடி சேர்ந்தார். கேடிலியப்பப்பிள்ளையின் மகனான தாயுமானவரே சம்பிரதி பதவிக்குத் தகுதியானவர் என்று முடிவு செய்த மன்னர் தன் விருப்பத்தை தாயுமானவரிடத்தில் தெரிவித்தார். மன்னரின் முடிவினை நிராகரிக்க இயலாத தாயுமானவர் தன் தந்தை வகித்து வந்த பதவியினை ஏற்றார். தொடக்கத்தில் ஏனோதானோ என்று இருந்த தாயுமானவர் சிறப்பான முறையில் தன் கடமைகளை நிறைவேற்றினார். சில காலத்தில் மன்னர் திடீரென காலமாக மன்னருக்கு வாரிசு ஏதும் இல்லாத காரணத்தினால் ராணி மீனாட்சி ஆட்சிப் பொறுப்பினை ஏற்றார்.

ஒருநாள் தாயுமானவர் அரசவை தொடர்பான பனையோலைக் குறிப்புகளை படித்துக் கொண்டிருந்தார். திடீரென்று தன் இரண்டு கரங்களாலும் பனையோலை ஆவணங்களை கசக்கி தூளாக்கினார். இந்த காட்சியைக் கண்ட அருகிலிருந்த அரண்மனைப் பணியாளர்கள் சம்பிரதி ஏன் இப்படிச் செய்கிறார் என்று புரியாமல் நின்று கொண்டிருந்தனர். தாயுமானவருக்குத் தான் செய்த பிழை சற்று புரிந்தது. உடனே அவர் அருகிலிருந்தோரிடம் "திருவானைக்கா அகிலாண்டேஸ்வரியின் வஸ்திரத்தில் கற்பூரம் விழுந்து தீப்பற்றி எரிந்தது. அதை கசக்கி அணைக்க முயன்றேன். என்னையறியாமல் அரசாங்கத்தின் ஆவணங்களை கசக்கி பாழாக்கிவிட்டேன்" என்றார்.

சற்று நேரத்தில் திருவானைக்கா கோயிலில் இருந்து அங்கு நிகழ்ந்த தீ விபத்து பற்றிய தகவல் அரண்மனையில் தெரிவிக்கப்பட்டது. கோயில் அர்ச்சகர் அம்பாளுக்கு கற்பூர ஆரத்தி செய்த போது அந்த நெருப்புத் தவறி அம்பாளின் ஆடையின் மீது விழுந்து தீப்பற்றிக் கொண்டது. உடனே அது அணைக்கப்பட்டும் விட்டது என்ற தகவலே அது.

தாயுமானவர் கூறிய விஷயமும் கோயிலில் இருந்த வந்த தகவலும் ஒன்றாக இருந்தன. ராணி மீனாட்சியிடம் இந்த தகவல் தெரிவிக்கப்பட்டது. தாயுமானவரை அழைத்து தகுந்த மரியாதைகளைச் செய்த ராணி இறையருள் பெற்ற தாங்கள் தான் எங்களை வழிநடத்த வேண்டும் என்று விண்ணப்பித்தார். ஆனால் தாயுமானவரோ மன்னிக்க வேண்டும் ராணி. உலக விவகாரங்களில் எனக்கு நாட்டமில்லை. எனவே தாங்கள் எனக்கு விடைகொடுத்து அனுப்ப வேண்டுகிறேன் என்று விண்ணப்பிக்க ராணியும் அவரை விடைகொடுத்து அனுப்பி வைத்தார். தாயுமானவர் தனக்கு தீட்சை வழங்கிய ஸ்ரீமத் மௌனகுரு சுவாமிகளைத் தேடிச் சென்றார்.

திருச்சிராப்பள்ளியிலிருந்து புறப்பட்டு நல்லூர் எனும் ஊரை அடைந்து கருணாகரக் கடவுள் பதிகம் ஒன்றைப் பாடி அருளினார். பின்னர் இங்கிருந்து புறப்பட்டு விராலிமலையை அடைந்தார். விராலிமலையில் தங்கி இருந்த காலத்தில் "ஆனந்தமானபரம்" மற்றும் "சுகவாரி" எனும் இரு பதிகங்களை பாடி அருளினார். விராலிமலையிலிருந்து புறப்பட்டு புதுக்கோட்டை மாவட்டம் திருக்கோகர்ணம் எனும் ஊருக்குச் சென்று அங்கு "பெரியநாயகியம்மை பதிகம்" ஒன்றை அருளிவிட்டு பின்னர் இராமேசுவரம் சென்று அங்கு தங்கி இருந்தார். அப்போது அங்கு மழை இல்லாமல் மக்கள் அவதியுற்றனர். இராமேசுவர மக்களின் வேண்டுகோளுக்கு இணங்கி மழை வேண்டி சிவனை தியானித்தார். உடனே நகரெங்கும் மழை பெய்து வெள்ளம் பெருக்கெடுத்து ஓடியது. இராமேசுவர மக்கள் உள்ளம் மகிழ்ந்தனர். இராமநாதபுரத்தில் தம்முடைய வாழ்க்கையின் இறுதிப் பகுதியைக் கழித்தார். தை மாதம் விசாக நட்சத்திரத்தன்று ஸ்ரீ தாயுமான சுவாமிகள் மஹாசமாதி நிகழ்ந்தது. அவருடைய திருமேனியானது இராமநாதபுரத்தின் ஒரு பகுதியிலுள்ள லட்சுமிபுரம் என்னும் ஊரில் சமாதி வைத்துத் திருக்கோயில் எழுப்பப் பெற்றுள்ளது.

தாயுமானவர் ஆயிரத்திற்கும் மேற்பட்ட பாடல்களைப் பாடி அருளியுள்ளார். தாயுமான சுவாமிகள் "திருப்பாடல் திரட்டு" என்ற நூலில் 36 தலைப்புகளில் 1452 பாடல்கள் அமைந்துள்ளன. இவற்றில் 771 பாடல்கள் கண்ணிகளாகவும் 83

பாடல்கள் வெண்பாக்களாகவும் அமைந்துள்ளன. இவருடைய "பராபரக்கண்ணி" மிகவும் புகழ் பெற்றது.

கந்துக மதக்கரியை வசமா நடத்தலாங்
கரடிவெம் புலிவாயையுங்
கட்டலாம் ஒருசிங்க முதுகின்மேற் கொள்ளலாங்
கட்செவி யெடுத்தாட்டலாம்
வெந்தழலின் இரதம்வைத் தைந்துலோ கத்தையும்
வேதித்து விற்றுண்ணலாம்
வேறொருவர் காணாமல் உலகத் துலாவலாம்
விண்ணவரை ஏவல்கொளலாஞ்
சந்ததமும் இளமையோ டிருக்கலா மற்றொரு
சரீரத்தி னும்புகுதலாஞ்
சலமேல் நடக்கலாங் கனல்மே லிருக்கலாந்
தன்னிகரில் சித்திபெறலாஞ்
சிந்தையை அடக்கியே சும்மா இருக்கின்ற
திறமரிது சத்தாகியென்
சித்தமிசை குடிகொண்ட அறிவான தெய்வமே
தேசோ மயானந்தமே

தாயுமானவரின் பாடல்கள் பரம்பொருளை உணர்த்துவன. பக்தி பரவசத்தில் ஆழ்த்தும் தன்மை உடையன. வாழ்வில் ஒளியைப் பொழிந்து உள்ளத்தில் ஞானவிளக்கினை ஏற்றி தெளிவை ஏற்படுத்துபவன. சுருங்கச்சொன்னால் தாயுமானவர் பாடல்கள் எளிமையானவை. எளிமை என்றும் நிலைத்திருக்கும் தன்மை உடையது. இந்த உலகம் இருக்கும்வரை தாயுமான சுவாமிகளின் பாடல்களும் அவரது நினைவுகளும் நம் நெஞ்சில் நிலைத்திருக்கும்.

8

ஸ்ரீ தியாகராஜ சுவாமிகள்

தியாகப் பிரம்மம் என்று போற்றப்பட்ட மகான் ஸ்ரீ தியாகராஜ சுவாமிகள் சங்கீத மும்மூர்த்திகளான ஸ்ரீமுத்துஸ்வாமி தீட்சிதர், ஸ்ரீதியாகராஜ ஸ்வாமிகள், ஸ்யாமா சாஸ்திரி முதலானோரில் ஒருவராய் போற்றப்பட்டவர்.

உண்ணும் சோறு பருகு நீர் தின்னும்
வெற்றிலையும் எல்லாம்
கண்ணன் எம்பெருமான் என்று என்றே
கண்கள் நீர் மல்கி...

என்று நம்மாழ்வார் பாடியதற்கேற்ப ஸ்ரீதியாகராஜர் தமக்கு எல்லாம் இராமபிரானே என்று தன் வாழ்நாள் முழுவதும் இராமநாமத்தை ஜெபித்து இராமனை தரிசித்து கீர்த்தனைகள் பாடி இறைவனுடன் இரண்டறக் கலந்தவர். இவர் இயற்றிய முதல் கீர்த்தனை "நமோ நமோ ராகவாய" என்பதாகும்.

ஸ்ரீதியாகராஜர் 04 மே, 1767 அன்று திருவாரூரில் பிறந்தார். சிறந்த இராமபக்தரான ராமபிரம்மம் என்பவருக்கும் சீதாம்மாவிற்கும் மூன்றாவது புதல்வராய் அவதரித்தவர். பிறந்த சிறிது காலத்திலேயே இவருடைய குடும்பம் தஞ்சாவூருக்கு அருகில் அமைந்த திருவையாறில் குடியேறியது. தந்தை இவருக்கு இளம்வயதிலேயே தெலுங்கு மற்றும் சமஸ்கிருத மொழிகளைப் பயிற்றுவித்தார். இவர் இராமாயணப் பிரசங்கங்களைச் செய்வதில் மிகவும் ஆற்றலுடையவர். சமஸ்கிருதம், தெலுங்கு போன்ற மொழிகளில் பெரும் புலமை பெற்றிருந்தார். தாயார் சீத்தம்மாவும் இசைக்குடும்பத்தைச் சேர்ந்தவர். இவரது தந்தையார் வீணை

இராமகாளாஸ்திரி அய்யர் ஆவார். தாயார் இவருக்கு பக்திப் பாடல்களை கற்றுத் தந்தார்.

எட்டாவது வயதில் உபநயனம் செய்விக்கப்பட்டது. தியாகராஜர் இளம் வயதில் தனது தந்தையாருடன் இராமாயணப் பிரசங்கங்களுக்குச் செல்லுவது வழக்கமாக இருந்தது. இதன் காரணமாக தியாகராஜருக்கு இராமாயணத்தில் மிகுந்த பற்று ஏற்பட்டது. மேலும் காஞ்சிபுரத்தைச் சேர்ந்த ராமகிருஷ்ண யதீந்திரர் என்பவர் தியாகராஜருக்கு ஸ்ரீ ராமஷடாட்சர மந்திரத்தை உபதேசித்தார். இதன் காரணமாகவும் தியாகராஜருக்கு இராமபக்தி மிகுதியாயிற்று. ராமபக்தியில் மிகுந்த ஈடுபாடு உடையவராய்த் திகழ்ந்த இவர் எட்டு வயது முதலே சீதா, ராமர், இலட்சுமணர், அனுமன் விக்கிரங்களுக்கு நாள்தோறும் பூஜைகளைச் செய்து வந்தார். அந்த இளம் வயதிலேயே தானே கீர்த்தனைகள் இயற்றி ராகம் அமைத்து இசைமாலை சூட்டி மகிழ்வதை வழக்கமாக வைத்திருந்தார்.

தந்தையார் இராமப்பிரம்மத்திற்கு காசிக்கு தலயாத்திரை செல்ல வேண்டும் என்ற விருப்பம் உண்டாயிற்று. இதற்கான ஏற்பாடுகளைச் செய்து தனது குடும்பத்தாருடன் திருவாரூரில் இருந்து புறப்பட்டார். வழியில் ஒருநாள் இரவு திருவையாற்றில் தங்கினார். அன்றிரவு அவரது கனவில் தோன்றிய இறைவன் திருவையாற்றிலேயே தங்கியிருக்கும்படி ஒரு கட்டளையை இட்டார். இறைவனின் கட்டளையை ஏற்ற இராமப்பிரம்மம் திருவையாற்றிலேயே நிரந்தரமாக வசிக்க ஆரம்பித்தார். தியாகராஜருக்கு திருவையாற்றில் இசையின் மீது மிகுந்த பற்று ஏற்பட்டது. இதை உணர்ந்த அவரது தந்தையார் திருவையாற்றில் இருந்த சங்கீத வித்துவானான சொண்டி வெங்கடரமண அய்யர் என்பவரிடம் இசைப்பயிற்சிக்காக அனுப்பினார். சொண்டி வெங்கடரமண அய்யாரிடம் தியாகராஜர் சரியாக ஒரு வருடம் மட்டுமே இசை பயின்று இசையின் நுணுக்கங்கள் அனைத்தையும் அறிந்து கொண்டார். சொண்டி வெங்கட ரமண அய்யர் தமது சிஷ்யனான தியாராஜருக்கு இசை அரங்கேற்றம் செய்ய விரும்பி எளிமையான முறையில் இசை விற்பன்னர்களை அழைத்து அவர்களின் முன்னிலையில் ஒரு அரங்கேற்றத்திற்கு ஏற்பாடு செய்தார். முதல் இசை அரங்கேற்ற நிகழ்ச்சியில் தியாகராஜர் அனைவரையும் தனது இசையால் மெய்மறக்கச் செய்தார்.

நிகழ்ச்சிக்கு வந்திருந்த இசை விற்பன்னர்கள் தியாகராஜரின் தெய்வீக இசையைக் கேட்டு அதிசயித்தனர். இசை குருவான சொண்டி வெங்கட ரமணய்யர் தனது சிஷ்யனுக்கு பல பரிசுகளை அளித்து மகிழ்ச்சி அடைந்தார்.

தியாகராஜர் தனது பதினெட்டாவது வயதில் பார்வதி எனும் பெண்ணை திருமணம் செய்து கொண்டார். தினமும் காலை வேளைகளில் வழக்கமான அனுஷ்டானங்களை முடித்து கையில் செம்புடன் உஞ்சவிருத்திக்காகக் கிளம்புவார். வீடுதோறும் வாசலில் நின்று ராமநாமங்களை உச்சரிப்பார். சற்று நேரத்திலேயே செம்பு நிறைந்து விடும். இது போதும் என்ற நிறை மனதுடன் அகத்திற்குத் திரும்பி உஞ்சிவிருத்தி மூலம் சேகரித்த அரிசியை சமைத்து இறைவனுக்குப் படைத்து பின்னர் வீட்டில் உள்ளவர்கள் உண்பதை வழக்கமாகக் கொண்டிருந்தார்.

இளமைப்பருவத்தில் தியாகராஜரின் தாத்தா வீணை இராம காளாஸ்திரி அய்யர் காலமானார். தாத்தாவின் வீட்டில் இருந்த நாரதீயம் எனும் இசையைப் பற்றிய அரியதொரு ஓலைச்சுவடி ஒன்று தியாகராஜருக்கு கிடைத்தது. அதை படித்துப் பார்த்தபோது அதன் பொருள் அவருக்கு எளிதில் விளங்கவில்லை. இராமகிருஷ்ண யதீந்திரர் தியாகராஜருக்கு நாரத மந்திரத்தை உபதேசித்தார். இதன் மூலம் தியாகராஜருக்கு நாரதப்பெருமானின் திருக்காட்சியும் அவர் மூலமாக ஸ்வரார்ணவம் எனும் அரிய சங்கீத சுவடியும் கிடைக்கிறது. இந்த சுவடிகளின் மூலம் நாரதீயத்திற்கான பொருள் தியாகராஜருக்கு எளிதில் விளங்குகிறது.

தியாகராஜரின் நீக்கவும் இருபதாவது வயதில் தந்தை இராமப்பிரம்மம் காலமானார். முப்பத்தி ஏழாவது வயதில் தாயார் சீத்தம்மா காலமானார்.

தியாகராஜரின் இசைத் திறமையைப் பற்றி அறிந்த தஞ்சை மராட்டிய மன்னர் சரபோஜி தியாகராஜரை தனது அரசவைக்கு அழைத்து தம்மைப் பற்றி புகழ்ந்து பாடச் செய்ய விரும்பினார். ஆனால் மன்னரின் அழைப்பை நிராகரித்து நிதிசால சுகமா என்ற கல்யாணி ராகத்தில் அமைந்த கிருதியைப் பாடினார். இராமபக்தியே மோட்சத்திற்கு வழி என்று உறுதியாக இருந்த தியாகராஜர் மனிதர்ளைப் புகழ்ந்து பாடி பொருளீட்ட விரும்பவில்லை.

தியாகராஜர் இராமபிரான் மீது மிகுந்த பக்தி வைத்திருந்தார். இதன் காரணமாக இராமபிரான் தியாகராஜருக்கு காட்சி தந்திருக்கிறார். தியாகராஜரின் நாற்பதாவது வயதில் இராமபிரான் அவரது பக்திக்கு மெச்சி காட்சி தந்த சம்பவம் ஒன்று நடைபெற்றிருக்கிறது.

ஒரு நாள் இரவு உணவினை முடித்து அனைவரும் உறங்கச் சென்றனர். அந்த சமயத்தில் மூன்று பேர் தியாகராஜரை நாடி வருகிறார்கள். அவர்களில் ஒருவர் முதியவர். அவரது மனைவி மற்றும் மூன்றாவது ஆள் அவர்களது வேலைக்காரன். அவர்களுக்கு உணவளிக்க இயலாத சூழ்நிலையில் தியாகராஜர் மனம் வருந்துகிறார். வந்தவர்களோ தங்களிடம் இருந்த பொருட்களை வேலைக்காரனிடம் கொடுத்து சமைக்கச் சொல்லுகிறார்கள். சமைத்து முடித்ததும் அனைவரும் உணவை சாப்பிடுகிறார்கள். முதியவரும் அவரது துணைவியாரும் தியாகராஜரிடம் பேசிக்கொண்டிருந்தார்கள். பொழுது விடிந்தது. காலையில் மூவரும் திடீரென மாயமாய் மறைந்து போகிறார்கள். அவர்களை தியாகராஜர் இங்குமங்கும் தேடுகிறார். அப்போது ஒரு அதிசயம் நிகழ்கிறது. இராமர் சீதை ஹனுமான் ஆகிய மூவரும் தங்களது உண்மை உருவத்தை தியாகராஜருக்குக் காட்டி அவரை ஆசிர்வதித்துச் சென்றார்கள்.

தியாகராஜரின் புகழ் தமிழ்நாடு மட்டுமின்றி கேரளாவிற்கும் பரவுகிறது. திருவாங்கூர் சமஸ்தானத்தை ஆட்சி செய்து கொண்டிருந்த சுவாதித்திருநாள் மகாராஜா இசைப்பிரியர். தியாகராஜரின் இசைத்திறமையை அறிந்த அவர் தியாகராஜரை தனது அரண்மனைக்கு அழைத்து பாடவைக்க விரும்பினார். தமது சமஸ்தானத்திலிருந்து இதற்காக சிலரை அனுப்பி தியாகராஜரை முறைப்படி அழைத்தார். ஆனால் தியாகராஜர் இந்த அழைப்பை ஏற்கவில்லை.

ஒரு சமயம் காஞ்சிபுரத்தில் இருந்து இராமகிருஷ்ண யதீந்திரர் என்ற மகான் தியாகராஜரிடம் இராமநாமத்தை 96 கோடி முறை உச்சரிக்கும் படி கூறினார். தியாகராஜர் இருபத்தியோரு ஆண்டுகளில் இராமநாமத்தை உச்சரித்து முடித்தார். இதனால் மகிழ்ந்த இராமபிரான் தியாகராஜருக்கு தரிசனம் தந்தார். இராமநாமத்தை உச்சரித்ததால் தியாகராஜருக்கு இராமதரிசனம்

கிடைத்தது. இத்தகைய சந்தர்ப்பங்களில் “ஏலநீதயராது”, “கனுகொண்டினி” முதலான கீர்த்தனைகளை இயற்றினார்.

இராமகாவியமான இராமாயணத்தின் மீதும் தியாகராஜருக்கு மிகுந்த பற்று இருந்தது. தியாகராஜர் வால்மீகி இராமாயணத்தை 2400 கீர்த்தனைகளாக பாடினார். தியாகராஜர் சீதாராம விஜயம், பிரகலாத பக்தி விஜயம், நௌகச சரித்திரம் ஆகிய இசை நாடகங்களை இயற்றியிருக்கிறார். தியாகராஜ சுவாமிகள் வீணையை மிகச்சிறப்பாக மீட்டுவார். மேலும் கின்னரீ என்ற தந்தி வாத்தியத்தை வாசிப்பதிலும் கைதேர்ந்தவராக இருந்தார்.

தியாகராஜருக்கு தனது எழுபத்தி இரண்டாவது வயதில் திருப்பதிக்குச் சென்று வேங்கடேச பெருமாளை தரிசிக்க வேண்டும் என்ற ஆவல் எழுகிறது. உடனே தனது திருப்பதி தலயாத்திரையை துவக்குகிறார். தியாகராஜரது சிஷ்யர்கள் இதற்கான ஏற்பாடுகளை கவனிக்கத் துவங்குகின்றனர். தனது சிஷ்யர் ஏற்பாடு செய்த பல்லக்கில் தியாகராஜர் அமர அவருடைய சிஷ்யர்கள் தியாகராஜரை சுமந்து கொண்டு தலயாத்திரை புறப்படுகிறார்கள்.

சிலநாட்கள் பயணத்திற்குப் பின்னர் தியாகராஜர் திருப்பதியைச் சென்றடைகிறார். தியாகராஜர் திருப்பதி பெருமாளின் தரிசனத்தை முடித்துக்கொண்டு சென்னையை நோக்கி தனது யாத்திரையைத் தொடர்கிறார். சென்னையில் கோவூரில் சிலகாலம் தங்கியிருந்தார். இராமபிரானைத் தவிர வேறு யாரையும் பாடாத தியாகராஜர் கோவூர் தலத்தில் எழுந்தருளியுள்ள சுந்தரேஸ்வரரைப் புகழ்ந்து ஐந்து கீர்த்தனைகளை இயற்றியுள்ளது குறிப்பிடத்தக்கது. இந்த ஐந்து கீர்த்தனைகளும் “கோவூர் பஞ்சரத்தினக் கீர்த்தனைகள்” என்று அழைக்கப்படுகின்றன.

கோவூரில் வாழ்ந்து வந்த சுந்தர முதலியார் பெரும் சங்கீதப்பிரியர். ஸ்ரீதியாகராஜரின் மீது அளவுகடந்த பக்தி வைத்திருந்த சுந்தர முதலியார் அவரை கௌரவிக்க விரும்பினார். ஆனால் தியாகராஜரோ இத்தகைய கௌரவங்களை விரும்பமாட்டார் என்பது அவருக்குத் தெரியும். இதன் காரணமாக முதலியார் அவர்கள் ஆயிரம் பொற்காசுகளை கொண்ட ஒரு பையை அவருடைய சிஷ்யர்களிடம் அளித்து இறைவனுடைய பூஜை செலவுகளுக்காக வைத்துக் கொள்ளுமாறு அளித்தார்.

இதை மறுக்கமுடியாத சிஷ்யர்கள் அப்பொருளை பல்லக்கில் வைக்கிறார்கள்.

தியாகராஜர் கோவூரிலிருந்து திருவையாற்றிற்கு பல்லக்கில் புறப்படுகிறார். வழியில் கொள்ளையர்களுக்கு பெயர் பெற்ற ஒரு ஊர் இருந்தது. அவ்வழியாகச் செல்லும் பயணிகளை வழிமறித்து கொள்ளையடிப்பது அவ்வூர் திருடர்களுக்கு கைவந்த கலை.

அன்று கொள்ளையர்கள் தியாகராஜர் பயணித்த பல்லக்கைச் சூழ்ந்து கொண்டார்கள். இதைக்கண்டு துணுக்குற்ற தியாகராஜர் தமது சிஷ்யர்களில் ஒருவரை அழைத்தார்.

"இத்திருடர்கள் எதற்காக நம்மைச் சூழ்ந்துள்ளார்கள். நம்மிடம் கொள்ளையடிக்க என்ன இருக்கிறது?"

சிஷ்யர் தயங்கியபடியே கோவூர் சுந்தர முதலியார் பூஜை செலவுகளுக்காகத் தந்த ஆயிரம் பொற்காசுகள் பல்லக்கில் இருக்கும் விஷயத்தை தியாகராஜரிடம் கூறினார். இதைக்கேட்ட கோபமுற்ற தியாகராஜர் அப்பொருளை எடுத்து திருடர்களின் முன்னால் எறியுங்கள் என்று கூறினார். அப்போது சிஷ்யர் ஒருவர் "இப்பொருள் இறைவனுக்குரிய பணம். இதை நாம் திருடர்களுக்குத் தருவது முறையல்ல" என்றார்.

"இந்த பொருள் இறைவனுடையதாக இருப்பின் இதை அவனே காத்துக்கொள்ளட்டும்"

அப்போது ஒரு அதிசயம் நிகழ்ந்தது. அப்பகுதியில் திடீரென்று இரண்டு இளைஞர்கள் தோன்றினார்கள். பொருளை அபகரிக்க வந்த திருடர்களின் மீது அம்புகளைப் பொழிந்தார்கள். இந்த திடீர் தாக்குதலால் பயந்து போன கொள்ளையர்கள் அங்கிருந்து ஓடி மறைந்தார்கள். பின்னர் அந்த இரண்டு இளைஞர்களும் தியாகராஜரிடம் பயணத்தைத் தொடங்குமாறு கூறி அந்த ஊர் எல்லை வரை காவலாக வந்து வழியனுப்பினார்கள். அந்த இரண்டு இளைஞர்களும் யார் என்பதை அறிந்து கொள்ள விரும்பினார் தியாகராஜர். அப்போது அவ்விருவரும் இராமன் இலட்சுமணன் எனும் தங்களது உண்மை உருவத்தைக் காட்டி மறைந்தார்கள்.

தியாகராஜருக்கு ஏராளமான சிஷ்யர்கள் இருந்தார்கள்.

தியாகராஜரின் முதல் சிஷ்யர் கன்னைய பாகவதர் ஆவார். இவர் மூலமாகவே சுவாதித்திருநாள் மகாராஜா தியாகராஜரின் இசைப்புலமையை அறிந்து அவரை தனது அரண்மனையில் பாட அழைப்பு விடுத்தார். சியாமா சாஸ்திரியின் மகன் சுப்பராய சாஸ்திரி தியாகராஜரின் சிஷ்யராக இருந்தார். தியாகராஜரிடம் பலவருடங்கள் சிஷ்யராக இருந்த பெருமை வாலாஜாபேட்டை வெங்கடரமண பாகவதரைச் சேரும். இவரது மகன் வாலாஜாபேட்டை கிருஷ்ணபாகவதரும் தியாகராஜரிடம் சிஷ்யராக சேர்ந்து இசை பயின்றிருக்கிறார். முத்துசாமி தீட்சிதரின் குடும்பத்தைச் சேர்ந்த சுப்புராம தீட்சிதர் தியாகராஜரின் சிஷ்யராக சிலகாலம் இருந்திருக்கிறார். இவர்கள் மட்டுமின்றி பல்லவி துரைசாமி அய்யர், பல்லவி சீத்தாராமைய்யர், தஞ்சாவூர் ராமாராவ், வீணை குப்பைய்யர், உமையாள்புரம் சுந்தர பாகவதர் ஆகியோரும் தியாகராஜர்களின் சிஷ்யர்களில் மிகவும் முக்கியமானவாராவார்.

தியாகராஜ சுவாமிகள் சித்திநிலை அடைவதற்கு முன்னால் வந்த தசமி இரவு அன்று இன்னும் பத்து நாட்களில் இறையடி சேர்வதைப் போன்ற ஒரு கனவு வந்தது. இது குறித்த விவரங்களை “கிரிபை நெல” எனும் கீர்த்தனையில் விவரித்தார். அவருடைய சீடர்கள் அவரைச் சுற்றி அமர்ந்து கீர்த்தனைகளை இசைக்க இராமநாமத்தை உச்சரித்தபடி முக்தி அடைந்தார்.

தியாகப் பிரம்மம் என்று போற்றப்பட்ட ஸ்ரீ தியாகராஜ சுவாமிகள் தமது எண்பதாவது வயதில் 06 ஜனவரி 1847 அன்று முக்தி அடைந்தார். அவருடைய நினைவைப் போற்றும் விதமாக திருவையாற்றில் காவேரி நதிக்கரையில் அமைந்துள்ள சமாதியில் ஆண்டுதோறும் உலகின் பல பகுதிகளிலும் உள்ள கர்நாடக இசைக்கலைஞர்கள் திருவையாற்றில் ஒன்று கூடி அவருடைய பிறந்த தினத்தில் பஞ்சரத்னக் கீர்த்தனைகளைப் பாடி அஞ்சலி செலுத்துகின்றனர். தியாராஜரின் ஆராதனை தினம் ஒவ்வொரு ஆண்டும் தை மாதத் தேய்பிறை பஞ்சமியில் கொண்டாடப்படுகிறது.

9
பட்டினத்தார்

நாகப்பட்டினம் மாவட்டம் திருவெண்காட்டில் அவதரித்து சென்னை திருவொற்றியூர் கடற்கரைப் பகுதியில் தனது உடலை சிவலிங்கமாக மாற்றி முக்தி அடைந்தவர் பட்டினத்தார். பட்டினத்தார், பட்டினத்துப் பிள்ளை, பட்டினத்துப் பிள்ளையார், திருவெண்காட்டு அடிகள் என பல பெயர்களால் இவர் அறியப்படுகிறார். இவர் அவதரித்தது புகார்ப்பட்டினம் ஆகையால் இவரைப் "பட்டினத்தார்" என அழைக்கின்றனர்.

குபேரனே பூவுலகில் பட்டினத்தாராக அவதரித்தார் என்கிறது திருவெண்காட்டுப் புராணம். திருக்கயிலை மலையில் உமாதேவியாரோடு வீற்றிருக்கும் சிவபெருமானை குபேரன் பணிந்து வணங்கி பரவசமடைந்தார். அப்போது தாம் திருக்கயிலாயத்தில் காணும் இக்காட்சியை மண்ணுலகிலும் காண வேண்டும் என்ற தனது விருப்பத்தை சிவபெருமானிடத்தில் எடுத்துரைத்தார். குபேரனின் வேண்டுகோளை ஏற்ற சிவபெருமான் உமாதேவியாரோடு இடப வாகனத்தில் ஏறி காசி, திருகாளத்தி, காஞ்சிபுரம், சிதம்பரம் முதலான திருத்தலங்களில் குபேரனுக்கு திருக்காட்சி அளித்தார்.

ஒருநாள் குபேரன் சிவபெருமானிடத்தில் சோழ நாட்டில் அமைந்துள்ள திருவெண்காடு எனும் திருத்தலத்தில் உம்மை தரிசிக்க விரும்புகிறேன் என்றார். சிவபெருமானும் அதற்கு இணங்கி திருவெண்காட்டில் எழுந்தருளி குபேரனுக்கு காட்சி தந்தார். திருவெண்காட்டில் குபேரன் வாழ்ந்து வருகையில் ஒருநாள் அதற்கு அருகில் அமைந்துள்ள காவிரிபூம்பட்டினம் எனும் ஊரைக் கண்டார். அவ்வூர் குபேரனை மிகவும் கவர்ந்துவிட்டது. இதன்

காரணமாக குபேரன் காவிரிபூம்பட்டினத்திலேயே தங்கிவிட மனதுள் விருப்பம் கொண்டார். திருவெண்காட்டிலே எழுந்தருளி இருந்த சிவபெருமான் குபேரனது விருப்பத்தை அறிந்து கொண்டு அவரிடத்தில் கீழ் கண்டவாறு உரைத்தார்.

"குபேரனே. நீ காவிரிபூம்பட்டினத்தில் வாழ விரும்புகிறாய். உனது தற்போதைய தேகம் பூமியில் வாழ ஏற்றதன்று. எனவே நீ காவிரிபூம்பட்டினத்தில் மானிடனாக பிறக்கக்கடவாய்"

"எம்பெருமானே. தங்களின் கட்டளையை ஏற்கிறேன். நான் இவ்வுலகில் பிறந்து வாழும் காலத்தில் இவ்வுலக இன்பத்தில் மூழ்க நேரிடும் போது தாங்கள் எம்மை தடுத்தாட்கொள்ள வேண்டும்"

குபேரன் இவ்வாறு வேண்டிக்கொள்ள சிவபெருமான் அதற்குச் சம்மதித்து உமாதேவியாரோடு புறப்பட்டு திருக்கயிலாயம் சென்றடைந்தார்.

காவிரிப்பூம்பட்டினம் நகரத்தில் பதினோராம் நூற்றாண்டில் சிவநேசர் எனும் வணிகர் குலத்தைச் சேர்ந்தவர் ஞானகலை என்ற பெண்ணைத் திருமணம் செய்து வாழ்ந்து வந்தார். இவர்களுக்கு ஒரு ஆண் மகவு பிறக்க அக்குழந்தைக்கு திருவெண்காட்டு ஈசனிடம் மிகுந்த பக்தி உடையவராக இருந்த சிவநேசர் திருவெண்காட்டு ஈசனின் பெயரான "சுவேதவனப் பெருமான்" என்ற பெயரையே சூட்டினார். "திருவெண்காடர்" எனவும் அழைக்கப்பட்டார். இந்த திருவெண்காடரே பிற்காலத்தில் "பட்டினத்தார்" என்று அனைவராலும் அழைக்கப்பட்டார். கப்பல் வணிகம் மூலம் பெரும் பொருள் ஈட்டிய சிவநேசர் திருவெண்காடரின் ஐந்தாவது வயதில் காலமானார்.

ஒரு நாள் சிவபெருமான் திருவெண்காடரின் கனவில் அந்தணர் வடிவத்தில் தோன்றி நாளை திருவெண்காடு செல்லுமாறும் அங்கே ஒரு வேதியர் சிவபூசை செய்யும் முறையினை உமக்கு கற்பிப்பாரென்றும் எடுத்துரைத்தார். விழித்தெழுந்த திருவெண்காடர் தமது கனவினை தமது தாயாரிடத்தில் எடுத்துரைத்தார். அடுத்தநாள் அவரும் அவரது தாயாரும் திருவெண்காடு சென்றார்கள். அங்கே நேற்றிரவு கனவில் தோன்றிய அந்த அந்தணர் இப்போது நேரில் தோன்றினார். திருவெண்காடர் அவரது காலில் விழுந்து வணங்கினார்.

"எமது ஊர் வியாக்கிரபுரம். நேற்றிரவு எமது கனவில் ஒரு அந்தணர் தோன்றி திருவெண்காட்டில் திருவெண்காடர் எனும் பிள்ளைக்கு தீட்சை வழங்கி சிவபூசை முறையை கற்பிப்பாயாக என்று சொன்னார். அதற்காகத்தான் நான் இப்போது இங்கே வந்திருக்கிறேன். மேலும் ஒரு சிறிய பெட்டியை உம்மிடம் சேர்ப்பிக்குமாறும் கூறினார். இப்பெட்டி உமது கைபட்டவுடன் தாமாகவே திறந்து கொள்ளும் தன்மை உடையது"

இவ்வாறு சொல்லி திருவெண்காடருக்கு தீட்சை அளித்து சிவபூஜை முறையை சொல்லித்தந்து அப்பெட்டியை தந்துவிட்டு மறைந்தார்.

திருவெண்காடரின் கை பட்டதும் அப்பெட்டி தாமாகவே திறந்து கொண்டது. அதனுள் ஒரு சிவலிங்கமும் விநாயக விக்கிரமும் இருந்தன. அன்றிலிருந்து சிறப்பான முறையில் சிவபூஜை செய்ய ஆரம்பித்தார் திருவெண்காடர்.

உரிய பருவத்தில் திருவெண்காடருக்குத் திருமணம் செய்து வைக்க முடிவு செய்தார் தாயார் ஞானகலை. இதன்படி சிவகலை என்ற பெண்ணை திருவெண்காடருக்கு திருமணம் செய்து வைத்தார். திருவெண்காடருக்கு ஒரு சகோதரி இருந்தாள். திருவெண்காடர் சிவகலை தம்பதியினருக்குக் குழந்தைப் பேறு வாய்க்கவில்லை. திருவிடைமருதூர் திருத்தலம் சென்று ஈசனை வணங்கினார்கள். அவ்வூரில் சிவசருமர் என்ற சிவனடியவர் வறுமையில் வாழ்ந்து வந்தார். அவர் வாழ்வில் ஒளியேற்ற விரும்பிய ஈசன் ஒருநாள் அவரிடம் தாம் ஒரு குழந்தையாக அவர் முன்னர் தோன்றவிருப்பதாகவும் தமக்கு "மருதவாணன்" என்ற பெயரைச்சூட்டி தம்மை காவிரிப்பூம்பட்டினத்தில் இருந்து திருவிடைமருதூர்வந்திருக்கும்திருவெண்காடர்என்றவணிகரிடம் கொடுக்குமாறும் அதற்கு பதிலாக அவர் உமக்கு வேண்டியப் பொருளைத் தருவார். அதைக் கொண்டு உன் வறுமையைப் போக்கிக் கொள்ளலாம் என்று திருவாய் மலர்ந்தருளினார். சொன்னவாறே ஈசன் ஒரு குழந்தை வடிவில் சிவசருமர் முன் தோன்ற அவரும் அக்குழந்தைக்கு மருதவாணன் என்ற பெயரைச் சூட்டி ஈசனின் ஆணைப்படி அக்குழந்தையை திருவெண்காடரிடம் கொடுத்தார். திருவெண்காடரும் அக்குழந்தையைப் பெற்றுக் கொண்டு சிவசருமருக்குத் தேவையான பொருளைக் கொடுத்து அனுப்பி வைத்து குழந்தையோடு காவிரிப்பூம்பட்டினத்திற்குத் திரும்பினார்.

ஈசனே மருதவாணன் என்ற பெயரில் தம்மிடம் குழந்தையாய் வந்து சேர்ந்திருக்கிறார் என்ற உண்மையை திருவெண்காடர் உணரவில்லை. தம்மைப் போலவே தமது மகனையும் வணிகத்தில் ஈடுபடுத்துகிறார். ஒரு சமயம் வணிகம் செய்ய கப்பலில் வெளிநாட்டிற்கு அனுப்பி வைத்தார். வணிகத்தை முடித்துக் கொண்டு திரும்பி வந்தான் மருதவாணன். தன் மகன் தன்னைப் போலவே சாமர்த்தியமாக வணிகம் செய்து கப்பல் முழுக்க பொன்னும் பொருளும் கொண்டு வந்திருப்பான் என எதிர்நோக்கிக் காத்திருந்தார் திருவெண்காடர். ஆனால் அவர் எதிர்பார்த்ததற்கு மாறாக கப்பல் முழுவதும் எருவிராட்டியும் தவிடுமாக இருந்ததைக் கண்டு தன் மகன் மீது கோபம் கொண்டார். அவருக்கு ஒரு ஓலையும் வந்து சேர்ந்தது. அதில் காதற்ற ஊசியும் வாராது காண் கடைவழிக்கே என்ற வாசகம் காணப்பட்டது. இதைப் படித்த திருவெண்காடர் அதிர்ந்து போனார். எவ்வளவு பொருள் சேர்த்தாலும் அதை நம்மால் கொண்டு போக முடியாது. செல்வம் என்பது நிலையற்றது என்பதை அக்கணத்தில் உணர்ந்தார்.

தமது கணக்கரான சேந்தனார் என்பவரை அழைத்து தமது செல்வங்கள் அனைத்தையும் கொள்ளை போகுமாறு ஏற்பாடு செய்யச்சொன்னார். தமது தாயாரை பாதுகாக்க வேண்டி அவ்வூரை விட்டு அகலாது அங்கேயே பிச்சை எடுத்து உண்டு தவவாழ்க்கையை மேற்கொண்டார். செல்வந்தராய் வாழ்ந்த திருவெண்காடர் எனும் பட்டினத்தார் இவ்வாறு பிச்சையெடுத்து உண்டு வாழ்வது அவரது தமக்கையாருக்கும் சுற்றத்தாருக்கும் வெறுப்பை விளைவித்தது. அவருடைய சொந்த தமக்கை அப்பத்தில் விஷத்தை வைத்துக் கொடுத்தார். இதை அறிந்த அவர் அந்த அப்பத்தை வீட்டின் கூரையில் சொருகினார். "தன் வினை தன்னைச் சுடும். ஓட்டப்பம் வீட்டைச் சுடும்" என்று கூறி அவ்விடத்தைவிட்டு அகல அந்த வீட்டின் கூரை தீப்பற்றி எரியத் தொடங்கியது. இதைக் கண்டோர் பட்டினத்தாரின் சக்தியைக் கண்கூடாக அறிந்தனர்.

முன்பொரு சமயம் தன் தாயாரிடம் அவர் இறக்கும் போது எங்கிருந்தாலும் தாம் வந்து எரியூட்டித் தன் கடமையை நிறைவேற்றுவேன் என்று வாக்களித்திருந்தார். தாயார் காலமானார். அவர் எரியூட்டக்கூடாதென நினைத்த உறவினர்கள் சிதையைத் தயார் நிலையில் வைத்திருந்தனர். இதை அறிந்த பட்டினத்தார்

தன் கடமைகளைச் செய்து முடிக்க சரியான சமயத்தில் அங்கே வந்து காய்ந்த கட்டைகளால் அடுக்கப்பட்டிருந்தவற்றை அகற்றி பச்சை வாழைமட்டை வாழைஇலைகளைக் கொண்டு அடுக்கி அதில் தாயாரைக் கிடத்தி ஒரு பாடலைப்பாடினார்.

ஐயிரண்டு திங்களாய் அங்கமெலாம் நொந்து பெற்றுப்
பையலென்ற போதே பரிந்தெடுத்துச் செய்ய இரு
கைப்புறத்தில் ஏந்திக் கனகமுலை தந்தாளை
எப்பிறப்பில் காண்பேன் இனி
முந்தித் தவம் கிடந்து முன்னூறு நாள்சுமந்தே
அந்திபகலாய்ச் சிவனை ஆதரித்துத் தொந்தி
சரியச் சுமந்து பெற்ற தாயார் தமக்கோ
எரியத் தழல் மூட்டுவேன்
வட்டிலிலும் தொட்டிலிலும் மார்மேலும் தோள்மேலும்
கட்டிலிலும் வைத்தென்னைக் காதலித்து முட்டச்
சிறகிலிட்டுக் காப்பாற்றிச் சீராட்டிய தாய்க்கோ
விறகிலிட்டுத் தீமூட்டு வேன்
நொந்து சுமந்து பெற்று நோவாமல் ஏந்திமுலை
தந்து வளர்த்தெடுத்துத் தாழாமே அந்திபகல்
கையிலே கொண்டென்னைக் காப்பாற்றிய தாய்தனக்கோ
மெய்யிலே தீமூட்டு வேன்
அரிசியோ நானிடுவேன் ஆத்தாள் தனக்கு
வரிசையிட்டுப் பார்த்து மகிழாமல் உருசியுள்ள
தேனே திரவியமே செல்வத் திரவியப்பூ
மானே எனஅழைத்த வாய்க்கு
அள்ளி இடுவது அரிசியோ தாய்தலைமேல்
கொள்ளிதனை வைப்பேனோ கூசாமல் மெள்ள
முகமேல் முகம்வைத்து முத்தாடி என்றன்
மகனே எனஅழைத்த வாய்க்கு
முன்னை இட்ட தீ முப்புறத்திலே
பின்னை இட்ட தீ தென்இலங்கையில்
அன்னை இட்ட தீ அடிவயிற்றிலே
யானும் இட்ட தீ மூள்கமூள்கவே

வேகுதே தீயதனில் வெந்து பொடிசாம்பல்
ஆகுதே பாவியேன் ஐயகோ மாகக்
குருவி பறவாமல் கோதாட்டி என்னைக்
கருதி வளர்த்தெடுத்த கை
வெந்தாளோ சோணகிரி வித்தகா நின்பதத்தில்
வந்தாளோ என்னை மறந்தாளோ சந்ததமும்
உன்னையே நோக்கி உகந்து வரம் கிடந்து என்
தன்னையே ஈன்றெடுத்த தாய்
வீட்டிருந்தாள் அன்னை வீதிதனில் இருந்தாள்
நேற்றிருந்தாள் இன்றுவெந்து நீறானாள் பால்தெளிக்க
எல்லோரும் வாருங்கள் ஏதென்று இரங்காமல்
எல்லாம் சிவமயமே யாம்

பட்டினத்தார் பாடி முடித்ததும் பச்சை வாழை மட்டை, இலை முதலானவை பற்றி எரிந்தது. இதைக் கண்டோர் திகைத்து நின்றனர். பட்டினத்தார் அங்கிருந்து புறப்பட்டுச் சென்றார்.

பட்டினத்தார் யாத்திரை புறப்பட்டு பல பகுதிகளுக்கும் சென்றார். அவ்வாறிருக்கையில் துளுவ நாட்டில் அமைந்த உஞ்சேனைமாகாளம் எனும் நாட்டை அடைந்தார். அந்த நாட்டை ஆண்டு வந்தவர் பத்திரகிரி எனும் அரசர். அங்கு இருந்த காட்டுப்பிள்ளையார் கோயிலில் தியானத்தில் அமர்ந்தார். அரண்மனைச் செல்வத்தைக் கொள்ளையடிக்க முடிவு செய்த கொள்ளையர் கூட்டம் அரண்மனைக்குச் சென்று வெற்றிகரமாய் கொள்ளையடித்தால் காட்டுப்பிள்ளையாருக்குக் காணிக்கை செலுத்துவதாய் வேண்டிக் கொண்டனர். அவ்வாறே அவர்கள் நினைத்தவண்ணம் கொள்ளை வெற்றிகரமாக முடிந்தது. எனவே திரும்பும் வழியில் அரண்மனையில் கொள்ளையடித்த ஒரு முத்துமாலையை பிள்ளையாருக்குக் காணிக்கையாக முடிவு செய்து அதை பிள்ளையார் சன்னிதியின் முன்னால் வீசிவிட்டுச் சென்றனர். அவர்கள் வீசிய முத்துமாலை அங்கு தியானத்தில் இருந்த பட்டினத்தாரின் கழுத்தில் விழுந்தது.

அரண்மனையில் கொள்ளை போன விஷயத்தை அறிந்து அரண்மனைக் காவலர்கள் கொள்ளையர்களைத் தேடிக் கொண்டிருந்தனர். அப்போது பிள்ளையார் கோயிலில் இருந்த

பட்டினத்தாரின் கழுத்தில் இருந்த அரண்மனை முத்துமாலையைக் கண்டு அவர்தான் கொள்ளையடித்தவர் என நினைத்து அவரை அரண்மனைக்குக் கொண்டு சென்று மன்னரின் முன்னால் நிறுத்துகிறார்கள். மன்னர் பட்டினத்தாரை விசாரிக்க அவரோ ஏதும் பதிலுரைக்காமல் இருந்தார். இதனால் கோபமடைந்த மன்னர் கழுவில் ஏற்றுமாறு உத்தரவிட்டார். கழுமரம் தயார் செய்யப்பட்டது.

பட்டினத்தார் கழுமரத்தை பார்த்து "என் செயலாவது யாதென்றுமில்லை இனி தெய்வமே உன் செயலே என்று உணரப் பெற்றேன்" எனத் தொடங்கும் பாடலைப் பாட அந்த கழுமரம் தீப்பற்றி எரிந்தது. இவ்விஷயத்தை காவலாளிகள் ஓடிச்சென்று அரசரிடம் தெரிவித்தார்கள். அரசர் பதறியபடி அங்கே ஓடிவந்தார். பட்டினத்தாரின் அருளை உணர்ந்து அவரது காலில் விழுந்து மன்னிக்கும்படி வேண்டினார். பட்டினத்தார் அவரை மன்னித்து தீட்சை வழங்கினார். பத்திரகிரியார் அக்கணமே அனைத்தையும் துறந்து பட்டினத்தாரின் சிஷ்யரானார். பத்திரகிரியாரை திருவிடைமருதூருக்குச் சென்று அங்கே இருக்குமாறு கட்டளையிட்டு தலயாத்திரை புறப்பட்டுச் சென்றார்.

பத்திரகிரியார் திருவிடைமருதூர் சென்று கோயில் கோபுரத்தருகே அமர்ந்து கொண்டார். பட்டினத்தார் தலயாத்திரை முடித்து அங்கே வந்து சேர்ந்தார். பத்திரகிரியார் வீடுதோறும் பிச்சை பெற்று வந்து பட்டினத்தாருக்கு அளித்து மீதமிருந்ததை அவர் சாப்பிட்டார். ஒருநாள் பெண்நாய் ஒன்று அங்கே வந்தது. அதற்கும் சற்று உணவளித்தார் பத்திரகிரியார். அன்று முதல் அப்பெண் நாய் அவருடனே தங்கிவிட்டது.

அந்த பெண்நாய் முற்பிறவியில் ஒரு விலைமாதாக இருந்தாள். ஒருநாள் அப்பெண்ணின் வீட்டின் முன்பு ஒரு பிரம்மச்சாரி உணவிற்காக வந்து நின்றான். அப்பெண் எச்சில் உணவை அந்த பிரம்மச்சாரிக்கு வேண்டுமென்றே தந்தாள். அவனும் அறியாது அதை சாப்பிட்டான். இந்த பாவச்செயலின் காரணமாக அவள் இப்பிறவியில் பெண் நாயாக பிறந்திருக்கிறாள். பிரம்மசாரிக்கு செய்த பாவத்தின் விளைவாக அப்பெண் நாய் இப்பிறவியில் எச்சில் சாப்பாட்டை சாப்பிட நேர்ந்தது.

இவ்வாறிருக்கையில் ஒருநாள் சிவபெருமான் ஏழை

வடிவம் தாங்கி பட்டினத்தாரிடம் உணவை கேட்டார். அதற்கு பட்டினத்தார் "மேற்கு கோபுர வாசலில் ஒரு குடும்பஸ்தன் இருக்கிறான். அவனிடம் சென்று கேள்" என்று சொன்னார். அந்த ஏழை மேற்கு கோபுர வாசலுக்குச் சென்று அங்கே இருந்த பத்திரகிரியாரிடம் கிழக்கு கோபுரத்தின் அருகே இருந்த ஒரு சாது தங்களிடம் உணவைப் பெற்றுக் கொள்ளச் சொன்னார் என்று அவர் உரைத்தபடியே உரைத்தார். இதைக்கேட்ட பத்திரகிரி இந்த திருவோடும் நாயும் என்னை குடும்பஸ்தன் ஆக்கிவிட்டதா? என்று சொல்லி அந்த திருவோட்டைத் தூக்கி எறிந்தார். அந்த ஓடு நாயின் தலையில் பட்டு அந்த நாய் இறந்து போனது. ஓடும் உடைந்து போனது. ஏழை உருவத்தில் இருந்த சிவபெருமான் மறைந்தார்.

அந்த நாய் காசி மகாராஜனின் பெண்ணாக பிறந்தது. அப்பெண்ணிற்கு ஞானவல்லி என்று பெயர். உரிய வயதானதும் ஞானவல்லிக்கு காசி மகாராஜன் மாப்பிள்ளை தேட ஆரம்பித்தார். ஆனால் தமக்கு திருமணம் வேண்டாம் என்றும் தாம் திருவிடைமருதூர் செல்ல வேண்டும் என்று சொல்லிவிட்டு புறப்பட்டு திருவிடைமருதூர் வந்து சேர்ந்தாள் ஞானவல்லி. பத்திரிகிரியாரை கண்டு வணங்கி "அடிநாய் மீண்டும் திருவடி நாடி வந்தது" என்றாள். பத்திரகிரி அவளை அறிந்து கொண்டு அவளது கையை பிடித்து பட்டினத்தாரின் முன் போய் நின்றார். அப்போது இறையருளால் ஒரு பெரும் ஜோதி எழுந்தது. அச்சோதியில் இருவரும் கலந்து மறைந்தார்கள்.

தன் சீடனுக்கு முக்தி கிடைத்ததை அறிந்த பட்டினத்தார் தமக்கும் முக்தி அருளுமாறு ஈசனை வேண்டினார். ஈசன் பட்டினத்தாரிடம் ஒரு கரும்பினைக் கொடுத்து அதன் நுனி இனிக்கும் இடத்தில் உமக்கு முக்தி கிடைக்கும் என்றார். பட்டினத்தார் அந்த கரும்புடன் திருவெண்காடு, சீர்காழி முதலான பல தலங்களுக்கும் சென்றார். ஆனால் இத்தலங்களில் நுனிக்கரும்பு இனிக்கவில்லை. பல தலங்களுக்கும் சென்று திருவொற்றியூர் தலத்திற்கு வந்தடைந்தார். அங்கே அந்த கரும்பு இனித்தது. இத்தலத்தில் தமக்கு முக்தி கிடைக்கும் என்பதை உணர்ந்தார் பட்டினத்தார்.

ஒரு நாள் பட்டினத்தார் அவ்வூரில் சிறுவர்கள்

விளையாடிக்கொண்டிருந்த ஒரு இடத்திற்குச் சென்றார். ஒரு இடத்தில் மணலுக்குள் பள்ளம் தோண்டி அதில் இறங்கி அப்பள்ளத்தை மூடுமாறு சிறுவர்களிடம் சொன்னார். சிறுவர்களும் அவ்வாறே செய்தனர். பின்னர் வேறொரு இடத்திலிருந்து எழுந்து வந்தார். இவ்வாறு பல வித்தைகளைச் செய்து சிறுவர்களை மகிழ்வித்து வந்தார். இவ்வாறு நாட்கள் சென்று கொண்டிருக்கையில் தம்முடைய முக்தியடையும் நாளை தீர்மானித்தார். அன்று வழக்கம்போல சிறுவர்களை அழைத்து தாம் பள்ளத்திற்குள் இறங்கிக்கொண்டு மணலை மூடச்சொன்னார். சிறுவர்களும் வழக்கம்போல மணலை மூடினார்கள். நெடுநேரமாகியும் பட்டினத்தார் காட்சி தரவில்லை. அச்சமுற்ற சிறுவர்கள் அந்த பள்ளத்தை தோண்டிப்பார்த்தார்கள். அதற்குள் பட்டினத்தார் இல்லை. அனால் ஒரு சிவலிங்கம் காணப்பட்டது. சிறுவர்கள் மூலமாக இச்சம்பவத்தை அறிந்த அன்பர்கள் அந்த சிவலிங்கத்தை வழிபட்டு பேரானந்தமடைந்தனர். பட்டினத்தார் தமது பூதஉடலைத் துறந்து இறைவனுடன் கலந்து விட்டார் என்பதற்கான அத்தாட்சியே அச்சிவலிங்கமாகும்.

பிறந்தன இறக்கும் இறந்தன பிறக்குத்
தோன்றன மறையு மறைந்தன தோன்றும்
பெருத்தன சிறுக்குஞ் சிறுத்தன பெருக்கும்
உணர்ந்தன மறக்கு மறந்தன உணரும்
புணர்ந்தன பிரியும் பிரிந்தன புணரும்
அருந்தின மலமாம் புனைந்தன அழுக்காம்
உவப்பன வெறுப்பாம் வெறுப்பன வுவப்பாம்
என்றிவையனைத்து முணர்ந்தனை யன்றியும்

பட்டினத்தாரின் பாடல்கள் பட்டினத்துப்பிள்ளையார் திருப்பாடல் திரட்டு என்ற பெயரால் வழங்கப்படுகின்றன. பட்டினத்தார் அருளிய கோயில் நான்மணிமாலை, திருக்கழுமல மும்மணிக்கோவை, திருவிடைமருதூர் மும்மணிக்கோவை, திருவேகம்பமுடையார் திருவந்தாதி போன்ற பிரபந்தங்கள் பதினோராம் திருமுறையில் உள்ளவையாகும்.

10

மகாஅவதார் பாபாஜி

தமிழ்நாட்டில் சிதம்பரத்திலிருந்து சுமார் பதினேழு கிலோமீட்டர் தொலைவில் பரங்கிப்பேட்டை அமைந்துள்ளது. சைவர்களின் முதன்மைக் கோயிலாகத் திகழ்வது சிதம்பரம் நடராஜர் கோயில். தனிப்பெரும் சிறப்புகள் பல வாய்ந்த சிதம்பரத்திற்கு அருகில் அமைந்த பரங்கிப்பேட்டையில் பாபாஜி ரோகிணி நட்சத்திரத்தில் ஒரு கார்த்திகை தீபத்தன்று அவதரித்தார். இருளை அகற்றி ஒளியை ஏற்றும் நிகழ்ச்சி கார்த்திகை தீபமாகும். நம்முடைய மனதில் சூழ்ந்துள்ள அறியாமை எனும் இருளை அகற்றி தூய்மையான ஆன்மிக ஒளியை பரவச் செய்ய வேண்டும் என்பதே இதன் தத்துவமாகும். மக்களின் மனதில் சூழ்ந்துள்ள இருளை அகற்றி அவர்கள் வாழ்வில் ஆன்மிக ஒளியை ஏற்ற அவதரித்த பாபாஜி இறைவனின் விருப்பப்படி தீபத்திருநாளில் அவதரித்தார்.

பாபாஜிக்கு அவருடைய பெற்றோர் இட்ட பெயர் நாகராஜ். பரங்கிப்பேட்டையில் சிவன் கோவிலில் நாகராஜின் தந்தை பூஜைகளைச் செய்து வந்தார். தந்தையார் இறைவனுக்கு சேவை செய்து வந்த காரணத்தினால் இயல்பாகவே நாகராஜ் பூஜைகள் மந்திரங்கள் இறைவழிபாட்டு முறைகள் போன்றவை கைவரப் பெற்றிருந்தார். இளம்வயதில் தன் குடும்பத்தினரோடு பரங்கிப்பேட்டையிலிருந்து சிதம்பரத்திற்குச் சென்று ஈசனை அடிக்கடி வழிபடும் வழக்கம் நாகராஜிக்கு இருந்தது. சிதம்பரம் பல ஆன்மிக ஞானிகள் விஜயம் செய்த ஒரு புண்ணிய பூமி என்பதால் நாகராஜிற்கும் இந்த பூமி ஆன்மிகத்தில் முழு ஈடுபாடு காட்ட இயல்பாகவே வழிவகுத்தது எனலாம்.

நாகராஜிற்கு நான்கு வயது நடைபெற்றுக்

கொண்டிருந்தபோது ஒரு சம்பவம் நடைபெற்றது. சிறுவன் நாகராஜிற்கு பலாப்பழம் என்றால் மிகவும் பிரியம். நாகராஜின் தாய் ஒரு விசேஷத்திற்காக ஒரு பலாபழத்தை வாங்கி வீட்டில் வைத்தார். அதை உடைத்து சாப்பிடத் தொடங்கினான். பிரியத்தின் காரணமாக பலாப்பழத்தின் பெரும்பகுதியை சாப்பிட்டு விட்டான். தாயார் பலாப்பழத்தின் தோல் மற்றும் மீதம் முதலானவற்றைப் பார்த்து கோபப்பட்டார். விசேஷத்திற்காக வாங்கி வைத்த பழத்தை பையன் சாப்பிட்டு விட்டானே என்ற ஆத்திரம் அவருடைய கண்களை மறைத்தது. உடனே நாகராஜின் வாயில் ஒரு துணியை வைத்து அடைத்து தன் கோபத்தை வெளிப்படுத்தினாள். நாகராஜிற்கு மூச்சு திணறத் தொடங்கியது. சிறுவன் நாகராஜ் அன்றே மரணத்தின் விளிம்பைத் தொட்டுவிட்டான். ஆனாலும் இந்த உலகத்திற்கு நாகராஜ் மூலம் பல அற்புதங்களை நிகழ்த்திக் காட்ட விரும்பிய இறைவன் நாகராஜிற்கு கருணை காட்டினார். நாகராஜ் நல்லவேளையாக உயிர்பிழைத்தான். தன் கோபமாக நடந்து கொண்ட தன் தாயார் மீது நாகராஜ் எந்த வித வெறுப்பும் காட்டவில்லை. மாறாக அன்பைப் பொழிந்தார். ஒரு தாயானவள் தெய்வத்திற்குச் சமமானவள் என்பதை உலகத்திற்கு உணர்த்தவே இந்த நிகழ்ச்சி நடைபெற்றது. பாபாஜிக்கு நான்காவது வயதில் ஏற்பட்ட இந்த விபரீத அனுபவம் அவருடைய ஐந்தாவது வயதிலும் தொடர்ந்தது.

நாகராஜிற்கு ஐந்து வயது நடந்து கொண்டிருந்த போது நடைபெற்ற ஒரு எதிர்பாராத சம்பவம் வாழ்க்கைப் பாதையையே மாற்றிவிட்டது. நாகராஜ் பரங்கிப்பேட்டையில் இருந்த சிவன் கோயில் அருகே நின்று வேடிக்கை பார்த்துக் கொண்டிருந்தான். அப்போது அந்த பக்கமாக வந்த ஒரு மனிதன் சிறுவனின் வசீகரமான அழகில் மயங்கி அவனை தூக்கிக் கொண்டு சென்று விட்டான். நாகராஜ் எவ்வளவோ முயற்சிகள் செய்தும் அவனிடமிருந்து தப்பிக்க முடியவில்லை. அவன் சிறுவன் நாகராஜை கடத்திக் கொண்டு சென்று கொல்கத்தாவில் ஒரு பணக்காரனிடம் விற்றுவிட்டுச் சென்று விட்டான்.

நாகராஜை விலை கொடுத்து வாங்கிய அந்த பணக்காரன் மிகவும் கருணை மிக்கவனாய் இருந்தான். இதனால் சிறுவனை தன்னிடம் வேலைக்கு வைத்துக் கொள்ளாமல் அவன் மீது இரக்கப்பட்டு அவனைத் திருப்பி அனுப்பிவிட்டான். சிறுவன்

நாகராஜ் செய்வதறியாது தன் கால் போன போக்கில் நடக்கத் தொடங்கினான். கடைசியாக புண்ணிய பூமியான காசியை அடைந்து அங்கிருந்த ஒரு துறவிக் கூட்டத்தில் போய் சேர்ந்தான்.

துறவிகள் நாகராஜின் வசீகரமான முகத்தைப் பார்த்து வியந்து அவனை தங்களுடன் சேர்த்துக் கொண்டார்கள். அவர்கள் மூலமாக வேதங்கள், உபநிடதங்கள், இதிகாசங்கள் முதலானவை நாகராஜிற்கு அறிமுகமாயின. நாளடைவில் ஆன்மிக உணர்வு மெல்ல மெல்ல அதிகரிக்கத் தொடங்கியது. துறவிகளின் கூட்டத்தில் இருந்த காரணத்தினால் நாளுக்குநாள் அவனுடைய ஆன்மிக அறிவு வளர்ந்தது. பிற்காலத்தில் இந்த சிறுவன் நாகராஜ் ஒரு மாபெரும் யோகியாக மலர்ந்து மணம் பரப்புவான் என்பது அப்போது யாருக்கும் தெரியவில்லை.

துறவிகள் மற்றும் புத்தகங்கள் மூலமாக வந்து சேர்ந்த ஆன்மிக அறிவு நாகராஜிற்கு திருப்தியைத் தரவில்லை. அவனுடைய மனது கடவுளின் தரிசனத்திற்கு விழைந்தது. பலவாறாக மனமானது யோசிக்கத் தொடங்கியது. போதுமான அளவிற்கும் அதிகமாகவே ஆன்மிக அறிவைப் பெற்றாயிற்று. பலவிதமான நூல்களைப் படித்தால் தனது அறிவை வெளிப்படுத்திக் கொள்ள பிரசங்கம் செய்யலாம். இனி என்ன செய்வது என்று அறியாமல் புரியாமல் ஒருவித திகைப்பு நிலை ஏற்பட்டது.

தனது இலட்சியத்தை அடையும் வரை பயணத்தைத் தொடர்வது என்று முடிவு செய்து தனது பதினோராவது வயதில் நாகராஜ் துறவிகளோடு தனது ஆன்மிகப் பயணத்தைத் தொடங்கினார். பலவாறாக பயணித்து காசியிலிருந்து இலங்கையை அடைந்து அங்கே கதிர்காமம் என்ற புண்ணிய பூமியை அடைந்தார். பதினெண் சித்தர்களில் ஒருவரான போகநாதரை சந்திக்கும் பெரும்பேறினைப் பெற்றார். அவருடைய ஞானத்தால் கவரப்பட்ட நாகராஜ் அவருடைய சீடராக விருப்பம் கொண்டார். போகரும் நாகராஜின் ஆற்றலைக் கண்டு அவரை தன்னுடைய சீடராய் ஏற்றுக் கொண்டார்.

போகர் நாகராஜிற்கு பலவிதமான யோகம் மற்றும் கிரியை பயிற்சிகளை நேரடியாக கற்பித்தார். நாகராஜ் போகரின் மேற்பார்வையில் தவத்தையும் பழகினார். மிகக் குறுகிய காலத்தில் இத்தகைய விஷயங்களில் தனது அளவற்ற ஆற்றலை

வெளிப்படுத்தினார். நாட்கணக்கில் தவமியற்றத் தொடங்கி வெகு சுலபமாய் சமாதி நிலை கைவரப் பெற்றார்.

போகர் மிகச்சிறந்த குருவாய் அமைந்து நாகராஜிற்கு ஆன்மிகத்தில் அவர் நினைத்ததை அடைய வழிவகுத்தார். நாகராஜிற்கு இப்போது நம்பிக்கை பிறந்தது. தான் விரும்பிய உயர் இலக்கை அடைந்து விடலாம் என்ற நம்பிக்கை அவர் மனதில் போகரிடம் சீடராய் சேர்ந்த பின்னரே துளிர்விடத் தொடங்கியது. ஒரு கட்டத்தில் போகர் நாகராஜிற்கு வேறொரு சிறந்த குருவை கைகாட்டினார். ஆம். போகர் காண்பித்த ஒரு மகாகுரு அகத்திய மாமுனிவர்.

ஒருநாள் போகர் நாகராஜிடம் ஒரு விஷயத்தைச் சொன்னார்.

"நீ அகத்திய முனிவரைச் சந்தித்து அவரிடமிருந்து கிரியா குண்டலினி பிராணாயாம தீட்சை பெறுவாயாக"

போகநாதர் நாகராஜை ஆசிர்வதித்து அனுப்பி வைத்தார். தன் குருவின் ஆசிகளோடு நாகராஜ் மற்றொரு சிலிர்க்க வைக்கும் பயணத்தைத் தொடர்ந்தார்.

நாகராஜ் ஆன்மிகத்தில் உச்சநிலையை அடையவும் தன் குருநாதர் போகரின் வழிகாட்டுதலின் பேரிலும் தனது பயணத்தைத் தொடர்ந்தார். இலங்கையிலிருந்து புறப்பட்டு குற்றாலம் பகுதியில் அமைந்த பொதிகை மலையை வந்து அடைந்தார். போகர் அகத்திய மாமுனிவரைச் சந்திக்கும்படி சொல்லியிருந்தார். அதனால் அகத்தியரை சந்திக்கும் வரை தொடர்ந்து அங்கேயே தங்கியிருப்பது என்று நாகராஜ் முடிவு செய்தார்.

பொதிகை மலையில் ஓரிடத்தைத் தேர்ந்தெடுத்து அங்கே அமர்ந்து தியானத்தைத் தொடங்கினார். அகத்தியர் தனக்கு தரிசனம் தரவேண்டும் என்றும் அவர் தனக்கு தீட்சை அளிக்க வேண்டும் என்று ஆழமாக மனதுள் தியானித்தபடி அமர்ந்திருந்தார். காற்று மழை வெயில் என எதுவும் அவரை பாதிக்கவில்லை. அவருடைய ஒரே குறிக்கோள் அகத்தியரிடம் தீட்சை பெறுதல். ஒரு கட்டத்தில் அவர் தன்னை மறந்தார். தன் உடலை மறந்தார். அவர் எண்ணம் முழுவதும் அகத்தியர் தரிசனத்தில் குவிந்திருந்தது. தொடர்ந்து நாற்பத்தி எட்டு நாட்கள்

கடுமையான தவ வாழ்க்கையினை மேற்கொண்டார். இத்தகைய கடுமையான தவவாழ்க்கையை மேற்கொள்ளும் வலிமையை போகர் நாகராஜிற்கு கற்பித்திருந்தார்.

நாற்பத்தி எட்டாவது நாள். நாகராஜ் மரணத்தின் விளிம்பில் இருந்தார். ஆனாலும் அவருடைய மனதில் அசைக்க முடியாத நம்பிக்கை மிகுந்திருந்தது. நாகராஜின் நம்பிக்கை அகத்தியரைக் கவர்ந்தது. அவருடைய விடாமுயற்சியும் குருபக்தியும் அகத்திய மாமுனிவரை நெகிழச் செய்தது. நாற்பத்தி எட்டாவது நாள் அகத்தியர் நாகராஜிற்கு தரிசனம் தந்தார். அகத்தியர் நாகராஜிற்கு உணவையும் நீரையும் கொடுத்த தன் வருகையை உணர்த்தினார். பின்னர் நாகராஜிற்கு அவர் விரும்பிய கிரியா குண்டலினிப் பிராணாயாமத்தில் தீட்சை கொடுத்தருளினார். அகத்தியர் நாகராஜிடம் பத்ரிநாத்திற்குச் செல்வாயாக என்று சொல்லி புறப்பட்டுச் சென்றுவிட்டார்.

அகத்திய மாமுனிவர் இட்ட கட்டளையை நிறைவேற்றப் புறப்பட்டுவிட்டார் நாகராஜ். நாகராஜாக இருந்தவர் பத்ரிநாத்திற்குச் சென்று பாபாஜியாக மாறினார். பத்ரிநாத் ஒரு புண்ணிய பூமி. பல சிறப்புகள் வாய்ந்த ஒரு பகுதியாக இது அமைந்துவிட்டது. உலகெங்கிலுமுள்ள சாதுக்களும் யோகிகளும் சித்தர்களும் தங்கள் ஆன்மிக நிலையை உயர்த்திக் கொள்ள தேர்வு செய்யும் ஒரு இடம் பத்ரிநாத் என்றால் அது மிகையாகாது.

நீண்ட பயணம் மேற்கொண்ட நாகராஜ் ஒருநாள் பத்ரிநாத்தை அடைந்தார். காடுகளும் மலைகளும் நதிகளும் அவருடைய மனத்தை அமைதியான சூழ்நிலைக்குக் கொண்டு சென்றன. தனக்குப் பிடித்தமான ஒரு இடத்தை பாபாஜி தேர்வு செய்தார். அந்த இடத்தில் அமர்ந்து தொடர்ந்து தியானப் பயிற்சியை மேற்கொண்டார். குரு போகர், அகத்தியர் ஆகியோரிடத்தில் கற்ற கிரியா யோகத்தை தனிமையான ஒரு இடத்தில் பாபாஜி தொடர்ந்து பதினெட்டு மாதங்கள் மேற்கொண்டார். பதினெட்டு மாத கடுமையான பயிற்சிக்குப் பின்னர் பாபாஜி இறைதரிசனம் பெற்று சொரூப சமாதி அடைந்தார்.

கடுமையான யோகப்பயிற்சிக்குப் பின்னர் பாபாஜியின் உடல் மரணத்திலிருந்து விடுபட்டது. இதன் பின்னர் அவர் முகத்தில் தெய்வீக ஒளி எப்போதும் வீசிக்கொண்டிருந்தது.

அது ஒரு இரவு நேரம். மலைகளால் சூழப்பட்ட அந்த பகுதியில் யாருமே நெருங்க முடியாத ஒரு இடத்தில் பாபாஜி தன் சீடர்களுடன் அமர்ந்திருந்தார். அவர் ஒரு யாகத்தை நடத்த அங்கே வந்திருந்தார்.

பாபாஜி தன் சீடர்கள் சூழ்ந்திருக்க அக்னி கொழுந்து விட்டு எரிந்து கொண்டிருக்க யாகத்தை நடத்திக் கொண்டிருந்தார். ஆன்மிகப் பேரொளி அந்த பகுதியில் பிரகாசித்துக் கொண்டிருந்தது. வேதமந்திரங்கள் முழங்கிக் கொண்டிருந்தன. மந்திர ஒலி அலைகள் அந்த பகுதியை ஒரு புனிதமான இடமாக மாற்ற அற்புதமான சூழல் நிலவிக் கொண்டிருந்தது. அப்போது யாருமே எதிர்பாராத ஒரு விஷயத்தைச் செய்தார் பாபாஜி.

பாபாஜி எரிந்து கொண்டிருந்த ஒரு நெருப்புக் கட்டையை எடுத்தார். தன் அருகில் இருந்த சீடன் ஒருவனின் தோளில் ஒரு தட்டு தட்டினார். இதை எதிர்பாராத அந்த சீடன் வலியால் அலறித் துடித்தான். அங்கிருந்த மற்ற சீடர்கள் பாபாஜியிடம் இதைப் பற்றி விசாரித்தார்கள்.

பாபாஜி அமைதியாக ஒரு பதிலைச் சொன்னார்.

"நம் கண்ணெதிரே இவன் எரிந்து சாம்பலாகப் போவதை நீங்கள் பார்க்க விரும்புகிறீர்களா?"

அனைவரும் அமைதியாகவே இருந்தார்கள்.

அமைதியான அந்த சூழலில் பாபாஜி தன் சீடனின் தோளின் மீது கையை வைத்தபடியே சொன்னார்.

"இவனுடைய முன் ஜென்ம கர்மாவின் படி இவன் எரிந்து சாம்பலாக வேண்டும் என்பது விதி. இவன் மரணத்திலிருந்து விடுவிக்கப்பட்டான்"

பாபாஜி முக்காலமும் உணர்ந்தவர். அவர் எதைச் செய்தாலும் அது அவரை நம்பியவர்களை காக்கும் செயலாகவே இருக்கும் என்பது இந்த நிகழ்ச்சி சொல்லும் பாடம்.

பாபாஜியுடன் சீடர்கள் சிலர் இருந்தனர். அவர்கள் ஒரு குழுவாக ஆன்மிக வாழ்க்கையை மேற்கொண்டிருந்தனர். ஒருசமயம் அவர்கள் இருந்த இடத்திற்கு புதிதாக ஒருவன் வந்து

சேர்ந்தான். பாபாஜியின் இடத்தை அடைவது மிகவும் கடினம். அத்தகைய ஒரு இடத்தைத் தேடிக் கண்டுபிடித்து மிகவும் சிரமப்பட்டு ஒருவன் வந்துவிட்டான்.

அந்த புதியவன் பாபாஜியை சந்தித்துப் பேசினான்.

"நான் நீண்ட காலமாக தேடிக்கொண்டிருக்கும் பாபாஜி தாங்களாகத் தான் இருக்க வேண்டும். இங்கே காணப்படும் செங்குத்தான மலைப்பாறைகளில் நான் பல மாதங்களாக பயணித்து இன்று தங்களை கண்டுவிட்டேன். தாங்கள் தயைகூர்ந்து என்னைத் தங்களின் சீடனாக ஏற்றுக் கொள்ள வேண்டும்"

புதியவன் சொன்னதைக் கேட்ட பாபாஜி அமைதியாக இருந்தார்.

"நீங்கள் என்னை சீடனாக ஏற்றுக் கொள்ளாவிட்டால் அதோ அந்த மலையின் உச்சியிலிருந்து குதித்து எனது உயிரைப் போக்கிக் கொள்ளுவேன்"

இதுவரை அமைதியாக இருந்த பாபாஜி இப்போது அவனிடம் கீழ்கண்டவாறு சொன்னார்.

"தற்போதைய சூழ்நிலையில் உன்னை சீடனாக ஏற்றுக் கொள்ள முடியாது. நீ மலை உச்சியிலிருந்து குதிக்கலாம்"

அவன் பதிலொன்றும் கூறாமல் பாபாஜியின் வார்த்தையை அப்படியே ஏற்று அந்த மலை உச்சியிலிருந்து குதித்துவிட்டான். இதைக் கண்டு பாபாஜியின் சீடர்கள் அதிர்ச்சி அடைந்தார்கள்.

பாபாஜி அவர்களிடம் அவனுடைய உடலைக் கொண்டுவரும்படி உத்தரவு பிறப்பித்தார். சீடர்கள் உடனே சென்று இறந்து போன அந்த மனிதனைக் கொண்டு வந்து பாபாஜியின் முன்னால் வைத்தார்கள்.

இறந்து போன அந்த மனிதனின் உடலில் பாபாஜி தன் கைகளை வைத்தார். இறந்து போனவன் இப்போது கண்விழித்துப் பார்த்தான். உடனே அவன் பாபாஜியின் பாதங்களில் விழுந்து வணங்கினான்.

"கடுமையான தேர்வில் நீ தேறி விட்டாய். இனி மரணம் உன்னைத் தீண்டாது. இப்போது எனது

சீடனாகும் தகுதி பெற்றுவிட்டாய். எங்கள் குழுவில் நீயும் ஒருவனாகிறாய்”

பாபாஜி தன் குழுவினருக்கு அங்கிருந்து புறப்பட வழக்கமாக இடும் ஒரு உத்தரவைக் கொடுத்தார்.

“டேரா டண்டா உடாவோ”

நமது கூடாரத்தையும் தண்டத்தையும் எடுத்துக் கொண்டு புறப்படலாம் என்பதே இதன் பொருள். பாபாஜி ஓரிடத்திலிருந்து புறப்பட வேண்டும் என்று நினைத்து விட்டால் தனது சீடர்களிடம் இவ்வாக்கியத்தைக் கூறும் வழக்கத்தை வைத்திருந்தார். பாபாஜி கையில் மூங்கிலால் ஆன ஒரு தண்டத்தை வைத்திருப்பார். அவர் இவ்வாறு கட்டளையிட்டதும் அந்த குழு பாபாஜியுடன் அங்கிருந்து உடனடியாக மறைந்து விட்டது.

லாஹிரி மகாசயர் என அழைக்கப்பட்ட ஸ்ரீ ஷியாமா சரண் லாஹிரி 30 செப்டம்பர் 1828 அன்று வங்காளத்தில் நடியா மாவட்டத்தில் குர்ணி என்ற கிராமத்தில் பிறந்தவர். இவருடைய தந்தையார் கௌர் மோகன் லாஹிரி. தாயார் முக்தகேஷி தேவி. இவருடைய இளம்வயதிலேயே தாயார் காலமாகிவிட்டார். மேலும் இவருடைய குடும்ப சொத்தானது வெள்ளத்தில் மூழ்கி வீணாகிப் போனது. குடியிருந்த வீடும் மூழ்கிப் போனது. இதன் காரணமாக தந்தையார் லாஹிரியை அழைத்துக் கொண்டு காசியில் குடியேறினார். காசி இப்படித்தான் மகான்களை தன்னை நோக்கி வரவழைக்கிறது.

காசியில் லாஹிரி பலமொழிகளைக் கற்றார். பன்மொழித்திறமையோடு வேதத் திறமையும் அவரிடம் இருந்தது. வேதங்களை ஆழ்ந்து படித்துப் புரிந்து கொண்டார். இளம் வயதிலேயே பலவிதமான யோகப் பயிற்சிகளை மேற்கொண்டார். ஷியாமா சரணின் பதினெட்டாவது வயதில் ஸ்ரீமதி காசிமணி என்ற பெண்ணுடன் 1846 ஆம் ஆண்டில் திருமணம் நடைபெற்றது. திருமணம் நடைபெற்றபோது காசிமணி தேவிக்கு ஒன்பது வயது. இந்த தம்பதியினருக்கு இரண்டு ஆண் குழந்தைகளும் இரண்டு பெண் குழந்தைகளும் பிறந்தார்கள்.

பாபாஜி பல நூற்றாண்டுகளாக உரிய காலத்தில்

ஒவ்வொருவரையாக தனது சீடராய் தேர்வு செய்து கிரியா யோகத்தை பரப்பினார். இப்படித்தான் பத்தொன்பதாம் நூற்றாண்டில் பாபாஜி ஷியாமா சரண் லாஹிரியை தன்னுடைய சீடராய் தேர்வு செய்தார்.

ஷியாமா சரணின் 23வது வயதில் காஜிப்பூரில் அரசாங்க அலுவலகத்தில் குமாஸ்தா வேலை கிடைத்தது. பின்னர் தானாப்பூர் என்ற இடத்தில் கணக்காளராய் பணியாற்றிக் கொண்டிருந்தார். அது 1861 ஆம் வருடம். ஒருநாள் அவரை அலுவலகத்தின் மேலாளர் அழைத்து ஒரு விவரத்தைத் தெரிவித்தார்.

"நமது தலைமை அலுவலகத்திலிருந்து ஒரு தந்தி வந்துள்ளது. ராணிகேத் என்ற இடத்தில் தற்போது அமைக்கப்பட்டிருக்கும் ஒரு முகாமிற்கு நீ மாற்றப்பட்டுள்ளாய்"

ஷியாமா சரண் லாஹிரி இதை ஏற்றுக் கொண்டு ஒரு வேலைக்காரனை அழைத்துக் கொண்டு புறப்பட்டார். ராணிகேத் இமயமலையில் அமைந்துள்ள நந்தாதேவி சிகரத்தின் அடிவாரத்தில் அல்மோரா மாவட்டத்தில் அமைந்துள்ளது. லாஹிரியும் அவருடைய வேலைக்காரனும் குதிரை மற்றும் குதிரை வண்டி என மாறி மாறி பயணித்து சுமார் ஒரு மாத காலப் பயணத்திற்குப் பின் ராணிகேத்தை அடைந்தார்கள்.

ராணிகேத் அற்புதமான சூழலில் அமைந்திருந்தது. மலைகளும் நதிகளும் என பலவிதமான இயற்கை அம்சங்கள் நிறைந்திருந்தன. லாஹிரிக்கு அலுவலகப் பொறுப்புகள் ஏதும் இருக்கவில்லை. அவருடைய மேலதிகாரிகள் அவரை இதுகுறித்து ஏதும் கேட்கவில்லை என்பது ஒரு ஆச்சரியம். எல்லாம் பாபாஜியின் ஏற்பாடு. இதனால் அவர் தன் விருப்பம் போல மலைகளில் சுற்றிக்கொண்டிருந்தார்.

ஒருநாள் லாஹிரி மகாசயர் அந்த பகுதியில் அமைந்த துரோணகிரி மலையில் தன்னையும் அறியாமல் ஏறிக்கொண்டிருந்தார். கடைசியில் நாலாபக்கமும் குன்றுகள் அமைந்த ஒரு சமவெளிப்பகுதியை அடைந்தார். அந்த சமயத்தில் அவரை யாரோ அழைப்பதைப் போல உணர்ந்தார். ஒரு உயரமான பாறை விளிம்பின் மீது ஒரு இளைஞர் நின்று கைநீட்டி லாஹிரியை வரவேற்றார். பார்ப்பதற்கு அந்த இளைஞரும் லாஹிரியைப்

போலவே இருந்தார். அவருடைய கேசம் நீண்டு தாமிர நிறத்தில் இருந்தது.

"லாஹிரி நீ என்னிடம் வந்துவிட்டாய். உன்னை அழைத்தது நான் தான். இந்த குகையில் நீ சிறிது நேரம் இளைப்பாறு"

அந்த குகை மிகவும் சுத்தமாக இருந்தது. அதனுள் கம்பளியும் கமண்டலமும் காணப்பட்டன.

லாஹிரி மகாசயர் அவருடைய முற்பிறவியில் துரோணகிரி மலையில் அமைந்த ஒரு குகையில் பாபாஜியோடு பல வருடங்கள் வாழ்ந்தவர். அப்போது லாஹிரியின் பெயர் கங்காதர். பாபாஜி அவரை இந்த பிறவியிலும் தொடர்ந்து வந்தார். லாஹிரியின் இந்த பிறவியில் அவருக்காக பாபாஜி முப்பது ஆண்டுகளாய் காத்துக் கொண்டிருந்தார். முற்பிறவியில் அவர்கள் பயன்படுத்திய குகை, ஆசனக் கம்பளி மற்றும் பாத்திரம் போன்றவற்றை பத்திரமாகவும் சுத்தமாகவும் பாதுகாத்து வைத்து அவர் வருகைக்காக காத்துக் கொண்டிருந்தார்.

பாபாஜி லாஹிரிக்கு முன்ஜென்மத்தில் அவர் பயன்படுத்திய பொருட்களையெல்லாம் காட்டி அவர் யார் என்பதை உணர்த்த முயன்றார். ஆனால் லாஹரியால் எதையும் உணர முடியவில்லை.

லாஹிரி பாபாஜியிடம் இருட்டுவதற்குள் அலுவலகத்திற்குத் திரும்ப வேண்டும் என்று தெரிவிக்க அப்போது பாபாஜி ஒரு விஷயத்தை லாஹிரியிடம் தெரிவித்தார்.

"அந்த அலுவலகம் உனக்காகத்தான் கொண்டு வரப்பட்டதேயொழிய அலுவலகத்திற்காக நீ இல்லை"

இதன் பொருள் புரியாமல் லாஹிரி தவித்தார்.

"உன்னை இந்த இடத்திற்கு வரவழைக்க உனது மேலதிகாரிக்கு நான் தான் ஆணையிட்டேன். இந்த இடம் உண்மையில் உனக்குப் பரிச்சியமானதாகத் தோன்றவில்லையா?"

"இல்லை" என்பதை லாஹிரி மௌனமாக தெரிவித்தார்.

பாபாஜி நெருங்கி வந்து அவருடைய நெற்றியில் லேசாக ஒரு தட்டு தட்டினார். அப்போது லாஹிரிக்கு தன் பூர்வஜென்ம நினைவுகள் அனைத்தும் ஞாபகத்திற்கு வந்தன. பாபாஜி யார்

என்பதை இப்போது அவரால் உணர்ந்து கொள்ள முடிந்தது. தான் முப்பது ஆண்டுகள் பின்தொடர்ந்து வந்த விஷயத்தையும் பாபாஜி லாஹிரியிடம் கூறினார்.

"உன் வருகைக்காக காத்திருந்து முன்ஜென்மத்தில் நீ வாழ்ந்த இந்த குகையை சுத்தமானதாக வைத்திருக்கிறேன்"

இவ்வாறு கூறிய பாபாஜி லாஹிரியிடம் மற்றொரு விஷயத்தையும் கூறினார்.

"நீ இந்த கிண்ணத்திலுள்ள எண்ணெயைக் குடித்துவிட்டு ஆற்றின் அருகில் படுத்துக் கொள். நீ புனிதமாக்கப்பட வேண்டும்"

பாபாஜியின் கட்டளைக்குக் கீழ்படிந்து அவர் கொடுத்த எண்ணெயைப் பருகினார். பாபாஜி சொன்னபடியே ஆற்றின் கரையில் அன்று படுத்துக் கொண்டார்.

நடுஇரவு நேரத்தில் ஒரு மனிதன் வந்து லாஹிரியை எழுப்பி அவரிடம் புதிய ஆடைகளைக் கொடுத்தான்.

"குருஜி உனக்காகக் காத்திருக்கிறார்"

அந்த மனிதன் லாஹிரியை அழைத்துக் கொண்டு சென்றான். சற்று நேரத்தில் லாஹிரி ஒரு பிரகாசமான வெளிச்சத்தைக் கண்டார்.

லாஹிரி அந்த மனிதனிடம் "சூரியோதயம் நிகழ்ந்துவிட்டதா?" என்று விசாரிக்க அதற்கு அவன் கீழ்கண்டவாறு பதிலுரைத்தான்.

"இல்லை. அந்த வெளிச்சம் பாபாஜியால் உருவாக்கப்பட்ட தங்க மாளிகையிலிருந்து உண்டான வெளிச்சம். முன்னொரு சமயம் நீ அரண்மனையின் அழகை அனுபவிக்க வேண்டும் என்ற உன்னுடைய விருப்பத்தை பாபாஜியிடம் கூறினாய். உனது ஆசையை நிறைவேற்றி உன்னை கர்மவினை பந்தத்திலிருந்து பாபாஜி விடுவிக்கப் போகிறார். அந்த தங்க மாளிகையில்தான் பாபாஜி உனக்கு கிரியா யோகத்தை உபதேசம் செய்யப்போகிறார்"

மிகவும் அற்புதமான ஒரு தங்கமாளிகையை லாஹிரியால் பார்க்க முடிந்தது. விலையுயர்ந்த நவரத்தினக் கற்களால் அந்த தங்கமாளிகை அலங்கரிக்கப்பட்டிருந்தது. அதன் நுழைவாயிலில்

லாஹிரியை வரவேற்க தேவதூதர்களைப் போல பலர் காத்துக் கொண்டிருந்தார்கள்.

“இந்த தங்க அரண்மனை உனக்காகவே பிரத்யோகமாக உருவாக்கப்பட்டுள்ளது. இதை நீ நன்றாக அனுபவிக்க வேண்டும்”

லாஹிரியை அந்த மனிதர் தன்னுடன் அழைத்துக் கொண்டு ஒவ்வொரு இடமாகச்சென்றார். கடைசியாக ஒரு பிரம்மாண்டமான மண்டபத்திற்குள் நுழைந்தார்கள். அங்கே ஒரு தங்க சிம்மாசனம் காணப்பட்டது. அதில் பாபாஜி அமர்ந்து கொண்டிருந்தார். லாஹிரி அவர் பாதங்களில் விழுந்து வணங்கினார்.

“லாஹிரி உனக்கு நல்ல பசி. எனவே நீ உன் கண்களை மூடிக் கொள்”

பாபாஜி இவ்வாறு லாஹிரிக்குக் கட்டளையிட்டார்.

லாஹிரி கண்களை மூடித் திறந்த போது அந்த தங்கமாளிகை மறைந்து விட்டிருந்ததை உணர்ந்தார்.

“எதற்காக படைக்கப்பட்டதோ அதன் நோக்கம் நிறைவேறியதும் அது கலைக்கப்படும்” என்று அந்த மனிதன் முன்பு சொன்னதை லாஹிரி இப்போது உணர்ந்தார்.

பாபாஜி ஒரு மண் பாண்டத்தை எடுத்து லாஹிரியிடம் நீட்டியபடி சொன்னார்.

“இதற்குள் கையை விட்டு உனக்கு விருப்பமான உணவை எடுத்து சாப்பிடு”

லாஹிரி அந்த மண் பாண்டத்திற்குள் கையை நுழைத்தார். அதில் நெய்யால் செய்யப்பட்ட சூடான பூரியும் கறி மற்றும் இனிப்பு வகைகளும் இருந்தன. லாஹிரி அவற்றை எடுத்துச் சாப்பிடச் சாப்பிட அதில் உணவு வகைகள் நிரம்பியபடியே இருந்தன. தான் விரும்பியதைச் சாப்பிட்டு முடித்ததும் தண்ணீரைப் பருக எண்ணினார். பாபாஜி அவருக்கு முன்னால் இருந்த அந்த மண் கலயத்தைக் காட்டினார். அதிலிருந்த உணவு வகைகள் மறைந்து இப்போது அதில் நீர் நிரம்பி இருந்தது.

ஒரு கட்டத்தில் பாபாஜி லாஹிரியின் தலையைத் தொட்டபோது லாஹிரி நிர்விகல்ப சமாதி நிலையை

அடைந்தார். இந்த நிலை சுமார் ஒரு வார காலம் நீடித்தது. எட்டாவது நாள் லாஹிரி பாபாஜியின் பாதங்களில் விழுந்து ஆசிபெற்றார்.

லாஹிரி எப்போதும் பாபாஜியுடனே இருக்க விருப்பம் தெரிவித்தார். ஆனால் பாபாஜியோ லாஹிரியிடம் அவருடைய இருப்பிடத்திற்குத் திரும்பி இல்லற யோகியாய் வாழப் பணித்தார்.

"உன்னை நாடி வருபவர்களுக்கு கிரியா யோகத்தின் மூலம் ஆத்மசாந்தி அளிப்பதற்காக தேர்வு செய்யப்பட்டவன் நீ. யோக சாதனைகள் இல்லறத்தில் உள்ளவர்களுக்கு தடை செய்யப்பட்ட ஒரு விஷயமல்ல என்பதை நீ அனைவருக்கும் புரிய வைக்க வேண்டும். தகுதியான சீடர்களுக்கு மட்டும் நீ கிரியா யோக உபதேசத்தைச் செய்ய அனுமதிக்கப்படுகிறாய்"

லாஹிரி இப்போது பாபாஜியிடம் வேண்டுகோள் ஒன்றை வைத்தார்.

"பாபாஜி. தகுதியான சீடர்களுக்கு மட்டுமின்றி தொடக்க நிலையில் உள்ளவர்களுக்கும் கிரியா யோக தீட்சை வழங்க எனக்கு அனுமதி வேண்டும்"

"ஆம். இறைவனின் விருப்பம் உன்மூலம் வெளியிடப்பட்டுள்ளது. உன்னை பணிவுடன் நாடும் யாவருக்கும் நீ தீட்சை அளிக்கலாம்"

பாபாஜி இவ்வாறு லாஹிரிக்கு உத்தரவு அளித்தார்.

லாஹிரி தயங்கியபடியே இருந்தார்.

"நமக்குள் எப்போதும் பிரிவென்பதே இல்லை. நீ எப்போது என்னை அழைத்தாலும் நான் அப்போதே அங்கே இருப்பேன்"

பாபாஜி லாஹிரியை ஆசிர்வதித்து மறைந்தார்.

இந்த சமயத்தில் லாஹிரியின் அலுவலக ஊழியர்கள் லாஹிரி இமயமலைக் காடுகளில் தொலைந்து போய் விட்டதாக நினைத்து தேடிக் கொண்டிருந்தார்கள். லாஹிரியைக் கண்டதும் சக ஊழியர்கள் அவரை வரவேற்றார்கள். தலைமை அலுவலகத்திலிருந்து லாஹிரி தானாப்பூர் அலுவலகத்திற்கு உடனடியாகத் திரும்ப வேண்டும் என்று ஒரு கடிதம் வந்தது.

மேலும் அதில் ராணிகேத்திற்கு அவர் தவறாக அனுப்பப்பட்டார் எனவும் அவருக்கு பதிலாக வேறொருவர் அனுப்பப்பட்டிருக்க வேண்டும் என்றும் அதில் காணப்பட்டது. எல்லாம் பாபாஜியின் ஏற்பாடு என்பது யாருக்கும் தெரியாது.

லாஹிரி தானாப்பூருக்குத் திரும்பும் வழியில் மொராதாபாத் எனும் இடத்தில் சில வங்காளிகளோடு தங்க நேர்ந்தது. அப்போது ஒருவர் இந்தியாவில் உண்மையான மகான்கள் யாருமில்லை என்ற தொனியில் லாஹிரியிடம் தன்னுடைய மனக்குறையைத் தெரிவித்தார். உடனே லாஹிரி இமயமலையில் பாபாஜியோடு தனக்கு நேர்ந்த அனுபவத்தைக் கூறினார். ஆனால் அங்கிருந்தவர்கள் யாரும் இதை நம்பத்தயாராக இல்லை. அவர்களை நம்ப வைக்க லாஹிரி பாபாஜியை அழைத்து அவர்களுக்குக் காண்பிக்க விரும்பினார்.

“நான் அழைத்தால் என் குரு பாபாஜி இங்கே தோன்றுவார். நீங்கள் அனைவரும் வெளியில் காத்திருங்கள். பிறகு நான் உங்களை அழைக்கிறேன்”

அனைவரையும் வெளியில் அனுப்பிவிட்டு ஒரு இருட்டான அறையில் தியானத்தில் ஆழ்ந்து குருஜியை அழைத்தார். சற்று நேரத்தில் அங்கே ஒளிமயமான வடிவத்தில் பாபாஜி தோன்றினார். ஆனால் அவர் முகத்தில் கோபம் மிகுந்திருந்தது.

“லாஹிரி அற்பமான ஒரு விஷயத்திற்காக என்னை நீ அழைத்திருக்கிறாய். என்னைப் போக விடு”

லாஹிரி அவர் காலடியில் விழுந்தார்.

“குருஜி. எனது தவறை நான் இப்போது உணர்கிறேன். என்னை மன்னியுங்கள். ஆன்மிக விஷயங்களில் குருடாக இருந்த இவர்களின் மனதில் ஒளியையும் நம்பிக்கையும் ஏற்றவே நான் தங்களை அழைத்தேன். இங்கிருந்து எனது நண்பர்களுக்கு அருளாசி வழங்காமல் செல்லாதீர்கள்”

“சரி. உனக்காக நான் சிறிது நேரம் தங்குவேன். இனி நான் எப்போது தேவையோ அப்போதுதான் வருவேன். நீ கூப்பிடும்போதெல்லாம் வரமாட்டேன்”

கதவைத் திறந்தார் லாஹிரி. அங்கே இருந்தவர்கள்

ஒளிமயமான பாபாஜியின் உருவத்தைக் கண்டார்கள். ஆனாலும் அவர்கள் இதை நம்பவில்லை.

பாபாஜி அவர்களை அழைத்து தன் உடல் தசைகளைத் தொட்டுப் பார்க்குமாறு சைகை செய்ய அவர்கள் பிறகு அவரை முழுமையாக நம்பினார்கள். அனைவரும் அவருடைய காலடியில் விழுந்து வணங்கினார்கள். பாபாஜி சிறிது நேரம் உரையாடிக் கொண்டிருந்த பின்னர் ஆசி வழங்கி திடீரென்று மின்னல் போல மறைந்து போனார். அந்த குழுவிலிருந்த மைத்ரா என்பவர் மைத்ரா மகாசயர் என்ற பெரைத் தாங்கி லாஹிரியின் ஆயுட்கால சீடனாக வாழ்ந்தார்.

லாஹிரி தன் சீடர்களோடு காசியில் அமைதியான ஆடம்பரமில்லாத ஒரு வாழ்க்கையை வாழ்ந்தார். தன் வாழ்நாளில் பல்லாயிரக்கணக்கானவர்களுக்கு கிரியா யோகத்தை அறிமுகப்படுத்தி தீட்சை வழங்கினார். ஒரு சமயம் காசிக்கு வர இயலாத நிலையிலிருந்த ஒரு பக்தருக்கு காட்சி மூலம் தீட்சை வழங்கினார் என்பது குறிப்பிடத்தக்கது.

இமயமலையில் பத்ரிநாத் என்ற புனிதமான இடத்தில் பாபாஜியின் ஆசிரமம் அமைந்துள்ளது. இதற்கு “கௌரிசங்கர் பீடம்” என்று பெயர். இந்த ஆசிரமம் ஒரு வித்தியாசமான இடத்தில் வித்தியாசமான அமைப்பில் இயற்கைச் சூழலில் நான்கு பக்கம் செங்குத்தான நெடிய பாறைகள் சூழ அமைந்துள்ளது. இத்தகைய செங்குத்துப் பாறைகளின் அடிவாரத்தில் நிறைய குகைகள் காணப்படுகின்றன. இந்த குகைகளில் பெரிய குகையில் பாபாஜி வசிக்கிறார்.

பாபாஜியின் குகைக்கு எதிர்புறத்தில் இரண்டு நீர்வீழ்ச்சிகள் காணப்படுகின்றன. குகைகளில் வசிக்கும் பாபாஜியின் ஆசிரமவாசிகள் இரண்டு நீர்வீழ்ச்சிகளில் பெரிய நீர்வீழ்ச்சியை குளிப்பதற்கும் மற்றொரு சிறிய நீர்வீழ்ச்சியை குடிக்கவும் பயன்படுத்துவதை வழக்கமாக வைத்திருந்தார்கள். இந்த பகுதி முழுவதுமே இரவு நேரத்திலும் ஒளிமயமாக காட்சி அளிப்பது தனிச்சிறப்பு. வார்த்தைகளால் விவரிக்க முடியாத ஒரு மாபெரும் ஆற்றல் அந்த பகுதி முழுவதும் பரவி காணப்படுகிறது. இத்தகைய விவரிக்கமுடியாத ஆற்றலானது யாரும் அப்பகுதிக்கு சுலபமாக வராமல் செய்து விடுகிறது. சுருங்கச் சொல்ல வேண்டும்

என்றால் பாபாஜியின் அனுமதி இன்றி அந்த இடத்தை யாராலும் நெருங்கவே முடியாது.

பாபாஜி இளஞ்சிவப்பு நிற வேட்டியை அணிவது வழக்கம். அவருடைய சீடர்கள் அனைவரும் வெள்ளை வெளேரென்ற நிறத்தில் உடைகளை அணிந்திருப்பார்கள். அவர்கள் அனைவரும் குகையின் முன்னால் வட்ட வடிவத்தில் அமர்ந்து உணவை சாப்பிடுவார்கள். சீடர்களில் சிலர் நீண்ட தாடி வளர்த்திருந்தார்கள்.

ஆசிரமத்தை நிர்வகிக்கும் பொறுப்பு அன்னையைச் சாரும். அன்னை என்பவர் மாதாஜி நாகலட்சுமி. இவர் பாபாஜியின் தந்தையின் சகோதரரின் மகளாவார். அன்னை எப்போதும் வெள்ளை நிறத்தில் பச்சை நிறக் கரையுடன் கூடிய புடவையை அணிந்திருப்பார். அவர் சற்று உயரமாகவும் சிவந்த நிறத்திலும் ஒல்லியான தேகத்திலும் காணப்படுவார். அன்னையின் முகத்தில் எப்போதும் தெய்வீகக்களை ஒளிவீசிக் கொண்டிருக்கும்.

ஆசிரமத்தை நிர்வகிப்பதை அன்னை தன் முக்கிய பணியாகக் கருதினார். ஆசிரமத்தில் இருப்பவர்களுக்கான சைவ உணவானது இவருடைய மேற்பார்வையில் தயாரிக்கப்பட்டு பரிமாறப்படும். மேலும் அன்னை பாபாஜிக்கு பாதபூஜை செய்வதை வழக்கமாக வைத்திருந்தார். ஒரு வெள்ளித் தட்டில் பாபாஜியின் பாதங்களை வைத்து உரிய பூஜைகளைச் செய்து வந்தார். அன்னை தியானப்பயிற்சியின் போது தியானம் செய்பவர்களின் ஆழ்மனதில் உள்ள தேவையற்ற விஷயங்களை கிரியாயோகத்தின் வாயிலாக சுத்தம் செய்வார்.

ஆசிரமத்தில் தினந்தோறும் யோகப்பயிற்சி, மூச்சுப் பயிற்சி, மந்திரங்களை உச்சரித்தல் போன்ற பலவிதமான பயிற்சிகளைச் செய்யும் வழக்கம் இருந்தது. அதிகாலை அனைவரும் நான்கு மணிக்கே எழுந்து அருவியில் நனைந்து உடலை சுத்தம் செய்த பின்னர் சுமார் ஒரு மணி நேரம் யோகம் மூச்சுப்பயிற்சி தியானப்பயிற்சிகளை மேற்கொள்ளுவார்கள். இவ்வாறாக அந்த ஆசிரமத்தில் ஒரு வரையறுக்கப்பட்ட நடைமுறை மேற்கொள்ளப்பட்டது. சீடர்கள் தங்களுக்கு ஏற்படும் ஆன்மிக சந்தேகங்களை பாபாஜியிடம் கேட்டுத் தெளிவு பெறுவார்கள்.

கருணை மிக்க பாபாஜி கிரியா தியான யோகத்தை தனது சீடர்களுக்கு போதித்தார்.

பாபாஜி அதிகம் பேசமாட்டார். தெய்வீகமும் அமைதியும் அவருடைய முகத்தில் குடிகொண்டிருந்தது. தனது குழுவினருடன் ஒரு இடத்திலிருந்து மற்றொரு இடத்திற்கு நினைத்த கணத்தில் செல்லும் அரிய ஆற்றல் கைவரப் பெற்றிருந்தார் என்பது குறிப்பிடத்தக்கது.

ராம்கோபால் மஜீம்தார் எனும் மகான் தாரகேஷ்வருக்கு அருகில் உள்ள ரன்பாஜ்பூர் என்ற இடத்தைச் சேர்ந்தவர். இவரை "தூக்கமற்ற மகான்" என்று அழைப்பார்கள். இவருக்கு பாபாஜியுடன் ஒரு வித்தியாசமான அனுபவம் ஏற்பட்டது. இத்தகைய அனுபவம் யாருக்குமே ஏற்பட்டிருக்காது என்றே சொல்லலாம். அத்தகைய ஒரு விசித்திரமான அனுபவத்தைப் பெற்றவர் ராம்கோபால் மஜீம்தார்.

ஒருநாள் ராம்கோபால் தங்கள் குழுவினரோடு தியான நிலையில் அமர்ந்திருந்தார். அப்போது குரு லாஹிரி மகாசயர் ராம்கோபாலிடம் ஒரு விஷயத்தைத் தெரிவித்தார். இதை ஒரு கட்டளை என்றே சொல்லலாம்.

"ராம்கோபால். நீ உடனே புறப்பட்டு தசாஸ்வமேத படித்துறைக்குச் செல்"

இதுதான் குரு லாஹிரி மகாசயர் ராம்கோபாலுக்கு இட்ட கட்டளை.

குருவின் கட்டளையினை ஏற்ற ராம்கோபால் உடனே புறப்பட்டு அவர் குறிப்பிட்ட இடத்திற்குச் சென்றார். அது ஒரு இரவு நேரம். நிலவின் ஒளியில் அந்த இடம் பிரகாசமாக காட்சி அளித்தது. ராம்கோபால் ஒரு இடத்தில் அமர்ந்திருந்தார். அவருக்கு அருகில் இருந்த ஒரு கற்பாறையானது மெதுவாக மேலெழும்பியது. அந்த பாறையின் கீழ் ஒரு குகை தென்பட்டது. அந்த பாறை அந்தரத்தில் மிதந்தது. அப்போது அந்த குகைக்குள் இருந்து வெளிப்பட்ட ஒரு இளம்பெண் காற்றில் மிதந்து பின்னர் கீழே இறங்கி நின்றார். சற்று நேரம் பரவச நிலையில் நின்ற பின்னர் பேசத் தொடங்கினார்.

“என் பெயர் மாதாஜி. நான் பாபாஜியின் சகோதரி. நான் பாபாஜியையும் லாஹிரி மகாசயரையும் ஒரு முக்கியமான விஷயத்தைப் பற்றி விவாதிக்க இங்கே வரும்படி கேட்டுக் கொண்டிருக்கிறேன்”

இவ்வாறு சொன்னதும் அந்த பகுதியில் ஒரு விசித்திர ஒளி தென்பட்டது. அந்த ஒளி மெல்ல நெருங்கி வந்தது. மாதாஜியை நெருங்கியதும் அந்த ஒளியானது லாஹரி மகாசயரின் உருவமாக மாறியது. லாஹிரி மகாசயர் மாதாஜியை வணங்கினார். இத்தகைய அரிய காட்சிகளையெல்லாம் பிரமிப்போடு ராம்கோபால் பார்த்துக் கொண்டிருந்த போது மற்றொரு அதிசயம் நிகழ்ந்தது.

வானத்தில் ஒரு மாய ஒளியானது வட்ட வடிவத்தில் திரண்டு வேகமாக கீழே இறங்கி அந்த இடத்திற்கு வந்து ஒரு இளைஞனாக மாற்றமடைந்தது. அவர்தான் மகாஅவதார் பாபாஜி.

லாஹிரி மகாசயர், மாதாஜி, ராம்கோபால் ஆகியோர் பாபாஜியின் காலில் விழுந்து வணங்கினார்கள். பின்னர் பாபாஜி ஒரு தகவலைத் தெரிவித்தார்.

“நான் எனது உருவத்தைத் துறக்க முடிவு செய்துள்ளேன்”

இதுகுறித்து மாதாஜிக்கும் பாபாஜிக்கும் இடையே சிறிது நேரம் உரையாடல் நிகழ்ந்தது. இறுதியில் மாதாஜியின் வேண்டுகோளை ஏற்று தன் ஸ்தூல உடலை துறக்கப் போவதில்லை என்று பாபாஜி தெரிவித்தார். மேலும் அவர் “எனது ஸ்தூல உடல் ஒரு சிலருக்குக் காணக் கிடைக்கும். இறைவன் உன் மூலமாக அவனுடைய விருப்பத்தைத் தெரிவித்துள்ளார்” என்றார்.

இந்த உரையாடலை ராம்கோபால் கேட்டுக் கொண்டு அங்கே ஒரு சாட்சியாக நின்றிருந்தார். பாபாஜி ராம்கோபாலைப் பார்த்தார்.

“நீ பயப்படாதே. இந்த வாக்குறுதி காட்சிகளில் நீ ஒரு சாட்சியாவாய்”

இதன் பின்னர் பாபாஜி மற்றும் லாஹரி மகாசயருடைய உருவங்களும் மேலெழும்பி சற்று நேரத்தில் காற்றில் கரைந்து மறைந்து போயின. மாதாஜியின் உருவம் குகைக்குள் இறங்க அந்த பாறை மீண்டும் குகையை மூடிக்கொண்டது.

ராம்கோபால் அங்கிருந்து புறப்பட்டு லாஹிரி மகாசயரின் இடத்திற்கு வந்து லாஹிரி மகாசயரை சந்தித்தார்.

ராம்கோபால் பாபாஜி மற்றும் மாதாஜியையும் சந்திக்க வேண்டும் என்று பேராவல் கொண்டிருந்தார். அவருடைய ஆவல் இன்று பூர்த்தியாயிற்று. லாஹிரி மகாசயர் ராம்கோபாலிடம் "உன்னுடைய நீண்டநாள் ஆவல் இன்று அதிசயிக்கத்தக்க வகையில் நிறைவேறிற்று" என்று தெரிவித்தார்.

ராம்கோபால் மற்றொரு விஷயத்தை அறிந்து அதிசயித்தார். அவர் தசாஸ்வமேத படித்துறைக்கு புறப்பட்டுச் சென்றது முதல் திரும்பி வரும்வரை லாஹிரி மகாசயர் அங்கேயே இருந்தார் என்று அவருடைய சீடர்கள் ராம்கோபாலிடம் குறிப்பிட்டார்கள். மகான்கள் ஒரே சமயத்தில் இரு வேறு இடங்களில் தங்களை இருக்கச் செய்ய முடியும் என்பதை ராம் கோபால் அனுபவப்பூர்வமாக உணர்ந்து கொண்டார்.

பாபாஜியை மூன்று முறை தரிசிக்கும் பாக்கியம் பெற்றார் ஒருவர். அவர் யுக்தேஸ்வர் கிரி. இவர் லாஹிரி மகாசயரின் சீடராவார். 1855 ஆம் ஆண்டில் அவதரித்த இவர் 1936 ஆம் ஆண்டில் மகாசமாதி நிலையை அடைந்தார். இந்தியாவில் கிரியா யோகத்தை பரப்பிய பெருமை உடையவர். ப்ரியநாத் என்ற இயற்பெயரை உடைய இவர் லாஹிரி மகாசயரிடம் தீட்சை பெற்று சந்நியாசி ஆனார். இதன் பின்னால் இவருடைய பெயர் யுக்தேஸ்வர் கிரி என்றானது. இவருடைய ஆசிரமம் மிக எளிமையானதாக காட்சி தரும். இந்த ஆசிரமத்தில் குரு லாஹிரி மகாசயரின் திருவுருவப் படம் ஒன்று வைக்கப்பட்டிருக்கும். அதற்கு தினமும் மல்லிகை மாலை சூட்டப்படும். யுக்தேஸ்வர் மிக எளிமையான வாழ்க்கை வாழ்ந்த பெருமை உடையவர்.

யுக்தேஸ்வர் கிரிக்கு பாபாஜி முதன்முதலாய் 1894 ஆம் ஆண்டு காட்சி தந்தார். அலகாபாத்தில் நிகழும் புனிதமான கும்பமேளா விழாவிற்கு ஆயிரக்கணக்கில் சந்நியாசிகளும் மகான்களும் வருகை தருவது வழக்கம். யுக்தேஸ்வரும் அந்த ஆண்டு கும்பமேளாவில் கலந்து கொள்ளச் சென்றிருந்தார்.

மகான்களின் கூட்டத்தில் ஒருவராய் மெல்ல முன்னேறிக் கொண்டிருந்த யுக்தேஸ்வரிடம் ஒருவர் வந்தார்.

"அய்யா. உங்களை ஒருவர் அழைக்கிறார்"

"யார் என்னை அழைப்பது?"

இப்படி தன்னை அழைத்த அந்த மனிதரிடம் கேட்டார் யுக்தேஸ்வர்.

"அதோ அந்த மரத்தடியில் அமர்ந்திருக்கிறாரே. அவர்தான் உங்களை அழைக்கிறார்"

அந்த மரத்தடியில் ஒரு மகான் அமர்ந்திருந்தார். அவர் முகத்தில் ஒளி வீசியது.

யுக்தேஸ்வர் தன்னையும் அறியாமல் அந்த மகானை நோக்கிச் சென்றார்.

அந்த மகான்தான் பாபாஜி. ஆனால் அப்போது யுக்தேஸ்வருக்கு அவர் பாபாஜி என்பது தெரியாது.

"வாருங்கள் ஸ்வாமி"

யுக்தேஸ்வரை முதன் முதலாய் இப்படித்தான் பாபாஜி அழைத்தார்.

"நான் ஸ்வாமி அல்ல"

தன்னை அந்த மகான் ஒரு குருநாதராய் தவறாக நினைத்து இப்படி அழைக்கிறார் என்று நினைத்த யுக்தேஸ்வர் இப்படியாக அவருக்கு பதிலுரைத்தார்.

"இல்லை. நான் எதை உணர்கிறேனோ அதையே அறிவிக்கிறேன்"

உடனே யுக்தேஸ்வர் அவருடைய பாதங்களில் விழுந்து நமஸ்கரித்தார். யுக்தேஸ்வர் அறியாமலேயே இதெல்லாம் நடந்தது.

சில நிமிடங்கள் அவருடன் பேசினார் பாபாஜி. கடைசியாக ஒரு விஷயத்தை அவரிடம் தெரிவித்தார்.

"இன்னும் சில காலத்தில் ஒரு சீடனை உன்னிடம் அனுப்பி வைப்பேன். அவர் மூலமாக நீ கிரியா யோகத்தை நீ உலகம் முழுவதும் பரப்ப வேண்டும்"

சரியென்றார் யுக்தேஸ்வர். அந்த சமயத்தில் அவர் பகவத்கீதைக்கு உரை ஒன்றை எழுதிக் கொண்டிருந்தார். பாபாஜி அதைப்பற்றி அவரிடம் குறிப்பிட்டு பாராட்டிப் பேசினார். அப்போது யுக்தேஸ்வர் பாபாஜியிடம் பின்வருமாறு கூறினார்.

"நான் இன்னும் அந்த பணியை முழுமையாகச் செய்து முடிக்கவில்லை"

யுக்தேஸ்வரிடம் மேலும் ஒரு விஷயத்தைத் தெரிவித்தார் பாபாஜி.

"நீ உரையை எழுதி முடித்ததும் உன்னைச் சந்திப்பேன்"

மேலும் லாஹிரியிடம் தெரிவிக்க ஒரு தகவலையும் சொன்னார். யுக்தேஸ்வர் பாபாஜியிடம் விடைபெற்றார். இவை எல்லாமே தன்னிச்சையாகவே நடைபெற்றது.

யுக்தேஸ்வர் லாஹிரியைச் சந்தித்து பாபாஜி கூறிய சங்கேத வார்த்தைகளைத் தெரிவித்தார். லாஹிரி மகாசயர் தன் ஸ்தூல சரீரத்தை விடுக்க வேண்டும் என்பதையே அந்த சங்கேத வார்த்தை உணர்த்தியது. பாபாஜி யுக்தேஸ்வரிடம் தெரிவித்தது போலவே பரமஹம்ச யோகானந்தர் யுக்தேஸ்வரைத் தேடி வந்து அவருடைய சீடரானார்.

இது நடந்து சில காலத்தில் யுக்தேஸ்வர் பகவத்கீதைக்கு முழு உரையையும் எழுதி முடித்தார்.

ஒருநாள் கங்கை நதியில் நீராடித் திரும்பும் சமயத்தில் பாபாஜி ஒரு ஆலமரத்தின் கீழ் தன் சீடர்கள் சூழ அமர்ந்திருப்பதைக் கண்டார்.

யுக்தேஸ்வருக்கு பாபாஜி அளித்த இரண்டாவது தரிசனம் இது.

யுக்தேஸ்வர் அவரை நெருங்கி வணங்கி தன் வீட்டிற்கு வருமாறு அழைப்பு விடுத்தார். பாபாஜி புன்னகைத்தார். உடனே தன் வீட்டிற்குச் சென்று இனிப்புகளைக் கொண்டு வரச் சென்றார். வீட்டிற்குச் சென்று இனிப்புகளுடன் திரும்பிய யுக்தேஸ்வருக்கு யாருமே இல்லாத ஆலமரமே காட்சியளித்தது.

மிகுந்த ஏமாற்றத்திற்கு உள்ளானார் யுக்தேஸ்வர்.

மாதங்கள் பல கடந்தன.

ஒருநாள் யுக்தேஸ்வர் தன் குரு லாஹிரியைக் காண அவர் இருப்பிடத்திற்குச் சென்றார். அப்போது அவர் யுக்தேஸ்வரரிடம் ஒரு கேள்வியைக் கேட்டார்.

"எனது அறை வாசலில் பாபாஜியைப் பார்த்தாயா?"

"இல்லை" என்று பதிலுரைத்தார் யுக்தேஸ்வர்.

லாஹிரி அவரை தன்னருகே அழைத்து நெற்றியில் தனது கையை வைத்து "அதோ பார்" என்றார். லாஹிரி குறிப்பிட்ட அந்த இடத்தில் பாபாஜி நின்று கொண்டிருந்தார்.

யுக்தேஸ்வர் பாபாஜியிடம் அன்று ஆலமரத்தடியில் நிகழ்ந்த ஏமாற்றம் குறித்துப் பேசினார்.

"நான் உன்னைப் பார்ப்பேன் என்று சொன்னேன். அதன்படியே அன்று உன்னை சந்தித்தேன். அவ்வளவுதான்"

யுக்தேஸ்வர் பாபாஜியின் பாதங்களை வணங்கினார்.

இது பாபாஜி யுக்தேஸ்வருக்குத் தந்த மூன்றாவது தரிசனம்.

பாபாஜியைப் பற்றி முதன் முதலில் புத்தகத்தில் பதிவு செய்தவர் பரமஹம்ச யோகானந்தர். இவர் பாபாஜியின் நேரடி சீடரான ஸ்ரீ ஷியாமா சரண் லாஹிரியின் சீடர் யுக்தேஸ்வருடைய சீடர். 1946 ல் வெளியான "ஒரு யோகியின் சுயசரிதம்" என்ற நூலில் பாபாஜியைப் பற்றி எழுதியிருக்கிறார். யோகிகளால் மட்டுமே அறியப்பட்ட பாபாஜியை இதன் பின்னரே வெளியுலகத்தினர் அறிந்தனர்.

பரமஹம்ச யோகானந்தரின் இயற்பெயர் முகுந்தலால் கோஷ். உத்திரப்பிரதேசத்தில் உள்ள கோரக்பூரில் 05.01.1893 அன்று பிறந்தார். தந்தையார் பெயர் பகவதி சரண் கோஷ். தாயார் பெயர் ஞானபிரபா கோஷ். யோகானந்தரின் பெற்றோர் காசியில் வசித்த லாஹிரி மகாசயர் எனும் மகானின் சீடர்களாய் விளங்கினார்கள். மகாசயரின் குரு பாபாஜி ஆவார். மகான் லாஹிரி மகாசயர் கோஷ் தம்பதியினரிடம் அவர்களுக்கு ஞானம் ஒரு பொருந்திய மகன் பிறப்பான் என்பதை சூசகமாக ஒரு சமயம்

தெரிவித்தார். யோகானந்தர் பிறந்த சிறிது காலத்திலேயே லாஹிரி மகாசயர் முக்தி அடைந்தார்.

இந்தியாவின் பழமையான தியான உத்திகளுள் ஒன்றான கிரியா யோகம் எனும் யோகமுறையை உலகம் முழுக்க பரப்பவே யோகானந்தர் இப்பூமியில் அவதரித்தார் என்று ஒரு முறை அவரது ஆன்மிக குரு ஸ்ரீ யுக்தேஸ்வர் கூறியிருக்கிறார். பரமஹம்ச யோகானந்தர் உலகம் முழுக்க கிரியா யோகத்தைப் பரப்ப தொண்ணூறு கிளைகளை அமைத்து சாதனை படைத்தார். பாபாஜியின் விருப்பத்தையும் இவர் நிறைவேற்றினார். 1920 ல் பரமஹம்ச யோகானந்தர் ஒரு சமய சபையில் சொற்பொழிவாற்ற அமெரிக்காவிற்கு அழைக்கப்பட்டிருந்தார். யோகானந்தர் தன் குரு யுக்தேஸ்வரிடம் இதற்கான அனுமதி கேட்டு நின்றார். யுக்தேஸ்வர் யோகானந்தரிடம் "உனக்காக எல்லா கதவுகளும் திறந்திருக்கின்றன" என்று பதிலுரைத்தார்.

கிரியா யோகத்தை உலகம் முழுக்க பரப்புவதற்காக பாபாஜி தேர்வு செய்தது பரமஹம்ச யோகானந்தரைத்தான். இதை பாபாஜியே யுக்தேஸ்வரிடம் கும்பமேளாவில் காட்சி தந்தபோது தெரிவித்திருந்தார்.

ஒருநாள் அதிகாலை தன் இல்லத்தில் பிரார்த்தனையைத் தொடங்கி பல மணி நேரம் ஆழ்ந்த பிரார்த்தனையில் ஈடுபட்டிருந்தார். உச்சிவேளை நேரம். அப்போது அவருடைய வீட்டுக் கதவு தட்டப்படும் சத்தம் கேட்டது.

யோகானந்தர் எழுந்து சென்று கதவைத் திறந்தார். அங்கே ஒரு இளம்துறவி நின்று கொண்டிருந்தார். அவர் வீட்டிற்குள் நுழைந்தார். அந்த இளந்துறவி பார்ப்பதற்கு லாஹிரி மகாசயரின் இளவயது தோற்றத்தில் காட்சியளித்தார். அவர் பாபாஜியாக இருக்க வேண்டும் என்று யோகானந்தர் தீர்மானித்தார்.

"ஆம் நான் பாபாஜிதான்" என்று அந்த துறவி இந்தி மொழியில் பதிலுரைத்தார்.

"இறைவன் உன் பிரார்த்தனையை ஏற்றார். உன்னிடம் இதைத் தெரிவிக்கும்படி எனக்கு அவர் உத்தரவிட்டார்"

சிறிய இடைவெளிக்குப் பின்னர் பாபாஜி யோகானந்தரிடம் ஒரு விஷயத்தைத் தெரிவித்தார்.

"மேல்நாடுகளில் கிரியா யோகத்தைப் பரவச் செய்ய நான் உன்னைத் தேர்ந்தெடுத்திருக்கிறேன். பல ஆண்டுகளுக்கு முன்பே யுக்தேஸ்வரிடம் பயிற்சி பெற உன்னை அனுப்புவதாய் கும்பமேளாவில் சந்தித்தபோது கூறினேன்"

யுக்தேஸ்வரிடம் தன்னை சீடனாகச் சேர்ப்பித்தது பாபாஜியே என்பதை அறிந்து சிலிர்த்தார் யோகானந்தர். உடனே யோகானந்தர் பாபாஜியின் பாதங்களில் விழுந்து வணங்கினார்.

கடவுளை அறிவதற்கு கிரியா யோகம் ஒரு விஞ்ஞான உத்தி என்று தெரிவித்த பாபாஜி கதவை நோக்கிச் செல்லத் தொடங்கினார்.

பாபாஜி யோகானந்தரிடம் ஒரு விஷயத்தைத் தெரிவித்தார்.

"நீ என்னைத் தொடர முயற்சி செய்யாதே. அது உன்னால் முடியாது"

யோகானந்தர் பாபாஜியிடம் "பாபாஜி. போகாதீர்கள். என்னையும் உங்களோடு அழைத்துச் செல்லுங்கள்" என்றார்.

இதற்கு பாபாஜி அவரிடம் "அது இப்போதல்ல இன்னொரு சமயம்" என்று பதிலளித்தார்.

பாபாஜியின் எச்சரிக்கையை மீறி யோகானந்தர் பாபாஜியைத் தொடர முயற்சி செய்தார். ஆனால் அவருடைய கால்கள் அசையாமல் வேரூன்றியிருந்தன. கதவருகில் சென்ற பாபாஜி தன் கையை உயர்த்தி ஆசி கூறி மறைந்தார்.

பாபாஜி மரணமற்ற மகான் ஆவார். பல நூற்றாண்டுகளுக்கு முன்னர் அவதரித்த பாபாஜி தற்போதுவரை பல்வேறு காலகட்டங்களில் பலருக்கும் தீட்சை வழங்கி இருக்கிறார்.

பாபாஜி தமிழகத்தைச் சேர்ந்த யோகி இராமையா என்பவருக்கு தீட்சை வழங்கி இருக்கிறார். பாபாஜி கிரியா யோகத்தை உலகம் முழுக்க பரப்பும் பணியைச் செய்ய யோகி இராமையாவையும் திரு.நீலகண்டனையும் தேர்வு செய்தார். யோகி இராமையா 1923 ல் பிறந்தவர். சென்னை பல்கலைக்கழகத்தில்

பட்டம் பெற்றவர். இவரை எலும்புருக்கி நோய் கடுமையாகத் தாக்கியது. சுமார் ஆறு ஆண்டுகள் சிகிச்சைக்காக செலவழித்தார். இந்த கால கட்டத்தில் ஸ்வாமி பிரசனானந்தா மற்றும் ஸ்வாமி ஓங்காரானந்தா ஆகியோரிடத்தில் தியானத்தைப் பயின்றார். 1952 ஆம் ஆண்டில் ஷீரடி சாயிபாபாவின் சீடரான மௌனசாமி என்பவருடைய தொடர்பு கிடைத்தது. மௌனசாமியை சந்தித்த சில நாட்களிலேயே இராமையாவின் நோய் குணமானது. யோகி இராமையா நோயின் கொடுமை தாளமுடியாமல் அவதிப்பட்டு தற்கொலைக்கு முயன்றார். அப்போது திடீரென்று ஒரு குரல் கேட்டது.

“மகனே. உனது வாழ்கையை என்னிடம் கொடு”

அது பாபாஜியின் குரல் என்பதை புரிந்து கொண்டார் யோகி இராமையா. உடனே பாபாஜியின் கட்டளைப்படி தன்னை அவரிடம் ஒப்படைத்தார். அடுத்த நாள் இராமையாவின் நலிந்து போன கால்கள் குணமடைந்தன. மருத்துவர்கள் இதை ஒரு அதிசயம் என்றார்கள். வெகுசீக்கிரமே இராமையா முற்றிலுமாக குணமடைந்தார். இவருக்கு ஒருநாள் அதிசயமான ஒரு காட்சி கிடைத்தது. பாபாஜி நொண்டி நொண்டி நடப்பதைப் போல ஒரு காட்சியைக் கண்டார். இதைப் பற்றி பாபாஜியிடம் கேட்டார். அதற்கு பாபாஜி கீழ்கண்டவர்று பதிலளித்தார்.

“சீடனாகிய உன்னை குணப்படுத்துவதற்காக உனது நோயை நான் தற்காலிகமாக ஏற்றுக் கொண்டிருக்கறேன்”

யோகி இராமையாவைத் தொடர்ந்து பாபாஜி கிரியா யோகத்தைப் பரப்ப திரு.நீலகண்டன் என்பவரைத் தேர்வு செய்தார். பாபாஜி நீலகண்டனுக்கு முழு உருவ தரிசனம் தந்திருக்கிறார்.

பாபாஜி இந்த உலகில் அவதரித்த நூற்றாண்டிலிருந்து சென்ற நூற்றாண்டு வரை பல சமயங்களில் பலருக்கு தன் உருவத்தை வெளிப்படுத்திக் காட்டியிருக்கிறார். பாபாஜி மரணமற்ற நிலையில் பல நூற்றாண்டுகளாக வாழ்ந்து கொண்டிருக்கிறார் என்று கூறப்படுகிறது.

ஒரு சமயம் லாஹிரி மகாசயர் கும்பமேளா விழாவில் கலந்து கொள்ள அலகாபாத்திற்குச் சென்றிருந்தார். பல்லாயிரக்கணக்கான

துறவிகளும் சாதுக்களும் அந்த விழாவில் கலந்து கொள்ள நாட்டின் பல்வேறு பகுதிகளிலிருந்து கூடுவது வழக்கம். அந்த விழாவில் லாஹிரி ஒரு சாதுவைக் கண்டார். அந்த சாது உடம்பெங்கும் விபூதியை பூசிக்கொண்டு திருவோட்டை கையில் ஏந்திக் கொண்டிருந்தார். அந்த துறவி வெளிவேஷம் போடுபவராய் லாஹிரியின் கண்களுக்குத் தெரிந்தார். இவ்வாறு நினைத்தவாறே லாஹிரி அந்த சாதுவைக் கடந்தார். அக்கணமே சற்று தொலைவில் லாஹிரியின் கண்களில் பாபாஜி தென்பட்டார். பாபாஜி ஒரு சடைமுடி தரித்த துறவியின் முன்னால் மண்டியிட்டு அமர்ந்து வணங்கிக் கொண்டிருக்கும் காட்சியைக் கண்டார்.

உடனே லாஹிரி பாபாஜியை நெருங்கினார்.

"குருஜி. நீங்கள் இங்கே என்ன செய்து கொண்டிருக்கிறீர்கள்?"

"நான் இந்த துறவியின் பாதங்களைக் கழுவிக் கொண்டிருக்கிறேன். இதன் பின்னர் அவருடைய சமையல் பாத்திரங்களை சுத்தப்படுத்தப் போகிறேன்"

பாபாஜி இவ்வாறு சொல்லிவிட்டு புன்னகைத்தார். அந்த புன்னகை மூலம் பாபாஜி லாஹிரியிடம் ஒரு விஷயத்தைத் தெரிவித்தார்.

"அனைத்து மனித உடல் கோயில்களிலும் இறைவன் வசிக்கிறார். இதை உணர்ந்து யாரையும் குறைவாக நினைக்காமல் இருக்க வேண்டும். ஞானிகளுக்கு சேவை செய்வதன் மூலம் இறைவனுக்கு மிகவும் பிரியமான பணிவு என்ற பண்பை கற்றுக் கொள்ளுகிறேன்"

யாரையும் தவறாகக் கருதக் கூடாது என்பதையும் யாரையும் கண்டனம் செய்யக் கூடாது என்பதையும் பணிவின் அவசியத்தையும் பாபாஜி இவ்வாறு லாஹிரிக்கு உணரத்தினார்.

பாபாஜி தன்னுடைய சீடர் ஷியாமா சரண் லாஹிரியின் மீது அதிக பிரியம் வைத்திருந்தார். பாபாஜியை முதன் முதலில் பாபாஜி என்ற பெயரால் அழைத்தவர் லாஹிரி. இதன் பின்னர் அனைவரும் பாபாஜி என்றே அழைக்கத் தொடங்கினார்கள். பாபாஜி அவ்வப்போது அவரைப் பற்றி தன் பிற சீடர்களிடம் புகழ்ந்துரைப்பார். பாபாஜி ஷியாமா சரணை இவ்விதமாக

அனைவரின் முன்னிலையிலும் புகழ்வது சிலருக்குப் பிடிக்கவில்லை.

ஒருநாள் பாபாஜியின் சீடர் ஒருவர் இதைப்பற்றி பாபாஜியிடமே கேட்டுவிட்டார்.

"பாபாஜி. ஷியாமாசரணை நீங்கள் எதற்காக அளவிற்கு அதிகமாக புகழ்ந்து பேசுகிறீர்கள்?"

இதற்கு அவரிடம் பாபாஜி பதில் ஏதும் கூறவில்லை.

சில நாட்கள் சென்றன. ஒருநாள் தன்னிடம் கேள்வி கேட்ட அந்த சீடரை அழைத்தார்.

"நீ ஷியாமாசரணை சந்தித்து அவர் தீட்சை கொடுத்து சேமித்து வைத்துள்ள தட்சிணைப் பணத்தை வாங்கிக் கொண்டு வா"

அந்த சீடரும் உடனே புறப்பட்டுச் சென்று ஷியாமாசரணை சந்தித்தார். அவர் தன் மனதிற்குள் ஷியாமா சரணை சோதித்துப் பார்க்க வேண்டும் என்று தீர்மானித்திருந்தார்.

ஷியாமா சரண் இதைப் புரிந்து கொண்டார். அவருடைய வீட்டுத் திண்ணையில் இருவரும் அமர்ந்தார்கள். பாபாஜி அனுப்பி வைத்த சீடர் ஷியாமாசரணிடம் விவாதம் நடத்தினார். இருவருக்குமிடையே ஆழ்ந்த விவாதம் இரவு முழுவதும் நடைபெற்றது. நேரம் செல்வது தெரியாமல் இருவரும் இரவு முழுவதும் விவாதித்தனர். ஷியாமாசரண் தன்னைத் தேடி வந்தவரிடம் "பொழுதுவிடிந்து விட்டது. கங்கைக்குச் சென்று ஸ்நானம் செய்துவிட்டு வாருங்கள்" என்று தெரிவித்தார்.

இரவு முழுவதும் ஷியாமா சரணுடன் விவாதித்த அந்த சீடர் ஷியாமா சரணின் ஆழ்ந்த ஆன்மிக அறிவைப் புரிந்து கொண்டார். பாபாஜி ஷியாமாசரணிடம் ஏன் இவ்வளவு மரியாதையும் நம்பிக்கையும் வைத்திருக்கிறார் என்பது அந்த சீடருக்கு இப்போது விளங்கியது. பாபாஜியின் செயல் சரியானதுதான் என்று இப்போது அந்த சீடருக்குப் புரிந்தது.

க்ரு என்ற சமஸ்கிருதச் சொல்லுக்கு "செயல்" என்றும் யா என்ற சொல்லுக்கு "விழிப்புணர்வு" என்றும் பொருள். கிரியா

என்பதை சேர்த்துப் பார்த்தால் விழிப்புணர்வோடு செய்யக் கூடிய ஒரு யோகப் பயிற்சி என்று பொருள் கொள்ளலாம். கிரியா யோகமானது முதன் முதலில் ஸ்ரீகிருஷ்ணபரமாத்மாவால் அர்ஜீனனுக்கு உபதேசிக்கப்ட்டது.

கிரியா யோகமானது ஹடயோகம், குண்டலினி யோகம், தியான யோகம், மந்திர யோகம், பக்தி யோகம் ஆகிய ஐந்து பகுதிகளை உள்ளடக்கிய ஒரு யோகப் பயிற்சி. இந்த ஐந்து பகுதிகள் அடங்கிய கிரியா யோகத்தைத் தொடர்ந்து பயிற்சி செய்வதன் மூலம் ஒருவன் இறைவனை விரும்பியபடி உணர முடியும். கிரியா யோகம் உடலையும் மனதையும் கட்டுப்படுத்தும் சக்தியை ஒரு யோகிக்குத் தருகிறது. மாயைகளால் சூழப்பட்ட உலக பந்தங்களிலிருந்து விடுவிக்கிறது. அளவிலாத சக்தியை கிரியா யோகம் அள்ளித்தருகிறது. கிரியா யோகத்தைத் தொடர்ந்து முறைப்படி பழகுவதன் மூலம் உடலையும் மனதையும் புத்துணர்ச்சியோடு வைத்துக் கொள்ள முடியும். முக்கியமாக மரணபயம் மனதிலிருந்து நீங்கும்.

கிரியா யோகத்தை பாபாஜி தன்னுடைய சீடர்களின் மூலம் பரப்ப நினைத்தார். பாபாஜி கிரியா யோகத்தை உலகம் முழுக்க பரப்ப அவ்வப்போது பல சீடர்களைத் தேர்வு செய்தார். அப்படித் தேர்வு செய்யப்பட்ட சீடர்கள் பாபாஜியின் வழிகாட்டுதலின் பேரில் கிரியா யோகத்தைப் பரப்பி வந்தார்கள். ஷியாமா சரண் லாஹிரி, பரமஹம்ச யோகானந்தர் போன்றோர் கிரியா யோகத்தை பல்வேறு இடங்களில் பரவச் செய்தார்கள். சென்ற நூற்றாண்டில் பாபாஜி தேர்வு செய்த சீடர்கள் யோகி இராமையாவும் யோகி நீலகண்டனும் ஆவர். யோகி இராமையாவும் யோகி நீலகண்டனும் இணைந்து பாபாஜி இட்ட பணியினை சிறப்பாகச் செய்தார்கள். யோகி இராமையாவுக்கும் யோகி நீலகண்டனுக்கும் இருபத்தியோரு வயது வித்தியாசம் இருந்தது. ஆனாலும் இருவரும் இணைந்து ஒன்றாக செயல்பட்டு பாபாஜியின் கிரியா யோகத்தை உலகம் முழுக்க சிறப்பாகக் கொண்டு சென்றார்கள்.

பாபாஜியின் வயதை யாராலும் மதிப்பிட முடியாது. அவர் எப்போதும் சிரஞ்சிவியாகவே காட்சி அளிக்கிறார். உறுதியான மெல்லிய தேகம். ஒளிவீசும் கண்கள். தாமிர நிறத்திலான நீண்டு வளர்ந்த தலைமுடி. எப்போதும் ஒரு இளைஞனைப் போலவே

காட்சியளித்தல். இதுவே பாபாஜியின் அடையாளம். அவர் விரும்பினாலொழிய யாராலும் அவருடைய உருவத்தைக் காண இயலாது. பாபாஜி தனது பக்தர்களுக்கு வெவ்வேறு உருவங்களில் அவ்வப்போது மிகஅரிதாக காட்சி அளித்திருக்கிறார். சில சமயங்களில் தாடி மீசையோடும் பல சமயங்களில் அவை இல்லாமலும் காட்சி அளித்திருக்கிறார். அவருக்கு உணவு ஏதும் தேவைப்படவில்லை. மிக அரிதாக உணவு உண்ணுவதை வழக்கமாக வைத்திருந்தார். அவருடைய பக்தர்கள் தரும் எளிய உணவுகளை எப்போதாவது ஏற்றுக் கொள்ளுவார். அவருடைய உருவமானது எவ்வித மாறுதலும் அடையாத நிரந்தரத் தன்மை பெற்றது.

ஆன்மிகத்தின் உச்சமாகக் கருதப்படும் இமயமலைப் பகுதியில் பாபாஜி பலருக்கு காட்சி அளித்திருக்கிறார். பாபாஜியின் குகை துவாராஹாட் என்ற பகுதியில் அமைந்துள்ளது. பாபாஜியின் சீடர்கள் இந்த குகைக்குச் சென்று தரிசிப்பதை தங்கள் இலட்சியமாக வைத்திருக்கிறார்கள். பாபாஜியின் குகையை அவ்வளவு எளிதாக யாரும் சென்றடைய முடியாது. மனதில் உறுதியும் பாபாஜியின் மீது முழு நம்பிக்கையையும் வைப்பவர்கள் மட்டுமே இந்த இடத்தைச் சென்றடைய முடியும். பல நூறாண்டுகளைக் கடந்தும் பாபாஜி இன்னமும் வாழ்ந்து கொண்டிருக்கிறார் என்று கூறப்படுகிறது.

11

ஸ்ரீமத் பாம்பன் குமரகுருதாச சுவாமிகள்

அருணகிரிநாதர் முதல் திருமுருக கிருபானந்த வாரியார் சுவாமிகள் வரை முருகப்பெருமானின் புகழைப் பாடிட அவதரித்த மகான்கள் பலர் உள்ளனர். அப்படிப்பட்ட ஒரு மகான் பாம்பன் ஸ்ரீமத் குமரகுருதாச சுவாமிகள். முருகப்பெருமான் ஒருவரையே தனது முழுமுதற்கடவுளாகக் கொண்டு தவ வாழ்க்கையினை வாழ்ந்தவர் ஸ்ரீமத் பாம்பன் குமரகுருதாச சுவாமிகள். முருகப்பெருமான் மீதானத் தீவிர பக்தியின் காரணமாக "குமரகுருதாச சுவாமிகள்" என்ற பெயரை பெற்றார். அவர் பிறந்து வளர்ந்தப் பாம்பன் என்ற ஊரில் அவரது பக்தர்களால் "பாம்பன் சுவாமிகள்" என அழைக்கப்பட்டார். பாம்பன் சுவாமிகள் இரண்டாவது அருணகிரிநாதர் என்று போற்றப்பட்டார். இவர் ஆறு என்ற எண் மீது அளவிலாத பக்தி வைத்திருந்தார். இதன் காரணமாக இவர் முருகப் பெருமான் மீது 6666 பாடல்களை பாடிய பின்னர் பாடல்களைப் பாடுவதை நிறுத்திக் கொண்டார். இதன் பின்னர் உரை நடையில் பல நூல்களை எழுதி அருளினார்.

இராமேஸ்வரத்தை அடுத்த பாம்பனில் சாத்தப்பப் பிள்ளை செங்கமலம் தம்பதியினருக்கு மகனாகப் பிறந்தார். இவர் பிறந்த ஆண்டு சரிவரத் தெரியவில்லை. 1850 முதல் 1852 ஆம் ஆண்டிற்குள் பிறந்திருக்கலாம் என்று கருதப்படுகிறது. பெற்றோர் சூட்டிய பெயர் அப்பாவு. உள்ளூரில் இருந்த கிருத்துவப் பள்ளியில் தொடக்கக் கல்வியும் முனியாண்டிப் பிள்ளை என்பவரிடத்தில் தமிழும் பயின்றார். பின்னர் வடமொழியும் பயின்றார்.

ஒரு நாள் பள்ளிக்குச் செல்லுகையில் வானில் தங்க நிறத்தில் அரச இலைகள் வரிசையாய் வடக்கு திசை நோக்கிச் செல்லும் அதிசய தெய்வீகக் காட்சி ஒன்றைக் கண்டார். ஒரு நாள் கந்த சஷ்டிக் கவசம் புத்தகம் இவருக்கு கிடைக்க அதை தென்னந்தோப்பு ஒன்றில் அமர்ந்து படித்தார். தாமும் இதுபோல ஒரு நூலைப் பாட வேண்டும் என்ற எண்ணம் அப்போது அவரது மனதுள் தானாகவே உதித்தது. உடனே பனை ஓலையை எடுத்து தம்மிடமிருந்த எழுத்தாணியைக் கொண்டு அருணகிரிநாதருக்கு முதலடி எடுத்துத் தந்தது போல எனக்கும் நீ முதல் அடி எடுத்துத் தரவேண்டும் என்று முருகப்பெருமானை வேண்டினார். உடனே அவர் மனதுள் "கங்கையைச் சடையிற் பரித்து" எனும் வரி முருகப்பெருமானின் அருளால் தோன்றியது.

தினமும் ஒரு பாடல் வீதம் நூறு பாடல்களை எழுதி முடித்தார் பாம்பன் சுவாமிகள். தந்தையின் விருப்பப்படி சுவாமிகள் நெல் வியாபாரம் செய்தார். அங்கே சுவாமிகள் எழுதிய நூலின் மூலப்படி இருந்தது. அங்கு வந்த சேதுமாதவ அய்யர் எனும் இராமேஸ்வரம் கோவில் அர்ச்சகர் அந்த நூலைப்படித்து அதிசயித்தார். பின்னர் சுவாமிகளை விஜயதசமி அன்று கடலில் நீராட வைத்து சூரிய உதய நேரத்தில் அவருக்கு அய்யர் சுப்ரமண்ய சடக்கர மந்திரத்தை உபதேசித்தார். அய்யர் பாம்பன் சுவாமிகளிடம் வடமொழி கற்குமாறு அறிவுறுத்தினார்.

அப்பாவு மதுரை சின்னக்கண்ணுப் பிள்ளை என்பவரின் மகளாகிய காளிமுத்தம்மாள் என்பவரை 1878 ஆம் ஆண்டு இராமநாதபுரத்தில் மணந்தார். இவர்களுக்கு முருகையப்பிள்ளை, சிவஞானாம்பாள், குமரகுருதாசப் பிள்ளை என்ற மூன்று நன்மக்கள் பிறந்தனர்.

ஒருநாள் தென்னந்தோப்பில் நடந்து கொண்டிருந்தபோது சுவாமிகளின் காலில் ஒரு முள் குத்தியது. அதனை காலிலிருந்து எடுத்த சுவாமிகள் சிறுமுள் காலில் குத்தும்போது இவ்வளவு வலிக்கிறதே. உயிர் உடலை விட்டு பிரியும்போது எவ்வளவு வலி ஏற்படும் என்று நினைத்துப் பார்த்தார். அன்றிரவு முருகப்பெருமான் ஒரு தச்சனின் கனவில் தோன்றி பாம்பன் சுவாமிகளுக்கு ஒரு பாதக்குறடை செய்து கொண்டு போய்க் கொடு என்று கட்டளையிட்டார். மறுநாள் அந்த தச்சன் மரத்தினால்

ஆன ஒரு ஜோடி பாதக்குறடுகளை செய்து கொண்டுவந்து பாம்பன் சுவாமிகளிடம் முருகப்பெருமானின் கட்டளையைக் கூறி தந்துவிட்டுச் சென்றார். முருகப்பெருமானின் கருணையை எண்ணி வியப்படைந்தார் பாம்பன் சுவாமிகள்.

பாம்பன் சுவாமிகள் உப்பு புளி மிளகாய் போன்றவற்றை உணவிலிருந்து தவிர்த்து பச்சரிசி மற்றும் பச்சைப்பயிறு கலந்து சமைத்த உணவை மட்டுமே சாப்பிட்டு வந்தார். சண்முகக்கவசம் எனும் நூலை பாம்பன் சுவாமிகள் 1891 ல் பாடினார்.

சுவாமிகள் சதாசர்வ காலமும் முருகப்பெருமானின் மந்திரத்தை உச்சரித்தபடியே இருந்தார். அப்பகுதி மக்கள் அவருடைய தவ வலிமையினை உணர்ந்து அவரை பாம்பன் சுவாமிகள் என்று அழைக்கலாயினர். தங்கள் குழந்தைகள் சுகவீனம் அடைந்தால் அவர்கள் சுவாமிகளிடம் அழைத்து வருவார்கள். அவரும் குழந்தைகளுக்கு சடாக்ஷர மந்திரத்தை ஓதி திருநீறு அளித்து அனுப்பி வைப்பார். குழந்தைகளும் சுகவீனம் நீங்கப் பெறுவார்கள்.

ஒரு சமயம் துறவறம் பூண வேண்டும் என்ற எண்ணம் அவர் மனதில் எழ பழனிக்குச் சென்று துறவறம் மேற்கொள்ள முடிவு செய்து அதற்கு ஆயத்தமாகிக் கொண்டிருந்தார். சுவாமிகளின் வீட்டிற்கருகில் அங்கமுத்துப் பிள்ளை என்பவர் வாழ்ந்து வந்தார். சுவாமிகள் பழனிக்குச் சென்று துறவறம் மேற்கொள்ள இருக்கிறார் என்பதை அவருடைய செய்கைகளால் உணர்ந்து அவரிடம் இது குறித்து விசாரித்தார். “துறவு மேற்கொள்ள வேண்டும் என்ற தங்களின் விருப்பத்திற்கு முருகப்பெருமான் உத்தரவு கிடைத்துவிட்டதா?” என்று வினவ அதற்கு சுவாமிகளும் “ஆம்” என்று கூறினார். எப்போதும் பொய் பேசாத சுவாமிகள் அன்று ஏனோ இப்படி ஒரு பொய்யை உரைத்துவிட்டார். சுவாமிகளின் நேர்மையைப் பற்றி அறிந்த அங்கமுத்துப் பிள்ளை சுவாமி கூறியதை உண்மை என நினைத்து அதுபற்றி மேற்கொண்டு ஏதும் பேசாமல் இருந்து விட்டார். அன்று சுவாமிகள் தியானம் மேற்கொண்டிருந்தார். அப்போது முருகப்பெருமான் சுவாமிகளின் தியானத்தில் மிகுந்த கோபத்துடன் ‘நான் அனுமதி தந்தேன் என்று ஏன் பொய் உரைத்தாய்?’ என்று கேட்டு

மேலும் 'இனி நான் உத்தரவிடும் வரை பழனிக்கு வரவே கூடாது' என்று கூறி மறைந்தார். இதனால் தனது இறுதிக்காலம் வரை பாம்பன் சுவாமிகள் பழனிக்குச் செய்ய இயலாமல் போனது.

துறவறம் மேற்கொள்ள வேண்டும் என்ற எண்ணம் நாளுக்குநாள் சுவாமிகளின் மனதில் எழலாயிற்று. இதற்கிடையில் அவருடைய தந்தை காலமாகி விடவே அவருடைய வியாபாரத்தை கவனிக்கும் பொறுப்பும் இவருக்கு வந்தது. ஆனாலும் அதில் கவனம் செல்லவில்லை. அடிக்கடி திருத்தல யாத்திரை மேற்கொள்ளும் வழக்கத்தைக் கடைபிடித்தார். இப்படியிருக்கையில் 1894 ஆம் ஆண்டில் ஒருநாள் இராமநாதபுரத்திற்கு அருகில் அமைந்த பிரப்பன்வலசை என்ற தலத்தில் ஒரு மயானத்தின் நடுவில் சதுரக்குழி ஒன்றை அமைத்து மேலே குடிசை ஒன்றை அமைத்து அதற்குள் கடும் தவமியற்றினார். தொடர்ந்து முப்பத்தி ஐந்து நாட்கள் மேற்கொண்ட கடுந்தவத்தின் பயனாக முருகப்பெருமான் அவருக்குக் காட்சி தந்து மந்திரம் ஒன்றை உபதேசித்துச் சென்றார். அந்த மந்திரத்தை எப்போதும் உச்சரித்தபடி இருந்தார் சுவாமிகள்.

துறவறம் பூண வேண்டும் என்ற எண்ணம் சுவாமிகளின் மனதில் தீவிரமடைய ஒருநாள் அவர் பாம்பனில் இருந்து இராமேஸ்வரம் சென்று சுவாமி தரிசனம் செய்து அங்கிருந்து மதுரை வழியாக சென்னையைச் சென்றடைந்தார்.

சுவாமிகள் பல திருத்தலங்களை தரிசிக்க வேண்டி தல யாத்திரை மேற்கொண்டு மதுரை, திருவண்ணாமலை, திருக்காளத்தி, திருத்தணி எனும் திருத்தலங்களை தரிசித்து விட்டு காஞ்சிபுரம் வந்தடைந்தார். காஞ்சியில் கோயில்கள் பலவற்றை தரிசித்து பாம்பன் திரும்ப முடிவு செய்தார். அச்சமயத்தில் ஒரு இளைஞர் சுவாமிகளை அணுகி, "இங்கு வந்த காரியம் யாது" என வினவ சுவாமிகள், "ஆலய தரிசனத்துக்காக வந்துள்ளேன்" என்று பதிலுரைத்தார். "குமரகோட்டம் தரிசித்ததுண்டா?" என இளைஞர் கேட்டார். அதற்கு அடிகளார், "அது எங்குள்ளது" என்று கேட்க இளைஞரோ "என் பின்னே வருக" என கூறி அழைத்து சென்றார். குமரகோட்டம் திருக்கோயிலை காண்பித்து விட்டு சட்டென மறைந்து போனார். இது முருகப்பெருமானின்

திருவிளையாடல் என்று உணர்ந்த சுவாமிகள் ஆனந்தக் கண்ணீருடன் முருகப்பெருமானை வழிபட்டு பின்னர் ஊர் திரும்பினார்.

திருவனந்தபுரத்தைச் சேர்ந்த சுப்பிரமணியப்பிள்ளை என்பவரது வேண்டுகோளை ஏற்று பரிபூஜன பஞ்சாமிர்த வண்ணம் எனும் ஒரு நூலைப் பாடினார். பாம்பனில் வசித்து வந்த சேவுகிரிராயர் எனும் ஒருவர் சுவாமிகளை சந்தித்து நாத்திகர்களின் வாதம் ஒன்றை சுவாமிகளிடத்தில் எடுத்துரைத்து விளக்கம் கேட்டார். அதாவது கண்ணால் காண்பதை மட்டுமே ஒப்புக்கொள்ள இயலும் என்றும் கண்ணில் படாத கடவுளை ஒப்புக்கொள்ள மாட்டோம் என்ற நாத்திகர்களின் வாதத்தை எடுத்துரைத்தார். இதற்கு பாம்பன் சுவாமிகள் கீழ் கண்டவாறு பதிலுரைத்தார்.

"காந்தம் இரும்பை இழுக்கிறது. காந்த சக்தி கண்ணுக்கு புலப்படுவதில்லை. இதனால் காந்தத்திற்கு சக்தி இல்லை என்று கூற முடியுமா? காந்த சக்தி போல கடவுள் சக்தி உண்டு. காந்தம் தன் எதிரே வராத இரும்பை இழுப்பதில்லை. அதுபோலவே கடவுள் தம்மை விரும்பி வராத உயிர்களுக்குத் தெரிவதில்லை"

இவ்விளக்கத்தைக் கேட்டு மகிழ்ச்சி அடைந்த சேவுகிரிராயர், சுவாமிகள் பாடிய பரிபூஜன பஞ்சாமிர்த வண்ணம் எனும் நூலை தம்சொந்த செலவில் அச்சிட்டு வெளியிட்டார். இதுமட்டுமின்றி பாம்பன் சுவாமிகளை குமரகுருதாசர் என்ற சிறப்புப்பெயரால் அழைத்தார்.

சென்னையில் இருந்த சமயத்தில் பரிபூரணானந்த போதம், தகராலய ரகசியம், கந்தரொலி அந்தாதி, குகப்பிரம அருட்பத்து முதலான நூல்களை அருளிச்செய்தார். இதன் பின்னர் காசிக்குச் சென்று திரும்பினார்.

பாம்பன் சுவாமிகள் எப்போதும் வெண்மை நிற ஆடையிலேயே காட்சி அளித்து வந்தார். காசிக்குச் சென்றபோது அங்கு நடைபெற்ற ஒரு சம்பவத்தின் காரணமாக காவி ஆடையை அணிய ஆரம்பித்தார். காசி யாத்திரையின் போது அங்கிருந்த ஸ்ரீகுமரகுருபர சுவாமிகளின் திருமடத்திற்குச் சென்றார். அங்கு பாம்பன் சுவாமிகளை வரவேற்று உபசரித்தார்கள். சுவாமிகள்

கங்கையில் குளித்து திருத்தலங்களுக்குச் சென்று தரிசனம் செய்தவாறு இருந்தார்.

ஒருநாள் தன் வழிபாட்டினை முடித்து தன் இருப்பிடத்திற்குத் திரும்பியபோது அங்கு தனது வழக்கமான வெள்ளை ஆடைகள் காணாமல் போயிருந்ததை அறிந்தார். அப்போது மடத்தில் இருந்த காவி உடை உடுத்திய அன்பர் ஒருவர் சுவாமிகளிடம் வந்து அவருக்கு இடுப்பில் ஒரு காவி உடையினையும் தோளில் ஒரு காவி உடையினையும் அணிவித்தார். அந்த அன்பரிடம் சுவாமிகள் இதுகுறித்துக் கேட்ட போது "ஸ்வாமி இது குமரகுருபர ஸ்வாமிகளின் திருமடம். அவர் திருப்பெயர் தாங்கிய தாங்கள் இந்த உடையினை ஏற்றருள வேண்டும்" என்று கூற ஸ்வாமிகளும் அவருடைய சொல் ஸ்ரீகுமரகுருபரருடைய ஆணை என்று நினைத்து மனதுள் வணங்கி அன்று முதல் சமாதி நிலையை அடையும் வரை காவி உடையினையே உடுத்தி வந்தார்.

பாம்பன் சுவாமிகள் தன் வாழ்நாளில் 6666 பாடல்கள், 32 வியாசங்கள், பல உரைநடை நூல்களை எழுதியுள்ளார். அவர் எழுதிய நூல்கள் அனைத்துமே ஆன்மிக சக்தி நிறைந்தவை. அதிலும் குறிப்பாக "சண்முகக்கவசம்", "குமாரஸ்தவம்" முதலான நூல்கள் பெரும் புகழ் பெற்றவை. குழந்தைப் பேறு வாய்க்காதவர்கள் "வேற்குழவி வேட்கை" என்ற நூலினை பாராயணம் செய்து வந்தால் குழந்தைப்பேறு வாய்க்கும். மேலும் "பரிபூஜன பஞ்சாமிர்த வண்ணம்" மற்றும் "பகை கடிதல்" முதலான நூல்களும் சிறப்பு வாய்ந்தவை.

சுவாமிகள் திருவனந்தபுரம் சென்று பத்மநாப சுவாமிகளை தரிசித்தார். அங்கு தங்கி இருபத்தி இரண்டு நாட்களில் யாப்பிலக்கணத்தை முறையாக படித்துக் கற்றார். பின்னர் "பல்சந்தப்பரிமளம்" எனும் நூலை பாடியருளினார். பின்னர் கன்னியாகுமரிக்குச் சென்று அம்மனை தரிசித்து சுசீந்திரம் சென்று இறைவனை தரிசித்தார்.

பாம்பன் சுவாமிகளின் சீடர்களுள் ஒருவரான முத்துகருப்பப்பிள்ளை என்பவரின் வேண்டுகோளை ஏற்று "திருவலங்கல்" திரட்டு எனும் நூலைப்பாடியருளினார். இதன் பின்னர் "திருக்குன்றக்குடி பதிகம்" ஒன்றை பாடினார்.

சிதம்பரம் சென்று நடராஜப்பெருமானை 1896 ல் தரிசித்தார். அங்கே குயவன் பேட்டை எனும் இடத்தில் தங்கியிருந்தார். அப்போது பரிபூரணானந்த போதம் எனும் நூலை இயற்றினார். இதன்பின்னர் தகராலய இரகசியம், கந்தரொலி அந்தாதி, குகப்பிரம அருட்பத்து எனும் நூல்களை இயற்றினார். பின்னர் கும்பகோணம் சென்று மகாமக விழாவை கண்டு களித்து சுவாமிமலை சுவாமிநாதனை தரிசித்தார். பின்னர் குயவன் பேட்டை எனும் ஊரில் தங்கி "திருப்பா" எனும் பெரிய அரியதொரு நூலை இயற்றினார்.

ஷண்முக கவசம் 30 செய்யுள்களைக் கொண்டது. இதற்கு ஒரு சிறப்பு உள்ளது. இக்கவசத்தின் ஒவ்வொரு செய்யுளின் முதல் எழுத்தாக உயிர் எழுத்து (12) மற்றும் மெய் எழுத்து (18) ஐக் கொண்டுள்ளது. ஷண்முக கவசத்தை முழு நம்பிக்கையுடன் பாராயணம் செய்வோர்க்கு அனைத்து சங்கடங்களும் நீங்கி முருகன் அருள் கிடைப்பது உறுதி. ஷண்முக கவசத்தை நாள் தோறும் ஆறு முறை பாராயணம் செய்யவேண்டும். மேலும் இக்கவசத்தை பிழையின்றி உச்சரிக்க வேண்டும்.

பாம்பன் சுவாமிகள் 31 ஜனவரி 1915 அன்று சென்னையில் இராயப்பேட்டையில் "பாலசுப்ரமண்ய பக்த ஜனசபை" என்றொரு ஆன்மிக அமைப்பினை உருவாக்கினார். இச்சபையின் தலையாய நோக்கம் முருக வழிபாடு. இதற்கான வழிமுறைகளை பாம்பன் சுவாமிகள் வகுத்துத் தந்தார். திருமுருக கிருபானந்த வாரியாருக்கு ஆன்மிக குருவாக விளங்கியவர். வாரியார் சுவாமிகள் பாம்பன் சுவாமிகளின் வாழ்க்கை வரலாற்றினை எழுதியுள்ளதும் குறிப்பிடத்தக்கது.

பாம்பன் சுவாமிகள் வெப்புநோய் தாக்கி அவதிப்பட்டார். இதை அகற்றும் பொருட்டு 1918 ல் குமாரஸ்தவம் எனம் நூலைப்பாடினார். உடனே அவரது வெப்பு நோய் அகன்றது.

ஓம் ஷண்முக பதயே நமோ நம

ஓம் ஷண்மத பதயே நமோ நம

ஓம் ஷட்க்ரீவ பதயே நமோ நம

ஓம் ஷட்கிரீட பதயே நமோ நம

ஓம் ஷட்கோண பதயே நமோ நம

ஓம் ஷட்கோச பதயே நமோ நம

ஓம் நவநிதி பதயே நமோ நம

ஓம் சுபநிதி பதயே நமோ நம

சென்னை தம்புச் செட்டித் தெரு மண்ணடி சந்திப்பில் 27 டிசம்பர் 1923 அன்று சென்று கொண்டிருந்த போது அப்பக்கமாக வேகமாக வந்த குதிரை வண்டி மோதிய கீழே தள்ளியதில் வண்டியின் சக்கரம் சுவாமிகளின் இடது கணுக்கால் மீது ஏறியதில் கால் எலும்பு முறிந்தது. அரசுப் பொதுமருத்துவமனையில் மன்றோ வார்டில் சேர்க்கப்பட்டார். வயதின் காரணமாக அறுவை சிகிச்சை செய்ய இயலாத நிலை ஏற்பட்டது. கால் எலும்பை மீண்டும் சேர்ப்பது இயலாத காரியம் என்று மருத்துவர்கள் கூறினார்கள். ஆனால் சுவாமிகள் நம்பிக்கையுடன் முருகப்பெருமானை வழிபட்டவாறே இருந்தார். குணப்படுத்துவது கடினம் என்று மருத்துவர்கள் கூறிய நிலையில் தொடர்ந்து சண்முகக் கவசம் பாடி வந்தார். ஒருநாள் இரவு ஒரு அதிசயம் நிகழ்ந்தது. மேற்கு திசையில் இரண்டு மயில்கள் பறந்து வந்து ஆடும் காட்சி சுவாமிகளுக்குக் காணக் கிடைத்தது. பாம்பன் சுவாமிகள் இக்காட்சியை கண்டு சிரமேல் கைகுவித்து வணங்கினார். பிறிதொருநாள் மருத்துவமனையில் சுவாமிகளின் அருகில் ஒரு குழந்தை படுத்திருப்பதைக் கண்டு முருகா என்று அழைத்தவுடன் அந்த குழந்தை மறைந்துவிட்டது. குழந்தை ரூபத்தில் வந்தது முருகப்பெருமானே என்று உணர்ந்து சண்முகக்கவசத்தைத் துதித்தபடியே இருந்தார். உடனேயே தனது முறிந்த கால் ஒன்று கூடியதையும் உணர்ந்தார். மறுநாள் காலை சுவாமிகளின் காலை பரிசோதித்த மருத்துவர் எக்ஸ்ரே எடுத்துப் பார்த்த போது முறிந்த கால் பகுதி ஒன்று கூடியிருப்பதைக்கண்டு வியந்தார். விஷயம் வெளியே சுவாமிகளை பலர் வந்து வணங்கிச் சென்றனர். சென்னை பொது மருத்துவமனையில் மன்றோ வார்டில் பாம்பன் சுவாமிகளின்திருவுருவப்படம் மாட்டப்பட்டு வழிபடப்படுகிறது. சுவாமிகள் கண்டு களித்த மயில் காட்சியை மயூரவாகன சேவன விழாவாக சுவாமிகள் எண்ணப்படி கொண்டாடப்படுகிறது.

அருணகிரிநாதருக்கு விழா எடுக்க வேண்டும் என்ற எண்ணம் சுவாமிகளின் மனதுள் தோன்றியது. உடனே தனது சீடர்களைக்

கொண்டு அருணகிரிநாதருக்கு குருபூஜை ஒன்றை நடத்தினார். பின்னர் "மஹா தேஜோ மண்டலம்" எனும் ஒரு சபையை சுவாமிகள் நிறுவினார். முருகப்பெருமானை வழிபடுவதே இம்மண்டலத்தாரின் தலையாய நோக்கமாகும்.

தன் வாழ்நாள் முழுவதும் முருகப்பெருமானையே முழுமுதற் கடவுளாய் கருதி வழிபட்டு வந்த பாம்பன் சுவாமிகள் 30 மே, 1929 அன்று காலை 07:15 மணியளவில் சித்தியடைந்தார். பாம்பன் சுவாமிகளின் திருவுடல் அலங்கரிக்கப்பட்டு ஊர்வலமாக கொண்டு செல்லப்பட்டு 31 மே, 1929 அன்று சுவாமிகளின் விருப்பத்தின் பேரில் திருவான்மியூர் கடற்கரைப் பகுதியில் நல்லடக்கம் செய்யப்பட்டது.

சுவாமிகளின் மறைவிற்குப் பின்னர் திருவான்மியூர் பகுதியில் பாம்பன் ஸ்ரீமத் குமரகுருதாச சுவாமிகளின் ஆசிரமம் அமைக்கப்பட்டது. இங்கு சுவாமிகளின் மகாசமாதி அமைந்துள்ளது. இங்கு ஒரு தியானமண்டபமும் அமைக்கப்பட்டுள்ளது.

12

ஸ்ரீ ரமண மகரிஷி

"நான் யார் எனும் ஆன்ம விசாரணை" ரமணர் இந்த உலகிற்கு அளித்துச் சென்ற மிகப்பெரிய தத்துவமாகும்.

மதுரைக்கு அருகிலுள்ள திருச்சுழியில் சுந்தரம் அய்யர் அழகம்மாள் தம்பதியினருக்கு 1879 டிசம்பர் மாதம் 30 ஆம் நாள் திருவாதிரைத் திருநாள் அன்று ஓர் ஆண் குழந்தை பிறந்தது. அக்குழந்தைக்கு வேங்கடராமன் என்று பெயர் சூட்டினார்கள். சுந்தரம் அய்யர் வழக்கறிஞராகப் பணி செய்து வந்தார். அவரது மனைவி அழகம்மாள் மானாமதுரைக்கு அருகில் உள்ள பசலை என்ற கிராமத்தைப் பூர்வீகமாகக் கொண்டவர்.

சுந்தரம் அய்யர் அழகம்மாள் தம்பதியினரின் மூத்தமகன் நாகசாமி. இவர் 1877 ல் பிறந்தவர். இவருக்குப் பின்னர் இரண்டாவது குழந்தையாக வேங்கடராமன் 1879 ல் பிறந்தார். மூன்றாவதாக நாகசுந்தரம் என்ற மூன்றாவது மகனும் நான்காவதாக அலமேலு என்ற மகளும் பிறந்தனர். சுந்தரம் அய்யர் 1892 ல் காலமானார். தன் தந்தையின் சடலத்தைப் பார்த்த வேங்கடராமனுக்கு எந்த உணர்ச்சியும் ஏற்படவில்லை. "அப்பா இதோ படுத்திருக்கிறார்களே" என்று சர்வசாதாரணமாய் வார்த்தைகளை உதிர்த்தார். அப்போது அவருக்கு வயது வெறும் பனிரெண்டு மட்டுமே. அருகில் இருந்த ஒரு முதியவர் "அப்பா உயிரோடு இருந்தால் உன்னுடன் பேசுவாரே. இது உன் அப்பா இல்லை" என்றார். இந்த வார்த்தைகள் வேங்கடராமனின் சிந்தனையைத் தூண்டின. உயிர் என்பது வேறு உடல் என்பது வேறு என்ற விஷயம் அந்த சிறு வயதிலேயே அவருக்குப் புரிந்தது.

தந்தை சுந்தரம் அய்யர் காலமானதால் அவருடைய தம்பிகளுள் ஒருவரான நெல்லையப்பர் தன் அண்ணன் குழந்தைகளுள் கடைக் குழந்தைகளான நாகசுந்தரம் மற்றும் அலமேலுவை அழைத்துக் கொண்டு மானாமதுரை சென்றார். அவர்களுடன் அழகம்மாளும் மானாமதுரை சென்றார். மூத்த குழந்தைகளான நாகசாமியையும் வேங்கடராமனையும் அழைத்துக் கொண்டு சுந்தரம் அய்யரின் மற்றொரு தம்பி நாகசாமி தான் வசிக்கும் மதுரைக்கு அழைத்துச் சென்றார்.

வேங்கடராமன் ஆரம்பக் கல்வியை திருச்சுழியிலும் தொடர்ந்து ஒரு ஆண்டு திண்டுக்கல்லிலும் கற்றார். பின் மதுரையில் ஸ்காட்ஸ் மிடில் ஸ்கூலில் நடுநிலைக் கல்வியையும் பயின்றார்.

வேங்கடராமன் தன் வீட்டில் இருந்தபோது ஒருநாள் சேக்கிழார் அருளிய திருத்தொண்டர் புராணத்தைப் படிக்க நேர்ந்தது. சிவனடியார்களின் துறவும் பக்தியும் உள்ளத்தில் ஆழப் பதிந்தது. அந்த இளமைப் பருவத்தில் பல விஷயங்கள் காதில் விழுந்தாலும் ஒரே ஒரு வார்த்தை தொடர்ந்து காதில் விழுந்து வந்தது. அருணாச்சலம் என்ற வார்த்தை உள்ளத்தினுள் புகுந்து மாற்றத்தை விளைவித்தது. அருணாச்சலம் என்ற வார்த்தையானது அவரை மகிழ்ச்சி வெள்ளத்தில் ஆழ்த்தியது என்றே கூற வேண்டும். அப்பொழுது அவருக்கு வயது பதினாறு இருக்கும். அருணாச்சலம் என்பது எந்த இடம்? அது எங்கே இருக்கிறது என்று கூடத் தெரியாது.

நவம்பர் 1895 ஆம் ஆண்டு உறவினர் ஒருவர் வேங்கடராமன் வீட்டிற்கு வந்தார். அவர் தான் அருணாச்சலத்திலிருந்து வருவதாக பேச்சின் போது தெரிவித்தார். அருணாச்சலம் என்ற பேரைக் கேட்டதும் வேங்கடராமனுக்கு பரவசம் ஏற்பட்டது. சிறுவயது முதலே தன் மனதில் ஒலித்துக் கொண்டிருந்த அருணாச்சலம் என்பது பூமியிலுள்ள ஒரு ஸ்தலம் என்பதை அறிந்து ஆச்சரியம் அடைந்தார். தன் உறவினர் ஒருவர் மூலமாகத்தான் அருணாச்சலம் என்பது திருவண்ணாமலை என்ற ஊர் என்பது வேங்கடராமனுக்குப் புரிந்தது.

திருவண்ணாமலை பற்றிய சிந்தனையில் ஆழ்ந்திருந்த வேங்கடராமன் 1896 ல் அவரது பதினாறாவது வயதில் அவர்

வீட்டின் மாடியில் ஒரு சிறிய அறையில் படுத்துக் கொண்டிருந்தார். திடீரென அவருக்கு ஒரு அதிசய உணர்வு தோன்றியது. மரணத்தை அவர் உணர்ந்தார். இந்த மரண அனுபவம் சுமார் அரைமணி நேரம் ஆக்கிரமித்தது. அதன் பின்னர் மரணத்தைப் பற்றிய பயம் அவர் மனத்திலிருந்து அறவே நீங்கிவிட்டது. மரணத்தை அவர் உணர்ந்த தருணத்தில் இவ்வுடல் என்பது வேறு. நான் என்பது வேறு. நான் அழிவற்றது. உடல் அழியக்கூடியது என்பது புலனாகியது. தனது அனுபவத்தை வேங்கடராமனே விவரிக்கிறார்.

“திடீரென்று ஏற்பட்ட இச்சம்பவம் என்னைத் தீவிர யோசனையில் ஆழ்த்திற்று. சரி. சாவு நெருங்கிவிட்டது. சாவு என்றால் என்ன? எது சாகிறது? இந்த உடல்தானே செத்துப் போகிறது என்று எனக்குள்ளாகவே சொல்லிக் கொண்டு உடனே மரணாநுபவத்தை பாவித்துப் பார்த்தேன். பிணம் போல் விறைக்கும்படி கைகால்களை நீட்டிப் படுத்தேன். சரி. இந்த உடம்பு செத்துவிட்டது என்று உள்ளுக்குள்ளேயே சொல்லிக் கொண்டேன். இதை மயானத்திற்குக் கொண்டு போய் எரித்துவிடுவார்கள். இது சாம்பலாய்ப் போகும். ஆனால் இந்த உடல் முடிவுடன் நானும் இறந்துவிட்டேனா? இந்த உடல்தான் நானா? இந்த உடல் சப்தம் இல்லாமல் சலனமற்றுக் கிடக்கிறது. ஆனால் இந்த உடலுக்குமப்பால் கூட நான் என்ற சொரூபத்தின் சக்தியும் தொனியும் ஒலிக்கிறதே. எனவே நான் தான் ஆத்மா. உடலுக்குள் கட்டுப்படாத ஒரு பொருள் என்ற முடிவிற்கு வந்தேன். இதெல்லாம் வெறும் மனத்தோற்றம் அன்று நிதர்சனமான உண்மை அநுபவம் என்று தெளிவாய் விளங்கிற்று”

இந்த சம்பவத்திற்குப் பிறகு வேங்கடராமனுக்கு விளையாட்டிலும் படிப்பிலும் ஆர்வமே இல்லாமல் போயிற்று. இதைக் கண்ட அவரது தமையனாருக்குக் கோபம் எழுந்தது. நியாயமான கோபம்தானே? அவர் திட்டினார். தன் தம்பியின் எதிர்காலத்தை நினைத்து அவர் கவலையுற்றார். வேங்கடராமனுக்கோ அந்த சமாதி நிலை பிடித்தது. அந்த அனுபவம் இனித்தது. அது தொடர வேண்டும் என்ற சிந்தனையும் அவர் மனதில் தோன்றிக் கொண்டே இருந்தது. அடிக்கடி வேங்கடராமன் கண்களை மூடி தியானிப்பதைக் கண்ட தமையனார் தம்பி தூங்குகிறான் என்று நினைத்துக் கொண்டார். ஒருநாள் கோபத்தில் “இப்படி இருப்பவனுக்கு இங்கு என்ன

வேலை?" என்று திட்டினார். ஆனால் இந்த கோப வார்த்தைகள் வேங்கடராமனுக்கு வேறு விதமாய் மனதில் கேட்டது. "பாச பந்தத்தில் கிடந்து உழலாமல் நிம்மதியை தேடிப்போ" என்பது அவருடைய மனம் அவருக்குக் கட்டளையிட்டது.

ஒருநாள் வேங்கடராமன் தன் அண்ணனுக்கு ஒரு கடிதம் எழுதினார்.

"நான் என் தகப்பனாரைத் தேடிக் கொண்டு அவருடைய உத்தரவின்படி இவ்விடத்தை விட்டுக் கிளம்பிவிட்டேன். இது நல்ல காரியத்தில்தான் பிரவேசித்திருக்கின்றது. ஆகவே இந்த காரியத்திற்கு ஒருவரும் கவலைப்பட வேண்டாம். இதைப் பார்ப்பதற்காகப் பணமும் செலவு செய்ய வேண்டாம்"

தான் தன் தகப்பனைத் தேடிக்கொண்டு புறப்படுவதாகவும் தன்னைத் தேட வேண்டாம் என்றும் பொருள்படும்படியான ஒரு கடிதத்தை எழுதி வைத்துவிட்டு வீட்டை விட்டுப் புறப்பட்டார்.

வழியில் சில இடங்களில் தங்கி தியானித்து கிடைத்த உணவை உண்டு காதுக்கடுக்கனை அடகு வைத்து நான்கு ரூபாயைப் பெற்றுக் கொண்டு வேங்கடராமன் 1896 செப்டம்பர் திங்கள் முதல் தேதியன்று திருவண்ணாமலையை வந்தடைந்தார். திருவண்ணாமலை கோயில் கதவுகள் அவருக்காகவே காத்திருந்தது போல திறந்தே கிடந்தன. நேரே சன்னிதியை அடைந்து அண்ணாமலையின் முன்னால் சென்று மனதார அண்ணாமலையாரை தரிசித்து முடித்து வெளியே வந்தார்.

வெளியே வந்து ஊரின் கீழ்க்கோடியில் இருந்த ஐயன் குளத்தை அடைந்தார். நடந்து வந்தவரை ஒருவர் முடி இறக்க வேண்டுமா? என்று கேட்க அவரும் ஆம் என்று முடிவு செய்து தலை மழித்துக் கொண்டார். பூணூலைத் துறந்தார். கையிலிருந்த சொற்ப பணத்தைத் தூர எறிந்தார். ஆம். இன்று முற்றும் துறந்த ஞானி ஆகிவிட்டார். உடைகளையும் துறந்து கோவணத்தை மட்டுமே அணிந்து கொண்டார்.

கோயிலுக்குள் மண்டபத்தில் அமர்ந்து தியானத்தில் மூழ்கினார். அவ்விடத்தில் சிறுவர்கள் மூலமாக தொந்தரவுகள் எழுந்தன. இதனால் தனிமையை விரும்பி கோயிலுக்கு அருகில் பாதாளலிங்கம் என்றொரு குகைக்குள் சென்று தியானத்தில்

அமர்ந்தார். குகைக்குள் பல ஜந்துக்கள் இருந்தன. ஆனால் தியானத்தில் தன்னை மறந்திருந்த வேங்கடராமனுக்கு எதுவும் தெரியவில்லை. ஒரே இடத்தில் சில மாதங்கள் உட்கார்ந்திருந்ததால் உடலில் ஆங்காங்கே சீழ் பிடித்து இரத்தம் கசியத் தொடங்கியது. ஆனால் அவர் வலியை உணரவில்லை. மகான் சேஷாத்திரி சுவாமிகள் என்பவர் வேங்கடராமனின் மகிமையை உணர்ந்து அவரைப் பற்றி உலகிற்குத் தெரிவித்து அவரை யாரும் தொந்தரவு செய்யாதீர்கள் என்றார்.

நாளடைவில் வேங்கடராமனைப் பற்றி அவ்வூர் மக்களுக்குத் தெரிய வந்தது. மெல்ல மெல்ல அவரை தரிசிக்க சிலர் வரத்தொடங்கினார். இதைத் தொடர்ந்து அவருடைய புகழ் திருவண்ணாமலை முழுவதும் பரவ தொடர்ந்து வெளியூர் மக்களும் இந்த ஞானியைப் பற்றி கேள்விப்பட்டுத் தேடி வந்தனர்.

மே 1898 முதல் தேதியன்று அழகம்மாளின் மைத்துனர் சுப்பையர் காலமாக அந்த ஈமச்சடங்கிற்கு அழகம்மாளும் நெல்லையப்பரும் மதுரைக்குச் சென்றார்கள். அங்கு வந்த இளைஞர் மூலமாக வேங்கடராமன் திருவண்ணாமலையில் இருக்குமிடம் பற்றி அறிந்தனர்.

வேங்கடராமனின் ஆசியைப் பெற மக்கள் கூட்டம் வந்த வண்ணம் இருந்தனர். கூட்டத்தைத் தவிர்த்து இறைவனை நினைத்து தவமியற்றி வாழத் தனிமையானதொரு இடத்தைத் தேடினார். ஆயிரங்கால் மண்டபத்திலே மறைவாக அமைந்திருந்த பாதாளலிங்கம் என்ற இடத்தைத் தேர்வு செய்து அங்கு தன் தவ வாழ்வைத் தொடங்கினார்.

ஈமச்சடங்குகள் முடிந்தவுடன் தாயார் அழகம்மாள் நெல்லையப்பரிடம் திருவண்ணாமலைக்குச் சென்று வேங்கடராமனைஅழைத்து வருமாறு தெரிவித்தார். அழகம்மாளின் வேண்டுகோளை ஏற்று திருவண்ணாமலைக்குச் சென்ற சமயத்தில் வேங்கடராமன் குருமூர்த்தம் எனும் பகுதியில் இருந்து வந்தார். வேங்கடராமனை நெல்லையப்பர் சந்தித்தார். நெல்லையப்பர் தாயார் அழகம்மாளின் விருப்பத்தை எடுத்துரைத்தார். ஆனால் வேங்கடராமன் தான் திருவண்ணாமலையை விட்டு வரமுடியாது என்று தெரிவித்துவிட்டார். தன் மகனின் இந்த பதிலைக் கேட்ட தாய் மிகவும் வருத்தமுற்றார்.

தாயார் அழகம்மாள் 1898 ல் திருவண்ணாமலைக்குச் சென்றார். இரண்டு வருடங்களுக்குப் பின்னர் தன் மகன் வேங்கடராமனைச் சந்தித்தார். தான் அழைத்தால் வேங்கடராமன் தன்னுடன் வந்து விடுவான் என்ற நம்பிக்கை அவருக்கு இருந்தது. ஆனால் அவருடைய எண்ணம் பொய்த்துப் போனது. தன்னால் அருணாச்சலத்தை விட்டு எங்கும் வரமுடியாது என்று கூறினால் தாயார் மனம் சங்கடப்படும் என்று நினைத்துத் தாயாருக்கு பதில் கூறாமல் மௌனம் காத்தார்.

ஒரு கட்டத்தில் சிலர் பச்சையப்பப்பிள்ளை என்பவரை வேங்கடராமனிடம் கேட்கச் சொல்லி வற்புறுத்தினர். அவரும் "ஸ்வாமி. தாங்கள் இதைப் பற்றி ஏதும் போசாமல் போனாலும் பரவாயில்லை. தங்கள் எண்ணத்தை எழுதியாவது தெரியப்படுத்துங்கள்" என்று பேப்பரும் பென்சிலும் கொடுத்தார். வேங்கடராமன் அதில் கீழ்க்கண்டவாறு எழுதினார்.

> "அவரவர் பிராப்தப் பிரகாரம் அதற்கான வன்அங்
> கிருந்தாட்டுவிப்பான் என்றும் நடவாத என் முயற்சிக்கினும்
> நடவாது நடப்பது என் தடை செய்யினும் நில்லாது
> இதுவே திண்ணம் ஆதலின் மௌனமாயிருக்கை நன்று"

வேங்கடராமன் எழுதியதை தாயிடம் கொடுத்தார்கள். இதுவே அவர் உலகுக்குக் கூறிய முதல் உபதேசம் ஆகும். இனி தன் மகனைத் தன்னுடன் அழைத்துச் செல்வது இயலாத காரியம் என்பதை உணர்ந்த தாயார் தம் ஊருக்குப் புறப்பட்டுச் சென்றார்.

ஞானி வேங்கடராமனைத் தேடி பலர் வந்த வண்ணம் இருந்தனர். அவ்வாறு சந்திக்க வந்தவரே கணபதி சாஸ்திரிகள். இவர் சமஸ்கிருதம் மற்றும் சாஸ்திரங்களில் கரை கண்டவர். அவருக்கு ஒரு கட்டத்தில் தான் இன்னும் ஞானத்தை அடையவில்லையோ என்ற எண்ணம் மனதுள் எழுந்தது. உண்மையான ஞானத்தை அடைய வேண்டும் என்ற ஆவல் அவர் மனதில் இருந்தவண்ணம் இருந்தது. பல புண்ணிய ஸ்தலங்களுக்கும் சென்று இறைவனை வழிபட்டு வந்தார். ஒருநாள் திருவண்ணாமலை வந்தடைந்து அங்குள்ள நிருதிலிங்க மண்டபத்தைக் கண்டார். அந்த மண்டபத்தில் தியானத்தை மேற்கொண்டார். தியானித்துக் கொண்டிருந்தபோது "இறைவன்

அழைக்கிறார்" என்ற அசரீரி கேட்டது. கணபதி சாஸ்திரிகள் திடுக்கிட்டு கண் விழித்தார். உடனே புறப்பட்டார். அச்சமயத்தில் வேங்கடராமன் விருபாட்ஷி குகையில் இருந்தார். ஏதோ ஒரு சக்தி கணபதி சாஸ்திரிகளை இழுக்க அவர் அந்த குகையை வந்தடைந்தார். அங்கு இருந்த வேங்கடராமனைக் கண்டார்.

"நான் கற்க வேண்டியவற்றைக் கற்றேன். எல்லாப் புண்ணியத் தலங்களுக்கும் சென்று வந்து விட்டேன். தவ வாழ்க்கை மேற்கொண்டேன். ஆனால் ஞானத்தை அடைய முடியவில்லை. தாங்கள் தான் எனக்கு விளக்க வேண்டும்"

இதைக் கேட்ட வேங்கடராமன் "நான் என்னும் உணர்வு தோன்றும் இடத்தை ஆராய்ந்து அதனைக் கண்டு பிடித்தால் மனம் கட்டுப்படும். மந்திரங்களை ஜெபிக்கும் போதும் அம் மந்திரங்கள் தோன்றும் இடத்தை அறிய வேண்டும். அங்கும் மனம் ஒடுங்கும். அதுவே தவமாகும்"

வேங்கடராமனின் பதில் கணபதி சாஸ்திரிகளுக்கு திருப்தியை அளித்தது. அவர் வேங்கடராமனை பகவான் ஸ்ரீ ரமண மகரிஷி என்று போற்றிப் புகழ்ந்து 18.11.1907 ல் ஒரு ஸ்லோகம் பாடினார். அன்று முதல் வேங்கடராமன் பகவான் ஸ்ரீ ரமண மகரிஷி என்ற பெயரில் அனைவராலும் அழைக்கப்பட்டார்.

ரமண மகரிஷியைத் தேடிப் பலர் வந்து தரிசித்து விட்டுச் சென்றனர். அன்பு கொண்டு அவருக்குப் பணிவிடைகளைச் செய்தனர். அவர்களில் ஒருவர் சிவப்பிரகாசம் பிள்ளை. அவர் ரமணரிடம் தன் சந்தேகங்களை அவ்வப்போது கேட்டுத் தெளிவடைந்தார். இப்படி தன் கேள்விகளுக்கு அவ்வப்போது ரமணர் அளித்த பதில்களைத் தொகுத்து "நானார்?" என்ற தலைப்பில் வெளியிட்டார்.

"நான் நான் என்று சொல்லி நாம் உலகில் வாழ்கிறோம். இந்த நான் என்ற எண்ணம் மற்ற நினைவுகளை அழித்து விடுகிறது. அனைத்துச் செயல்களுக்கும் மனமே ஆதாரமாக விளங்குகிறது. நான் யார் என்ற ஆன்ம விசாரணையின் மூலமே மனத்தின் இயக்கத்தை ஒடுக்க முடியும். ஒருவன் தன்னைப் பற்றி புறத்தோற்றத்தைக் காண கண்ணாடியில் பார்த்து அறிந்து கொள்ளலாம். ஆனால் தான் யார் என்பதை அறிய தனது உண்மை

வடிவை அறிய அன்னமயம், பிராணமயம், மனோமயம், விஞ்ஞானமயம், ஆனந்த மயம் என்ற ஐவகை கோசங்களினிற்று தன்னைப் பிரித்து நீக்கி அறிய வேண்டும்"

அழகம்மையின் மைத்துனர் நெல்லையப்பரும் மங்களம் இருவரும் மறைந்தார்கள். தனக்குத் துணையாயிருந்த இருவரும் மறைந்ததும் அழகம்மை யாருமில்லாமல் வெறுமையாய் உணர்ந்தார். 1916 ல் மீண்டும் திருவண்ணாமலைக்கு வந்து ரமணருடன் தங்க தன் விருப்பத்தைத் தெரிவிக்க ரமணரும் சம்மதித்தார். அழகம்மையை தனது விருப்பாட்ஷி குகையில் தங்க வைத்தார். அழகம்மை அங்கிருந்த அனைவருக்கும் உணவு சமைக்கும் பணியைச் செய்தார்.

ரமணரின் பக்தர் கந்தசாமி என்பவர் ரமணருக்காக ஒரு ஆசிரமம் அமைத்தார். 1916 ல் அந்த ஆசிரமத்திற்கு அனைவரும் சென்று தங்க ஆரம்பித்தார்கள். 1918 ல் ரமணரின் தம்பி நாகசுந்தரம் அந்த ஆசிரமத்திற்கு வந்து தங்கி ரமணரின் பக்தராக மாறினார். நாகசுந்தரத்தை அங்கிருந்தோர் சின்னச்சாமி என்றே அன்புடன் அழைத்தனர்.

அன்னை அழகம்மைக்கு 1920 ஆம் ஆண்டில் உடல்நலம் குன்ற ஆரம்பித்திருந்தது. அவருக்கு மருத்துவம் செய்யப்பட்டது. 1922 ஆம் ஆண்டு மே மாதம் 19ஆம் தேதி அன்னையின் உடல்நிலை மிகவும் ஆபத்தான கட்டத்தை எட்டியது. அன்று இரவு எட்டு மணியளவில் அன்னை அழகம்மாள் இறைவனடி சேர்ந்தார். மலையடிவாரத்திலுள்ள பாலித்தீர்த்தத்தின் அருகில் அவருக்கு சமாதி அமைக்கப்பட்டது. பின்னர் அங்கு மாத்ருபூதேஸ்வரர் ஆலயம் அமைக்கப்பட்டது. பத்தாண்டு காலத்தில் இக்கோயில் முழுமையாக கட்டி முடிக்கப்பட்டது. பின்னர் அங்கு லிங்கம் பிரதிஷ்டை செய்யப்பட்டு மாத்ருபூதேஸ்வரர் ஆலயம் உருவாகி எல்லோராலும் வணங்கப்பட்டு வருகின்றது.

சில காலத்திற்குப் பின்னர் ரமணர் இந்த ஆலயத்திற்கருகில் நிரந்தரமாக தங்க ஆரம்பித்தார். ரமணாஸ்ரமம் ஆரம்பிக்கப்பட்ட புதிதில் அங்கு ஒரு சம்பவம் நடைபெற்றது. ஒருநாள் இரவு சில திருடர்கள் உள்ளே நுழைந்தார்கள். அங்கிருந்தோர் சிலர் திருடர்களைப் பார்த்து விட்டனர். இருதரப்பினருக்கும் சண்டை நடந்தது. ரமணர் அவர்களை சாந்தப்படுத்தினார். அவர்

திருடர்களை நோக்கி "இங்கு நீங்கள் எடுத்துச் செல்ல ஒன்றும் இருக்காது. சமையில் அறைக்குள் இருப்பதை சாப்பிட்டுவிட்டுச் செல்லுங்கள்," என்று அன்பாய் மொழிந்தார்.

ரமணர் மனிதர்கள் மட்டுமல்லாது விலங்குகளிடத்திலும் அதீத அன்பு செலுத்தினார். "அந்த உடல்களுக்குள்ளே எந்த எந்த ஆத்மாக்கள் இருக்கின்றனவோ? பூர்வ கர்மத்தின் எப்பாகத்தை முடிப்பதற்காக இப்படி அவதாரங்கள் எடுத்தன என்று யாருக்குத் தெரியும்?" இப்படியாக அடிக்கடிக் கூறுவார். நாய், பூனை, குரங்கு, பசு முதலான உயிரினங்களை அவை இவை என்று கூறாமல் அவற்றை "பசங்கள்" என்றே அன்பொழுக அழைத்து வந்தார்.

ஒரு முறை ரமணர் உலர்த்தி வைக்கப்பட்டிருந்த ஒரு துண்டை எடுத்த போது துண்டின் ஒரு முனை அங்கிருந்த குருவிக் கூட்டின் மேல் பட்டு அந்தக் கூடு கீழே விழ அதிலிருந்த ஒரு முட்டை லேசாக விரிசல் அடைந்தது. மனம் வாடியவர் அம்முட்டையைக் கையில் எடுத்து அதை மீண்டும் கூட்டினுள் வைத்தார். தாய்க்குருவியின் மனம் வேதனைப்படுமே என்று நினைத்த ரமணர் சில மணிநேரங்கள் கழித்து மீண்டும் அம்முட்டையை எடுத்துப் பார்த்தார். அம்முட்டையில் இருந்த விரிசல் சரியாகி இருந்ததைப் பார்த்து நிம்மதியடைந்தார். ரமணரின் அருள்ஒளிப் பார்வையினால் இந்த அதிசயம் நிகழ்ந்ததாகக் கூறப்படுகிறது.

ரமண மகரிஷியின் ஆசிரமத்தில் லட்சுமி என்றொரு பசுமாடு இருந்தது. ஆறு மாதக் கன்றுக்குட்டியாக அங்கு வந்து சேர்ந்தது. கோசாலையில் இருந்த அத்தனை பசுக்களையும் மதித்துப் பாதுகாத்து வந்தனர். லட்சுமி என்ற இந்தப் பசுவின் மீது ரமணருக்கு அதிக அன்பு உண்டு. லட்சுமி இருபத்தி நான்கு ஆண்டுகள் வரை அந்த ஆசிரம கோசாலையில் வாழ்ந்தது. ஒரு கட்டத்தில் லட்சுமிக்கு உடல் நலம் குன்றியது. இதை அறிந்த ரமணர் அதன் அருகில் அமர்ந்து அதன் தலையைத் தன் மடியில் தூக்கி வைத்துக் கொண்டார். லட்சுமி லட்சுமி எனத் தன்னுடைய திருக்கரத்தினால் அதை அன்புடன் தடவிக் கொடுத்தபடி இருந்தார். 18 ஜீன் 1948 அன்று அதன் உயிர் பிரிந்தது. லட்சுமி ரமண மகரிஷியின் மடியில் உயிர் பிரியும் பாக்கியம் பெற்றிருந்தது. லட்சுமிக்கு முறையாக இறுதிச் சடங்கைச் செய்வித்து அதற்கு

சமாதியமைத்தார். அதன் மேல் லட்சுமியின் விக்கிரகம் ஒன்றும் அமைக்கப்பட்டது.

ரமண மகரிஷியின் இடது கையில் முழங்கைக்கு மேல் ஒரு புண் உண்டானது. மருத்துவர்கள் உரிய மருத்துவத்தை அளித்து அதை சரி செய்ய முயன்றார்கள். ஆனால் புண் மேலும் பெரிதானதே தவிர குணமாகவில்லை. அதைக் குணப்படுத்துவதற்கு மருத்துவர் முயற்சி செய்தார். ஆனால் சிகிச்சை பலனளிக்கவில்லை. மகரிஷி தன் பக்தர்களைச் சந்தித்து வந்தார். மெல்லிய குரலில் பேசி தன்னைக் காண வந்தவர்களுடன் அன்புடன் அளவளாவினார். ஒரு கட்டத்தில் உடல் மெலிந்து நாடி தளர்ந்தது. கண்கள் ஆழ்ந்தன.

1950 ஆம் வருடம் ஏப்ரல் மாதம் 13 ஆம் தேதி எல்லோருக்கும் அருளொளி வழங்கி வந்த அருட்சுடரின் உடல்நிலை மேலும் குன்றியது. 14 ஆம் தேதி இரவு 8.47 மணிக்கு ஸ்ரீ ரமண மகரிஷி இறைவனுடன் இரண்டறக் கலந்தார். அடுத்தநாள் ஏப்ரல் 15 ஆம் தேதி மகரிஷியின் உடலை சமாதி செய்து முறைப்படி பூஜித்தனர். அன்னையின் ஆலயத்திற்கு அடுத்து அதன் இடப்புறத்திலேயே பகவானின் திருமேனி சமாதி செய்யப்பட்ட இடத்தில் ஸ்ரீ ரமணேச்வர மஹாலிங்கம் ஸ்தாபிக்கப்பட்டது.

ரமணர் அருளிய "நான் யார்?" எனும் தத்துவ உபதேசம் மிகவும் புகழ் பெற்றது. ரமண மகரிஷி அருணாசல ஸ்துதி, பஞ்சகம், உபதேச உந்தியார், உள்ளது நாற்பது முதலான நூல்களை இயற்றியுள்ளார். பால் பிரண்ட்டன் என்ற வெளிநாட்டவர் எழுதிய "எ ஸெர்ச் இன் சீக்ரெட் இந்தியா" (A Search in Secret India) என்ற மகரிஷியைப் பற்றிய நூலே வெளிநாட்டவர் முதன்முதலில் மகரிஷியின் மகிமைகளைப் பற்றி அறிந்து கொள்ள உதவிய நூலாகும்.

பகவான் ஸ்ரீ ரமண மகரிஷியின் உபதேசங்கள் சிலவற்றைப் பார்ப்போம்.

ரமண மகரிஷி சொல்லிச் சென்றவற்றில் முக்கியமானவை இரண்டு தத்துவங்கள்.

உன்னை விசாரித்தறி. அதாவது நான் யார் என்று விசாரித்தறியும் ஆன்ம விசாரணை.

மற்றொன்று ஆன்ம சமர்ப்பணம். அதாவது இறைவனிடம் தன்னை முழுதுமாக ஒப்படைத்தல்.

நான் செய்கிறேன் என்ற எண்ணம் ஒழிந்து எல்லாம் இறைவனால் செய்யப்படுகின்றன என்ற எண்ணம் மேலோங்கி நிற்க வேண்டும்.

மனிதனுக்கு நான் என்ற எண்ணம் அகங்காரத்தை விளைவிக்கிறது. இந்த நான் எனும் எண்ணத்தைப் போக்கினால் அனைத்தும் சரியாகிவிடும்.

நம்மை நாம் தெரிந்து கொள்ளாவிட்டால் வெளி உலகத்தை தெரிந்து கொள்ள முடியாது. நம்மை நாம் தெரிந்து கொண்ட பின்னர் வெளி உலகத்தில் தெரிந்து கொள்ள வேறு ஒன்றும் இருக்காது.

13

ராமலிங்க அடிகளார்

“கடவுளை பல வடிவங்களில் வழிபடுவதை தவிர்த்து கடவுள் ஒருவரே என நினைத்து ஒளிவடிவமாய் வழிபடுங்கள். கடவுள் பெயரால் நமக்குள் சண்டையிட்டுக் கொள்வது இறைநெறிக்கு மாறானது. கடவுள் என்பவர் அன்பு மயமானவர். அருள் வடிவான அன்பே கடவுள்”

இந்த தத்துவத்தை நமக்கு பத்தொன்பதாம் நூற்றாண்டில் போதித்தவர் வள்ளலார் என அழைக்கப்பட்ட இராமலிங்க அடிகளார். “பசித்திரு தனித்திரு விழித்திரு” எனும் அரிய தத்துவத்தை இந்த உலகிற்குத் தந்தவர் வள்ளலார்.

அருட்பெருஞ்சோதி அருட்பெருஞ்சோதி

தனிப்பெருங்கருணை அருட்பெருஞ்சோதி

இதுவே வள்ளலாரின் மந்திரோபதேசமாகும். சன்மார்க்க சங்கம், சத்திய தருமசாலை, சத்திய ஞானசபை எனும் மூன்று அமைப்புகளை நிறுவி சமூக ஆன்மிகப் பணியைச் செய்தவர் வள்ளலார்.

சிதம்பரத்திலிருந்து வடமேற்கில் பதினைந்து கிலோமீட்டர் தொலைவில் அமைந்த ஒரு கிராமம் மருதூர். இங்கு இராமையயாப்பிள்ளை சின்னம்மை தம்பதியினர் வாழ்ந்து வந்தனர். இராமையாப்பிள்ளை அந்த ஊரில் கணக்குப்பிள்ளையாகவும் தமிழாசிரியராகவும் பணியாற்றி தன் குடும்பத்தைக் காப்பாற்றி வந்தார். தாயார் சின்னம்மை திருவள்ளூர் மாவட்டத்தில் பொன்னேரிக்கு அருகில் அமைந்த சின்னகாவனம் என்ற கிராமத்தைப் பூர்வீகமாகக் கொண்டவர்.

இராமைய்யாப்பிள்ளையின் ஐந்து மனைவிகளும் ஒருவர்பின் ஒருவராய் இறக்கவும் ஆறாவதாய் மனைவியானவர் சின்னம்மை. இத்தம்பதியினருக்கு சபாபதி, பரசுராமன் என்ற இரண்டு மகன்களும் உண்ணாமுலை, சுந்தரம் என்ற இரண்டு பெண்களும் பிறந்தனர். அடுத்துத் தோன்றியவர் இராமலிங்கம்.

ஒரு நாள் பகல் வேளையில் சிவயோகி ஒருவர் இராமையாப்பிள்ளை வீட்டிற்கு வந்தார். அப்போது இராமையாப்பிள்ளை வீட்டில் இல்லை. சின்னம்மை வெளியில் வந்து அவரை வரவேற்று வீட்டிற்குள் அழைத்து அவருக்கு உணவளித்தாள். சிவயோகி மனம் மகிழ்ந்து சின்னம்மைக்கு அருளாசி வழங்கி திருநீறு அளித்து அதில் சிறிதளவை சாப்பிட்டு பின்னர் நெற்றியில் இட்டுக்கொள்ளச் சொன்னார். சின்னம்மையும் அவ்வாறே செய்தார். இராமையாப்பிள்ளைக்கும் சின்னம்மைக்கும் ஒரு மகன் பிறப்பான் என்றும் அவன் தெய்வீகத் தன்மையோடு விளங்குவான் என்றும் அந்த சிவயோகி அருள்வாக்கு சொல்லி விட்டுச் சென்றார்.

சிவயோகியார் சொன்னது போலவே 05 அக்டோபர் 1823 அன்று சின்னம்மைக்கு ஒரு ஆண்குழந்தை பிறந்தது. அந்த குழந்தைக்கு இராமலிங்கம் என்று பெயரிட்டு அனைவரும் வாழ்த்தினர். இராமலிங்கம் பிறந்து ஐந்து மாதக்குழந்தையாக இருந்தபோது அவரது பெற்றோர்கள் குழந்தை இராமலிங்கத்தை அழைத்துக்கொண்டு சிதம்பரம் நடராஜப்பெருமானை தரிசிக்கச் சென்றனர். தீட்சிதர் நடராஜ பெருமானுக்கு தீபாராதனை செய்து சிதம்பர இரகசியத்தை திரை விலக்கிக் காட்டினார்.

இராமலிங்கம் ஆறு மாதக் குழந்தையாக இருந்த போது தந்தை இராமையாப்பிள்ளை காலமானார். குடும்பம் வறுமையில் வாடியது. குடும்பப் பொறுப்பு முழுவதும் மூத்தமகன் சபாபதியிடம் வந்தது. சின்னம்மை தன் குழந்தைகளை அழைத்துக் கொண்டு தான் பிறந்த ஊரான பொன்னேரிக்குச் சென்றார். வருவாய்க்கு வழியில்லை. எனவே அவர்கள் 1824 ஆம் ஆண்டில் சென்னைக்கு குடிபெயர்ந்தார்கள்.

சென்னையில் ஏழுகிணறு பகுதியில் வீராசாமிப்பிள்ளைத் தெருவில் 39 ஆம் எண் கொண்ட வீட்டில் குடிபுகுந்தார்கள். இராமலிங்கத்திற்கு ஐந்து வயதான போது அவருடைய

தமையனார் சபாபதிப்பிள்ளை தாமே கல்வி புகட்டினார். ஆனால் இராமலிங்கமோ கல்வியில் ஆர்வம் காட்டவில்லை. இது சபாபதிக்கு வருத்தத்தைத் தோற்றுவித்தது. சென்னையில் கந்தசாமி கோயிலுக்குச் சென்று வருவதிலேயே ஆர்வம் காட்டினார்.

தமையனார் சபாபதி நன்றாக பயின்று தமிழில் புலமை பெற்றவர். வருமானத்திற்காக புராணச் சொற்பொழிவுகளைச் செய்ய ஆரம்பித்தார். இதில் அவர் குடும்பத்தை நடத்திச் செல்ல போதிய வருவாய் கிடைத்தது. சென்னையில் பெரியபுராண பிரசங்கம் செய்து சபாபதி பெரும் பெயரையும் புகழையும் ஈட்டினார்.

ஒரு கண்டிப்பான நல்ல ஆசிரியரிடம் சேர்ப்பித்தால் தன் தம்பி ஆர்வத்துடன் கல்வி பயில்வான் என்று நினைத்த தமையனார் தனது ஆசிரியரான மகாவித்துவான் காஞ்சிபுரம் சபாபதி முதலியாரிடம் சேர்த்துவிட முடிவு செய்தார். அவர் சென்னையில் அப்போது வசித்துக் கொண்டிருந்தார்.

தன் குருவான காஞ்சிபுரம் சபாபதி முதலியாரிடம் இராமலிங்கத்தை தமிழ் கற்கச் சேர்த்தார். ஆனால் இராமலிங்கமோ கல்வி கற்கச் செல்வதாய் சொல்லிவிட்டு கந்தசாமிக் கோவிலுக்குச் செல்ல ஆரம்பித்தார். முருகப்பெருமான் இராமலிங்கத்தை பெரிதும் கவர்ந்தார். கந்தசாமி கோவிலுக்குள் இராமலிங்கம் நீண்ட நேரம் மெய்மறந்து தியான நிலையில் நிற்பார்.

ஒருநாள் இராமலிங்கத்துடன் படித்த மாணவர்கள் சிலர் சபாபதி முதலியாரிடம் சென்று இராமலிங்கம் கந்தசாமி கோவிலுக்குள் செல்வதாகவும் அங்கு அவன் பாடுவதாகவும் சொன்னார்கள். இராமலிங்கம் என்ன பாடுகிறான் என்பதை அறிய விரும்பிய மகாவித்துவான் சபாபதி முதலியார் ஒருநாள் அவனைப் பின் தொடர்ந்து கோவிலுக்குள் சென்றார். இராமலிங்கம் பாடிய பக்திப்பாடல்களைக் கேட்ட சபாபதி முதலியார் மெய்மறந்து நின்றார். இராமலிங்கம் தனது முழு நேரத்தையும் கந்தசாமிக் கோவிலில் பாடியபடி செலவிட்டார்.

தம்பி இராமலிங்கத்தின் வாழ்க்கை வீணாகிவிட்டதே என்று வருத்தமுற்ற சபாபதி தன் மனைவியை அழைத்து இனி இராமலிங்கத்திற்கு உணவு தரக்கூடாது என்று கடுமையான

உத்தரவை இட்டு விட்டார். ஆனால் இராமலிங்கத்தின் மீது இருந்த பாசத்தின் காரணமாக தனது கணவருக்குத் தெரியாமல் அவள் இராமலிங்கத்திற்கு உணவளித்து வந்தார். மேலும் தமையனாரின் விருப்பப்படி கல்வி பயிலும்படி கேட்டுக் கொண்டார். இராமலிங்கமும் இனி தான் கல்வி பயிலுவதாகவும் தனக்கு மாடியில் ஒரு அறையை ஒதுக்கித்தர வேண்டுமென்று அண்ணியாரிடம் கேட்டார். அண்ணன் சபாபதி தனது வீட்டில் மாடியில் ஒரு தனி அறையை ஒதுக்கி அதில் இராமலிங்கத்தை வசிக்கச் சொல்லி விட்டார். இராமலிங்கம் பெரும்பாலும் அந்த அறையை விட்டு வெளியே வருவதேயில்லை. அதற்குள் ஒரு சுவற்றில் சாய்த்தவாறு ஒரு நிலைக் கண்ணாடியை வைத்தார். அதன் எதிரில் ஒரு தீபத்தை ஏற்றினார். முன்னால் அமர்ந்து கொண்டு கண்ணாடிக்குள் பிரதிபலித்த தீபத்தில் மனதை ஒருமுகப்படுத்தி தியானத்தில் அமர்ந்தார்.

ஒன்பதாவது வயதிலேயே இராமலிங்கத்திற்கு கவிபாடும் ஆற்றல் இருந்தது. அடிகளார் முதன்முதலில் பாடிய பாமாலை "தெய்வமணிமாலை". சென்னை கந்தகோட்டத்து கந்தசுவாமியைப் பற்றிய முப்பத்தியோரு பாடல்களின் தொகுப்பே இந்த நூல். கீழே உள்ள பாடல் அவர் தமது ஒன்பதாவது வயதில் எழுதி இன்றுவரை மிகவும் விரும்பி பாடப்பட்டு வருகிறது.

ஒருமையுடன் நினதுதிரு மலரடி நினைக்கின்ற
உத்தமர்தம் உறவு வேண்டும்
உள்ஒன்று வைத்துப் புறம்மொன்று பேசுவார்
உறவுகல வாமை வேண்டும்
பெருமைபெறு நினதுபுகழ் பேசவேண் டும்பொய்மை
பேசா திருக்க வேண்டும்

பெருநெறி பிடித்தொழுக வேண்டும்மத மானபேய்
பிடியா திருக்க வேண்டும்
மருவுபெண் ஆசையை மறக்க வேண்டும் உனை
மறவாதிருக்க வேண்டும்
மதிவேண்டும்நின் கருணை நிதிவேண்டும் நோயற்ற
வாழ்வில்நான் வாழவேண்டும்

சென்னை முத்தியால்பேட்டையில் சோமு செட்டியார் என்பவர் வசித்து வந்தார். அவரது இல்லத்தில் ஒவ்வொரு வாரமும் புராணச் சொற்பொழிவுகள் நடத்தப்படுவது வழக்கம். அதை நடத்தியவர் சபாபதி. அவருடன் ஒரு அம்மையார் புராண கையேட்டினை வாசிக்க வருவது வழக்கம். அன்று அந்த அம்மையாருக்கு உடல்நிலை சரியில்லாத காரணத்தால் வர இயலவில்லை. சபாபதி தன் தம்பி இராமலிங்கத்தை உடன் அழைத்துச் சென்றார். இராமலிங்கம் கையேட்டினை வாசித்து புராணப்பாடலைப் பாட சபையோர் மெய்மறந்தனர். அன்று முதல் இராமலிங்கமே இந்த பணியைச் செய்ய வேண்டும் என்று சபையோர் கேட்டுக் கொண்டனர்.

இதுநடந்து சிலநாட்களில் சபாபதிக்கு உடல் நிலை சரியில்லாமல் போனது. அன்று சபாபதி திருஞானசம்பந்தர் புராணத்தைச் சொற்பொழிவாக நடத்த வேண்டும். தன் உடல்நிலையைப் பற்றி சோமு செட்டியாருக்கு தெரிவித்துவிட்டு வரச்சொல்லி இராமலிங்கத்தை அனுப்பினார் சபாபதி. இராமலிங்கம் சோமு செட்டியாரின் வீட்டிற்குச் சென்று விஷயத்தைத் தெரிவித்தார். சோமு செட்டியாரின் முகத்தில் ஏமாற்றம் தெரிந்தது. சபையில் கூடியிருந்தோர்களில் சிலர் இராமலிங்கத்தைச் சொற்பொழிவாற்றச் சொல்லாமே என்று தங்கள் கருத்தைத் தெரிவித்தனர். இதற்கு இராமலிங்கமும் சம்மதித்தார். கையில் கையேடு குறிப்புகள் ஏதுமின்றி திருஞானசம்பந்தர் புராணத்தைச் சொற்பொழிவாற்றினார். மடைதிறந்த வெள்ளம் போல தெளிவான சொற்பொழிவு சபையோரை மயங்கச் செய்தது. இதற்குப் பின்னர் சபையோர் இராமலிங்கமே தொடர்ந்து சொற்பொழிவாற்ற வேண்டும் என்று கேட்டுக் கொண்டனர்.

அடுத்த நாள் சோமு செட்டியார் சபாபதியின் வீட்டிற்குச் சென்றார்.

"நேற்று தம்பி இராமலிங்கம் அருமையாக சொற்பொழிவாற்றினார். இனி தொடர்ந்து சொற்பொழிவாற்ற இராமலிங்கத்தையே தாங்கள் அனுப்பவேண்டும்"

செட்டியாரின் வேண்டுகோளை சபாபதி ஏற்றார்.

தம்பியின் பெருமையை சபாபதி முதன்முதலாய் உணர்ந்தார். தன் தவறை நினைத்து வருந்தினார். இராமலிங்கத்தின் பெருமையை தன் கணவர் அறிந்து கொண்டதில் அண்ணி மிகவும் மகிழ்ந்தார்.

இந்நிகழ்ச்சிக்குப் பின்னர் இராமலிங்கம் முருகப்பெருமானை தீவிரமாய் வழிபடத் தொடங்கினார். இளம்வயதிலேயே இராமலிங்கம் பொருளின் மீது பற்றற்று இருந்திருக்கிறார். பிரசங்கம் செய்வதால் கிடைக்கும் சன்மானத்தை குளத்தில் எறிந்து விடுவார். பணத்தின் மீது அவருக்கு நாட்டம் செல்லவில்லை. இராமலிங்கத்தின் இந்த செய்கையை அறிந்து கொண்ட அன்பர்கள் பணத்தை அவருடைய தமையனார் சபாபதியிடம் கொடுக்கத் தொடங்கினார்கள்.

திருவொற்றியூரில் எழுந்தருளியுள்ள தியாகேச பெருமானை வழிபட வேண்டும் என்ற எண்ணம் இராமலிங்கத்தின் மனதுள் எழுந்தது. திருவொற்றியூரில் தியாகரையும் வடிவுடையம்மையையும் தினமும் வழிபட்டு வந்தார். தனது பனிரெண்டாம் வயதிலிருந்து முப்பத்தி ஐந்தாம் வயது வரை இராமலிங்கம் தினமும் திருவொற்றியூருக்கு நடந்தே சென்று தியாகேசரை வணங்கி வந்தார். இத்தலம் மட்டுமின்றி பாடி திருவாலிதாயம், திருமுல்லைவாயில், திருவள்ளூர் முதலான தலங்களுக்கும் சென்று வழிபடுவதை வழக்கமாகக் கொண்டிருந்தார்.

ஒருநாள் திருவொற்றியூர் ஈசனை வழிபட்டு ஏழுகிணற்றில் இருந்த தம் இல்லத்திற்குத் திரும்ப இரவாகிவிட்டது. தமையனாரையும் அண்ணியாரையும் எழுப்பித் தொந்தரவு செய்ய வேண்டாம் என்று நினைத்து பசியுடனே வீட்டில் இருந்த திண்ணையில் படுத்து உறங்கிவிட்டார். சற்று நேரத்தில் யாரோ தன்னை எழுப்புவதை உணர்ந்த இராமலிங்கம் எழுந்து பார்த்த போது அண்ணியார் கையில் உணவுத் தட்டோடு நின்றிருந்தார். அதை வாங்கி உண்டு பின்னர் உறங்கிவிட்டார். சிறிது நேரத்திற்குப் பின்னர் மீண்டும் அண்ணியார் எழுப்பி உள்ளே வந்து உணவை உண்ணுமாறு சொன்னார். அப்போதுதான் அவருக்கு இதற்கு முன்னால் தன்னை எழுப்பி உணவளித்தது அண்ணியார் அல்ல வடிவுடையம்மை என்பதை உணர்ந்தார்.

ஒரு சமயம் தியாகேசர் கோயில் மண்டபத்தில் இரவு நேரத்தில் படுத்துறங்கினார். அப்போது கோயில் குருக்கள் அவரை எழுப்பி உணவளித்தார். அந்த குருக்கள் சில நாட்களாக ஊரில் இல்லை என்பதை பிறகே அறிந்து கொண்டார். ஈசன் குருக்கள் வடிவில் வந்து இராமலிங்கருக்கு உணவளித்து அருள் புரிந்திருக்கிறார்.

வள்ளலார் சென்னையில் வாழ்ந்த காலத்தில் ஒருநாள் திருவொற்றியூர் தியாகேசனை வழிபட சென்று கொண்டிருந்தார். அந்த ஊருக்கு ஒரு சாமியார் வந்திருந்தார். ஒருநாள் ஒரு வீட்டின் திண்ணையில் அந்த சாமியார் உட்கார்ந்து கொண்டு போகும் மனிதர்களைப் பார்த்து "இதோ ஒரு கழுதை போகிறது" "இதோ ஒரு நாய் போகிறது" "இதோ ஒரு பன்றி போகிறது" என்று மனம் போனபடி சொல்லிக்கொண்டிருந்தார். ஒருவரையும் அந்த சாமியார் இதோ ஒரு மனிதன் போகிறான் என்று சொல்லவில்லை.

ஒருநாள் அந்த வழியாக வள்ளலார் இராமலிங்கம் வந்தார். அவரைப் பார்த்த அந்த சாமியார் "இதோ ஒரு மனிதன் போகிறான்" என்றார். அதன் பின்னர் அந்த சாமியார் அந்த ஊரைவிட்டுச் சென்று விட்டார்.

ஒரு செல்வந்தர் வள்ளலாரை தனது மகளின் திருமணத்திற்கு வரும்படி அழைத்திருந்தார். பொதுவாக வள்ளலார் இதுபோன்ற நிகழ்ச்சிகளில் கலந்து கொள்வதில்லை. வந்தவர் மிகவும் விரும்பி அழைத்தார் என்ற காரணத்திற்காக அந்த திருமணத்திற்குச் சென்றார். அந்த திருமணம் நடைபெற்ற இடத்தில் ஆடம்பரம் மிகுந்திருந்தது.

வள்ளலார் எப்போதும் ஒரு நீளமான வேட்டியை உடல் முழுக்க சுற்றிக்கொள்ளுவது வழக்கம். அன்றும் எளிமையாக அத்திருமணத்திற்குச் சென்றார். அங்கே அவருக்கு ஒரு அதிர்ச்சி காத்திருந்தது. அத்திருமணத்திற்கு அழைப்பின் பேரில் வந்திருந்தவர்களில் எளிமையாக காட்சியளித்த சிலரை திருமணம் நடைபெற்ற மண்டபத்தினுள் விடாமல் வெளியே அனுப்பிக்கொண்டிருந்ததைப் பார்த்த வள்ளலார் மனம்வருந்தி திருமணம் நடந்த இடத்திற்குச் செல்லாமல் மண்டபத்தின் எதிரே இருந்த ஒரு வீட்டுத்திண்ணையில் அமர்ந்து கீழ்கண்டவாறு பாடினார்.

சோடில்லை மேல் வெள்ளைச் சொக்கா
யில்லை நல்ல சோமனில்லை
பாடில்லை கையில் பணமில்லை
தேகப் பருமனில்லை
வீடில்லை யாதொரு வீறாப்பு
மில்லை விவாகமது
நாடில்லை நீ நெஞ்சமே எந்த
வாறினி நண்ணுவையே

இந்த பாடலைக் கேட்டு அர்த்தம் புரிந்த சிலர் உடனே ஓடிச்சென்று அந்த செல்வந்தரிடம் விஷயத்தைச் சொல்ல அவரும் அங்கே ஓடிவந்தார். வள்ளலாரிடம் நடந்த சம்பவத்திற்கு மனப்பூர்வமாக மன்னிப்பு கேட்டார். தடுத்து நிறுத்தப்பட்ட ஏழைகளை உள்ளே அழைத்துச் சென்று அனைவரையும் சமமாக பாவித்து உணவருந்தச் செய்தார், அந்த செல்வந்தர். பின்னர் மணமக்களை வாழ்த்திவிட்டு திரும்பினார் வள்ளலார்.

தொழுவூர் வேலாயுத முதலியார் ஒரு சிறந்த தமிழறிஞர். உபயகலாநிதிப் புலவர் என்று அழைக்கப்பட்டவர். அவர் தனது பதினோழாவது வயதில் 1849 ஆம் ஆண்டில் இராமலிங்க சுவாமிகளின் மாணவரானார். அப்போது சுவாமிகளுக்கு வயது இருபத்திஆறு. இவரே இராமலிங்கரின் அருட்பாடல்களை முதன்முதலில் அச்சிட்டவராவார்.

தமையனார் சபாபதியும் அண்ணியும் இராமலிங்கத்தை திருமணம் செய்து கொள்ளச் சொல்லி வற்புறுத்தினர். ஆனால் இராமலிங்கர் மறுத்தார். கடைசியில் இருவரும் அவரை திருமணத்திற்கு சம்மதிக்கச் செய்து விட்டனர். இராமலிங்கரின் அக்கா உண்ணாமுலையின் பெண் தனம்மாளை இராமலிங்கருக்கு நிச்சயித்தார்கள். இராமலிங்கரின் விருப்பம் இல்லாமலேயே திருமணம் 1850 ஆம் ஆண்டில் நடைபெற்றது. ஆனால் இராமலிங்கர் இல்லற வாழ்க்கையை நடத்தவேயில்லை.

இராமலிங்க சுவாமிகள் 1824 ஆம் ஆண்டு முதல் 1858 ஆம் ஆண்டு வரை 34 ஆண்டுகள் சென்னையில் வாழ்ந்தார். 1858 ஆம் ஆண்டு சென்னையிலிருந்து சில அன்பர்களுடன் பாதயாத்திரையாக சென்னையிலிருந்து புறப்பட்டார். புதுச்சேரி,

சீர்காழி, வைத்தீஸ்வரன்கோயில், திருவாரூர் முதலான தலங்களுக்குச் சென்று இறைவனை வழிபட்டு பின்னர் மருதூருக்கு அருகில் இருந்த கருங்குழியைச் சென்றடைந்தார். வேங்கட ரெட்டியார் என்ற அன்பரின் வேண்டுகோளுக்கு இணங்கி அவருடைய இல்லத்தில் 1858 முதல் 1867 வரை தங்கியிருந்தார். அங்கிருந்து அடிக்கடி சிதம்பரம் சென்று ஈசனை வழிபட்டு வந்தார். சிதம்பரம் மட்டுமின்றி அருகிலிருந்த விருத்தாச்சலம், திருவண்ணாமலை, திருவதிகை முதலான தலங்களுக்கும் சென்றார்.

கருங்குழியில் அடிகள் வேங்கட ரெட்டியாரின் வீட்டில் தங்கியிருந்த சமயத்தில் ரெட்டியாரின் மனைவி முத்தியாலம்மாள் அடிகளாரின் அறையில் மாலை நேரத்தில் ஒரு பெரிய அகல் விளக்கினை ஏற்றி வைப்பதை வழக்கமாகக் கொண்டிருந்தார். தேவைப்படும் போது நிரப்ப பக்கத்தில் எண்ணெய்க்கலம் ஒன்று இருக்கும். அதன் வாய்ப்பகுதி உடைந்து போகவே புதியதாக ஒரு மண்கலத்தை வாங்கி அதை பழக்க அதில் தண்ணீரை நிரப்பி அதை அகலின் அருகில் வைத்துவிட்டு வெளியூர் சென்றார். இராமலிங்க அடிகள் அன்றிரவு கலத்திலிருந்து தண்ணீரை எடுத்து அகல்விளக்கில் நிரப்ப அகல்விளக்கு பிரகாசித்து எரிந்தது. இரவு முழுவதும் விளக்கு வெளிச்சத்தில் பாக்கள் புனைந்த வண்ணம் இருந்தார். மறுநாள் காலை ஊரிலிருந்து வீடு திரும்பிய முத்தியாலம்மாள் அடிகளார் தண்ணீர் கலத்திலிருந்து தண்ணீரை அகலுக்கு வார்த்து வந்ததை உணர்ந்து வியந்தார். இராமலிங்க அடிகளார் இந்த நிகழ்ச்சியை ஒரு பாடலால் விளக்குவதன் மூலம் அறியலாம்.

மெய்விளக்கே விளக்கல்லால் வேறுவிளக்
கில்லையென்றார் மேலோர் நானும்
பொய்விளக்கே விளக்கெனவுட் பொங்கிவழி
கின்றேனோர் புதுமை யன்றோ
செய்விளக்கும் புகழுடைய சென்னநகர்
நண்பர்களே செப்பக் கேளீர்
நெய்விளக்கே போன்றொரு தண்ணீர் விளக்கு
மெரிந்தது சந்நிதியின் முன்னே

அடிகளார் 1865 ஆம் ஆண்டில் சமரசவேத சன்மார்க்க சங்கம் என்ற ஒரு அமைப்பினை நிறுவினார். பிறகு இதை "சமரச சுத்த சன்மார்க்க சங்கம்" என்று மாற்றியமைத்தார். சன்மார்க்க சங்கத்தின் கொள்கை அன்பு, அருள், சமரசம், உயிரிரக்கம் ஆகிய நான்குமாகும். கடவுளை ஒளிவடிவத்தில் வணங்குதல் வேண்டும் என்பதே சன்மார்க்கத்தின் தலையாய கொள்கையாகும். கண்களால் நாம் காண்பனவற்றில் மிகச்சிறந்த ஒன்று ஒளி. வடலூரில் வள்ளலார் இராமலிங்கர் நிறுவிய சத்திய ஞான சபையில் நிலைக்கண்ணாடிக்கும் குத்துவிளக்கிற்கும் இடையே கருந்திரை, நீலத்திரை, பச்சைத்திரை, செம்மைத்திரை, பொன்மைத்திரை, வெண்மைத்திரை, கலப்புத்திரை என ஏழு திரைகளை நிறுவினார். ஒவ்வொரு திரையாய் விலக்க கடைசியில் குத்துவிளக்கின் ஒளி நிலைக்கண்ணாடியில் ஜோதியாய் காட்சியளிக்கிறது.

வள்ளலார் இராமலிங்கர் அருளிய பாடல்களைத் தொகுத்து ஆறு திருமுறைகளாக பிரித்து அவற்றிற்கு "திருவருட்பா" என்று பெயரிட்டு பதிப்பித்தார் அவரது சீடர் தொழூவூர் வேலாயுத முதலியார். இந்த நூலானது பிப்ரவரி 1867 ல் வெளியானது. இந்த நூல் வெளியான சமயத்தில் அடிகளார் வடலூரில் வாசம் செய்யத் தொடங்கினார்.

ஆறுமுக நாவலர் என்பவர் சிறந்த சைவர். இவர் மனத்தில் சைவ சமயத்திற்குரிய பன்னிரு திருமுறைகளைத் தவிர வேறு எதையும் திருமுறைகள் என அறிவிப்பதில் உடன்பாடு சிறிதும் இல்லாதவர். வள்ளலார் இராமலிங்கரின் பாடல்களை திருமுறைகள் என்று அழைக்கப்பட்டதையும் திருவருட்பா என்று அழைக்கப்பட்டதையும் இவரால் சகித்துக் கொள்ள முடியவில்லை. இதன் காரணமாக இவர் வள்ளலார் பாடல்கள் அருட்பா அல்ல அவை அனைத்தும் மருட்பா என்று போலி அருட்பா மறுப்பு என்ற தலைப்பில் ஒரு கட்டுரையினை எழுதி 1868 ஆம் ஆண்டில் வெளியிட்டார். இதற்கு பதில் கூறும் வகையில் ஒரு மறுப்புக் கட்டுரையினை தொழவூர் வேலாயுத முதலியார் உட்பட சில அன்பர்கள் வெளியிட்டனர். தமது மறுப்புரைகள் மக்களிடம் செல்வாக்கு பொறாமல் போனதை நினைத்து எழுந்த கோபத்தில் நாவலர் இராமலிங்க சுவாமிகளுக்கு எதிராக கடலூர் மஞ்சக்குப்பம் நீதிமன்றத்தில் 1869 ஆம் ஆண்டில் ஒரு கிரிமினல் வழக்கைத் தொடர்ந்தார். நாவலர் தம்

சார்பாக வாதாட யாழ்ப்பாணம் சௌந்தர நாயகம் பிள்ளை என்ற வழக்கறிஞரை நியமித்தார்.

வழக்கு ஒரு நாள் விசாரணைக்கு வந்தது. ஆறுமுக நாவலர் நீதிமன்றத்தில் ஆஜரானார். சரியான சமயத்தில் இராமலிங்கர் நீதிமன்றத்திற்குள் நுழைந்தார். இராமலிங்கரைக் கண்ட அனைவரும் அவரை வணங்கி வழிவிட்டு விலகி நின்றனர். நீதிபதியும் தமது இருக்கையிலிருந்து தம்மையும் அறியாது எழ முற்பட்டு பின்னர் மரபு கருதி அமர்ந்தார். ஆறுமுக நாவலரும் எழுந்து நின்றார். கை கூப்பினார்.

நீதிபதி இதைகவனித்து விட்டார். இதுகுறித்து நீதிபதி ஆறுமுக நாவலரிடம் விசாரித்தார்.

சபையோர் அனைவரும் எழுந்திருக்கவே தாமும் எழுந்து நின்றதாக ஆறுமுக நாவலர் தெரிவித்தார்.

நீதிபதி நாவலரிடம் அனைவரும் ஏன் எழுந்து நின்றனர் என்று கேட்க அதற்கு நாவலர் பெரியோருக்குத் தரும் மரியாதை என்றார். நீரும் எழுந்தீரே ஏன் அவரை பெரியவர் என்று ஒப்புக்கொள்கிறீர்களா? என்று கேட்க நாவலர் ஆம் என்றார். அப்படியானால் அவரை பெரியவர் என்று நீர் ஒப்புக் கொள்ளுகிறீர். அப்படித்தானே. கடவுளை இராமலிங்கர் அவமதிக்கிறார் என்று நீங்கள் அவர் மீது குற்றம் சாட்டியுள்ளீர்கள். ஆனால் நீங்களே அவரை கடவுளை வணங்குவதைப் போல கை கூப்பி வணங்கவும் செய்தீர்கள். தெய்வத்தன்மை பொருந்திய மனிதராய் இவர் எமக்குத் தெரிகிறார். உங்களுடைய வழக்கு உள்நோக்கம் பொருந்தியதாய் எமக்குத் தோன்றுகிறது. எனவே இந்த வழக்கை தள்ளுபடி செய்கிறேன்”

இந்த நிகழ்ச்சிக்குப் பின் இராமலிங்கரின் புகழ் எங்கும் பரவியது.

இராமலிங்க அடிகள் மெலிந்த தேகமும் நடுத்தர உயரமும் உடையவர். ஒளிவீசும் கண்களைக் கொண்ட இவர் எப்போதும் வெண்மையான ஆடையினையே உடுத்தி வந்தார். இரண்டே இரண்டு வெள்ளை ஆடைகளைத்தான் பயன்படுத்தி வந்தார். சுத்த சைவம். தொடக்கத்தில் ஒருநாளைக்கு இருமுறை உண்டார். பின்னர் ஒரு நாளைக்கு ஒருமுறைதான் உணவை

எடுத்துக் கொண்டார். பிற்காலத்தில் இரண்டு நாட்களுக்கு ஒரு முறை உண்னும் வழக்கத்தைக் கடைபிடித்தார். உணவின் மீது நாட்டமில்லாதவர். சில கவளங்கள் அரிசி உணவைத்தான் உண்பார். மிகவும் குறைந்த நாழிகையே தூங்கினார்.

சமரச சன்மார்க்க சத்திய தருமசாலை எனும் அமைப்பினை 1867 ல் உருவாக்கினார். சிதம்பரத்திலிருந்து முப்பது கிலோமீட்டர் தொலையில் அமைந்த கடலூர் மாவட்டத்தில் அமைந்த வடலூர் என்ற ஊரில் இதற்கான இடம் தேர்வு செய்யப்பட்டது. இடத்திற்குரியவர்கள் தருமசாலைக்காக 108 ஏக்கர்கள் (எண்பது காணி நிலம்) நிலத்தை பட்டா செய்து தந்தார்கள். உடனே சத்திய தருமசாலைக்கான பணிகள் ஆரம்பிக்கப்பட்டன. உயிர்களின் பசியை போக்க வேண்டும் என்பதே இச்சாலையின் தலையாய நோக்கமாகும். இச்சாலைக்கு மக்கள் வந்து பசியை போக்கிச் செல்ல வேண்டும் என்று அடிகளார் விரும்பினார். ஏழை எளிய மக்களின் வயிற்றுப்பசியை இச்சாலை சிறப்பாக போக்கியது.

வாடிய பயிரைக் கண்டபோ தெல்லாம்
வாடினேன் பசியினா லிளைத்தே
வீடுதோ றிரந்தும் பசியறா தயர்ந்த
வெற்றரைக் கண்டுளம் பதைத்தேன்
நீடிய பிணியால் வருந்துகின் றோரென்
நேருறக் கண்டுளந் துடித்தேன்
ஈடின்மா னிகளா யேழைக ளாய்நெஞ்
சிளைத்தவர் தமைக்கண்டே யிளைத்தேன்.

தருமசாலையின் திறப்பு விழா 23 மே 1867 அன்று நடைபெற்றது. புலால் உண்ணுவதை அடிகளார் கண்டித்தார். புலால் உண்ணுவோரை சன்மார்க்க சங்கத்தில் சேர்த்துக் கொள்ள மறுத்துவிட்டார். அடிகளாரைப் பின்பற்றிய புலால் உண்போர் பலர் புலால் உண்ணுவதைக் கைவிட்டு சைவ உணவிற்கு மாறியது குறிப்பிடத்தக்கது. அடிகளாரின் கருங்குழி வாழ்க்கை 1858 முதல் 1867 வரை நீடித்தது.

சத்திய தருமச்சாலையில் ஒரு சமயம் ஒரு அதிசயம் நிகழ்ந்தது. சமைக்க வேண்டிய அரிசி மற்றும் பதார்த்தங்கள் ஏதும் தருமச்சாலையில் இல்லை. பணியாளர்கள் வள்ளலாரிடம் சென்று

முறையிட்டார்கள். வள்ளலார் வழக்கம்போல அமைதியாகச் சொன்னார்.

"கவலைப்படாதீர்கள். எல்லா பொருட்களும் வந்து சேரும்"

அன்று மாலை திருத்துறையூரில் இருந்து ஒரு பக்தர் ஒரு வண்டி நிறைய அரிசி காய்கறி போன்றவற்றைக் கொண்டு வந்து சேர்த்தார்.

"வள்ளலார் சுவாமிகள் கட்டளை இட்டார். உடனே நான் இவற்றைக் கொண்டு வந்தேன்" என்று வந்தவர் சொல்ல அனைவரும் வியப்பில் ஆழ்ந்து போனார்கள்.

தருமசாலையை அமைத்த பின்னர் அடிகளார் 1867 முதல் வடலூரில் வசிக்கத் தொடங்கினார். இங்கு 1870 வரை வசித்தார். நாளாக நாளாக பக்தர்கள் அடிகளாரைத் தேடி வந்த வண்ணம் இருந்தனர். வடலூரில் கூட்டம் அதிகரித்து விட்டது. எனவே அடிகளார் ஆத்மசாதனைகளுக்கு தனிமையான இடம் தேவைப்பட்டது. எனவே வடலூருக்கு மூன்று கிலோமீட்டர் தொலைவில் இருந்த மேட்டுக்குப்பம் என்ற இடத்திற்குச் சென்றார். 1870 ஆம் ஆண்டு முதல் மேட்டுக்குப்பத்தில் வசிக்கத் தொடங்கினார். தனது இறுதிக்காலமான 1874 ஆம் ஆண்டு வரை மேட்டுக்குப்பத்தில் வசித்தார். அவர் தங்கியிருந்த இடம் சித்தி வளாகத் திருமாளிகை என அழைக்கப்பட்டது. மேல்பக்கம் மஞ்சள்நிறத்தையும் கீழ்ப்பக்கம் வெண்மை நிறத்தையும் கொண்ட ஒரு கொடி சித்திவளாகத்தில் ஏற்றப்பட்டது. தினமும் மாலையில் அங்கு வரும் பக்தர்களுக்கு உபதேசங்களை நிகழ்த்தினார்.

சமரச சன்மார்க்க சங்கத்தின் சார்பில் கோயில் ஒன்றை அமைக்க விரும்பிய வள்ளலார் வடலூரில் தருமசாலையின் அருகில் ஐம்பது ஏக்கர் பரப்பளவுள்ள ஒரு இடத்தைத் தேர்வு செய்து சமரச சுத்த சன்மார்க்க சத்திய ஞானசபை என்று பெயரிட்டு எண்கோணமாக தாமரை வடிவத்தில் அமைக்க விரும்பி ஜீன் 1871 ல் பணிகள் துவக்கப்பட்டன. இதில் பன்னிரு தூண்களைக் கொண்ட ஒரு மண்டபமும் அம்மண்டபத்திற்குள் நான்கு தூண்களைக் கொண்ட மண்டபம் ஒன்றும் அமைக்கப்பட்டன. உள்மண்டபத்தின் நடுவில் தீபத்துடன் ஐந்தடி உயரமுள்ள

கண்ணாடி பிரதிஷ்டை செய்யப்பட்டது. வெவ்வேறு நிறங்களில் ஏழு திரைகள் அமைக்கப்பட்டன. சத்திய ஞான சபை 25 ஜனவரி 1872 அன்று திறக்கப்பட்டது.

சத்திய ஞானசபையை உருவாக்க முடிவு செய்து அதற்கான இடத்தையும் தேர்வு செய்தார் வள்ளலார். அப்போது ஒரு அதிசய சம்பவம் நடைபெற்றது. ஞானசபை எப்படி அமைய வேண்டும் என்பதை குறிக்கும் ஒரு வரைபடத்தையும் உருவாக்கித் தந்தார். சத்திய ஞானசபையில் கொடிமரம் நிறுவ வேண்டி அதற்காக மரம் வாங்கி வர சென்னை சென்றார், ஆறுமுக முதலியார் என்பவர். ஆனால் அவரால் சரியான மரத்தை தேர்வு செய்ய இயலவில்லை. சென்னையிலிருந்து திரும்பி விஷயத்தை வள்ளலாரிடம் தெரிவித்தார் முதலியார்.

"நீங்கள் சென்னை செல்லுங்கள். நான் பின்னர் வந்து மரத்தை தேர்வு செய்கிறேன்" என்றார் வள்ளலார். ஆறுமுக முதலியாரும் புறப்பட்டு சென்னை சென்றார். ஆனால் ஆச்சரியப்படத்தக்க வகையில் வள்ளலார் அவருக்கு முன்பே சென்னையில் இருந்தார். கொடிமரத்திற்கென ஒரு மரத்தை தேர்வு செய்து கொடுத்து புறப்பட்டார். முதலியார் மரத்துடன் புறப்பட்டு வடலூர் வந்தடைந்தார். ஆனால் அவருக்கு முன்பாகவே வள்ளலார் அங்கே இருந்தார்.

ஆச்சரியப்பட்டு அங்கிருந்தோரிடம் விசாரிக்க வள்ளலார் இரண்டு நாட்களாக எங்குமே செல்லவில்லை என்று சொல்லுகிறார்கள். இதைக்கேட்ட முதலியார் அதிர்ச்சி அடைந்தார். அன்பர்கள் முதலியாரிடத்தில் விசாரிக்க அவரும் நடந்ததைச் சொன்னார். வள்ளலார் ஒரே நேரத்தில் இரண்டு இடங்களில் இருக்கும் ஆற்றல் பெற்றவர் என்ற அதிசய விஷயம் அன்றுதான் எல்லோருக்கும் தெரிந்தது.

சத்திய ஞானசபையின் விதிகளின் படி சபையாளர்கள் நடக்கவில்லை. இதை அறிந்த வள்ளலார் சத்திய ஞானசபையை பூட்டி அதன் திறவுகோலை தம்மிடம் வைத்துக்கொண்டார். வள்ளலாரின் கடைசி காலம் சிறப்பாக அமையவில்லை. அக்டோபர் 1873 ல் ஒரு பேருபதேசம் செய்து படிப்படியாகத் தன் புறக்காரியங்களைக் குறைத்துக் கொண்டார். அவருடைய சீர்திருத்தக் கருத்துக்களை பலர் ஏற்கவில்லை. இதன்

காரணமாக மனவேதனை அடைந்தார். கடையை விரித்தோம். கொள்வாரில்லை கட்டி விட்டோம். இப்போது இந்த உடம்பில் இருக்கிறோம். இனி எல்லா உடம்பிலும் புகுந்து கொள்வோம் என்றார்.

30 ஜனவரி 1874 வெள்ளிக்கிழமை முந்தைய இரவு பனிரெண்டு மணிக்கு வள்ளலார் அன்பர்களுக்கு அருளுரை ஆற்றிவிட்டு ஒரு அறைக்குள் சென்று தாளிட்டுக் கொண்டார்கள். இச்செய்தி பரவியது.

சில நாட்களுக்குப் பின் வள்ளலாரைப் பற்றி பல வதந்திகள் பரவின. போலீஸ் விசாரணை நடைபெற்றது. அடிகளார் மறைந்த மூன்று மாதங்களுக்குப் பின்னர் அப்போதைய தென்னாற்காடு ஜில்லா கலெக்டர் ஜெ.எச்.கார்ஸ்டன் I.C.S., என்பவரும் ரெவின்யூ போர்டு உறுப்பினர் ஜார்ஜ் பான்பரி I.C.S., என்பவரும் சித்தி வளாகத்திற்கு வந்து அறையைத் திறந்து பார்வையிட்டனர். அறைக்குள் எதுவுமில்லை. வெற்றறையாகத்தான் காணப்பட்டது.

14

ஸ்ரீ ராமானுஜர்

காஞ்சிபுரத்திற்கும் திருவள்ளூருக்கும் இடையில் அமைந்த புண்ணியத்தலம் திருபெரும்புதூர். இந்த புண்ணியத்தலத்தில் கேசவ சோமாஜி காந்திமதி தம்பதியினர் வாழ்ந்து வந்தனர். திருமணமாகி நீண்ட காலம் ஆகியும் அவர்களுக்கு குழந்தைப்பேறு வாய்க்கவில்லை.

ஆளவந்தார் எனும் வைணவருக்கு இருந்த பதினாறு சிஷ்யர்களில் ஒருவர் பெரிய திருமலை நம்பி. இவர் திருமலையில் தங்கி பெருமாளுக்கு சேவை செய்து வந்தார். இவருக்கு இரண்டு சகோதரிகளில் ஒருவர் காந்திமதி அம்மையார். கேசவ சோமாஜியின் துணைவியார். மற்றொருவர் ஸ்ரீதேவி அம்மையார். அவர் கமலநயனப்பட்டர் என்பவரின் துணைவியாவார்.

ஒருநாள் சோமாஜி காந்திமதி தம்பதியினர் இருவரும் திருவல்லிக்கேணியில் எழுந்தருளியுள்ள ஸ்ரீபார்த்தசாரதி பெருமாள் கோயிலுக்குச் சென்று குழந்தைவரம் அருளுமாறு பிரார்த்தித்தார்கள். பெருமாளின் கருணையினால் சில மாதங்களில் கருவுற்ற காந்திமதி பின்னர் கி.பி. 1017 ஆம் ஆண்டில் ஒரு ஆண் குழந்தையை பெற்றெடுத்தார். தமது சகோதரிக்கு மகன் பிறந்திருக்கிறான் என்ற செய்தியை அறிந்த பெரிய திருமலை நம்பி திருமலையிலிருந்து உடனே புறப்பட்டு திருபெரும்புதூர் வந்து சேர்ந்தார்.

சகோதரியின் குழந்தையைப் பார்த்துப் பரவசமடைந்து குழந்தைக்கு இளையபெருமாள் என்ற திருநாமத்தைச் சூட்டி மகிழ்ந்தார். உரிய வயதில் இளையபெருமாளுக்கு உபநயன விழா

நடத்தப்பட்டது. இளையபெருமாள் தனது தந்தையாரிடமே கல்வி பயிலத் தொடங்கினார். இராமானுஜரின் பதினாறாவது வயதில் திருமணம் செய்து வைக்கப்பட்டது. அவருடைய துணைவியார் பெயர் தஞ்சம்மாள். சிறிது காலத்திலேயே இராமானுஜரின் தந்தையார் காலமானார்.

காஞ்சி மாநகரில் யாதவப்பிரகாசர் எனும் பண்டிதர் ஒருவர் இருந்தார். அவரிடம் கல்வி பயில இராமானுஜரும் அவருடைய சித்தி ஸ்ரீதேவியின் மகனுமான கோவிந்தனும் காஞ்சிக்கு வந்தார்கள். ஒருநாள் இராமானுஜர் யாதவப்பிரகாசருக்கு எண்ணெய் தேய்த்துக் கொண்டிருந்தார். அப்போது யாதவப்பிரகாசர் சில மாணவர்களுக்கு உபநிஷத்தில் இருந்து பாடம் நடத்திக் கொண்டிருந்தார். அப்போது இராமானுஜரின் கண்களிலிருந்து சில கண்ணீர் துளிகள் யாதவப்பிரகாசரின் மீது விழுந்தது. இதுகுறித்து யாதவப்பிரகாசர் இராமானுஜரிடம் கேட்டார்.

சிஷ்யர்களுக்கு பாடம் நடத்திக்கொண்டிருந்த யாதவப்பிரகாசர் "கப்யாசம்" எனும் வார்த்தைக்கு தவறான பொருள் கூறினார். இதைச் சுட்டிக்காட்டி தவறு என்று எடுத்துரைத்தார் இராமானுஜர்.

"என்னிடமே நீ குறை காணுகிறாயா? சரி நீயே இதற்கு சரியான விளக்கம் சொல்லேன்"

இராமானுஜரும் இதற்கு விளக்கம் அளிக்க ஆரம்பித்தார்.

"கம் என்றால் நீர். கபி என்றால் சூரியன். அஸ் என்றால் மலர்தல். அதாவது சூரியன் உதித்ததும் மலரும் தாமரைப்பூவைப் போல எம்பெருமானின் கண்கள் சிவந்து அழகாக காட்சி தரும் என்பதே இதன் பொருளாகும்"

இராமானுஜர் சரியாகச் சொன்ன இந்த விளக்கத்தை யாதவப்பிரகாசரால் ஜீரணிக்க முடியவில்லை.

யாதவப்பிரகாசர் தனது மாணவர்களுடன் காசி யாத்திரை செல்வது என்று முடிவு செய்தார். வழியில் நல்ல சந்தர்ப்பம் கிடைக்கும் போது இராமானுஜரைக் கொல்ல முடிவு செய்தார். இராமானுஜர் அவருடைய சித்தியின் மகனும்

யாதவப்பிரகாசருடைய மாணவனுமான கோவிந்தனுடன் காசியாத்திரை செல்ல முடிவெடுத்தார். தனது மாணவர்களை அழைத்துக் கொண்டு காசியை நோக்கி புறப்பட்டார் யாதவப்பிரகாசர்.

ஒரு நாள் விந்திய மலைச்சாரலை அடைந்தார்கள். அங்கே அன்று இரவு தங்கிச் செல்வது என்று முடிவு செய்யப்பட்டது. இராமானுஜரைக் கொல்ல இதுவே சரியான இடம் என்று பிரகாசர் முடிவு செய்தார். அதன்படி தனது சில மாணவர்களிடம் இதுகுறித்து தெரிவித்து அன்றிரவு இராமானுஜரைக் கொன்று விடும்படி கூறினார். பொறாமைக்கார மாணவர்களும் இதற்கு ஒப்புக் கொண்டார்கள்.

தெய்வாதீனமாக இந்த விஷயம் கோவிந்தனுக்குத் தெரிந்துவிட்டது. கோவிந்தன் இந்த விஷயத்தை உடனே இராமானுஜரிடம் தெரிவித்தார். கோவிந்தன் இவ்வாறு கூறியதும் இராமானுஜர் அங்கிருந்து உடனடியாக புறப்பட்டு காட்டிற்குள் தனியே நடக்க ஆரம்பித்தார். இரவு நேரமாகிவிட்டது. அப்போது அங்கே ஒரு வேடுவத் தம்பதியினரை இராமானுஜர் சந்தித்தார். அவர்கள் இராமானுஜரிடம் விசாரிக்க அவறோ நான் வழி தவறி இக்காட்டிற்கு வந்து விட்டேன் என்றார். உனது ஊர் எதுவென்று அவர்கள் விசாரிக்க இராமானுஜரோ காஞ்சி என்றார். அதற்கு அந்த தம்பதியினர் தாங்கள் இராமேஸ்வரம் செல்லுவதாகவும் வழியில் காஞ்சியில் உம்மைக் கொண்டு சேர்ப்பிக்கிறோம் என்று சொல்ல அவர்களுடன் இராமானுஜர் புறப்பட்டார்.

அன்று இரவு முழுவதும் அவர்கள் மூவரும் காட்டுவழியே நடந்தார்கள். பொழுதும் விடிந்தது.

வேடனின் மனைவி தனக்கு அதிக தாகம் எடுப்பதாகவும் உடனடியாக குடிக்க தண்ணீர் வேண்டும் என்றும் கூற வேடன் இராமானுஜரிடம் அருகில் ஏதாவது கிணறு இருந்தால் அதிலிருந்து நீரைக் கொண்டு வரும்படி சொன்னான். இராமானுஜரும் உடனே கிணற்றைத் தேடிச் சென்றார். சிறிது தூரத்திலேயே ஒரு பெரிய கிணறு காணப்பட்டது. இராமானுஜர் அதனுள் இறங்கி சிறிது தண்ணீரை எடுத்துக் கொண்டு வந்தார். ஆனால் அங்கே வேடுவத் தம்பதியினரைக் காணவில்லை. இராமானுஜர் திகைத்துப் போய் நின்றார்.

கிணற்றிலிருந்து தண்ணீரைக் கொண்டு வந்த இராமானுஜர் சுற்றும் முற்றும் தேடிப்பார்த்த போது அந்த வேடுவத் தம்பதியினரை எங்கும் காணவில்லை. அப்போது ஒரு பெரியவர் அப்பக்கமாக வர அவரிடம் ராமானுஜர் இது எந்த ஊர் என்று விசாரிக்க அந்த பெரியவரோ "இது வரதர் வாழும் காஞ்சி" என்றார். இதைக் கேட்ட இராமானுஜர் திகைத்துப் போனார். ஒரே இரவில் ஆயிரக்கணக்கான மைல்களுக்கு அப்பால் உள்ள விந்திய மலைப்பகுதியிலிருந்து காஞ்சிபுரத்திற்கு நடந்து வருவது சாத்தியம் இல்லையே. ஆபத்திலிருந்து தன்னைக் காப்பாற்றி காஞ்சிபுரம் கொண்டு வந்து சேர்த்தது வரதராஜப்பெருமாளும் பெருந்தேவித் தாயாரும்தான் என்பதை உணர்ந்து கொண்ட ராமானுஜர் வரதராஜரை சேவித்து வீடு திரும்பினார்.

தனது மகன் இராமானுஜர் மட்டும் தனியே அதுவும் இவ்வளவு சீக்கிரம் வீடு திரும்பியதைக் கண்டு குழப்பமடைந்தார் தாயார் காந்திமதி அம்மையார். தாயார் இராமானுஜரிடம் இதுகுறித்து விசாரித்தார். ஆனால் இராமானுஜர் யாதவப்பிரகாசரின் சூழ்ச்சியை தாயாரிடத்தில் தெரிவிக்கவில்லை. ஆனால் தாயார் காந்திமதி அம்மையார் பலமுறை கேட்டதும் பின்னர் வேறு வழியின்றி அனைத்தையும் அவரிடம் தெரிவித்து விட்டார். பெரிய ஆபத்திலிருந்து தன்னுடைய மகனைக் காப்பாற்றிய வரதருக்கு நன்றி தெரிவித்துக் கொண்டாள் காந்திமதி அம்மையார்.

யாதவப்பிரகாசர் தனது சிஷ்யர்களுடன் சென்று கங்கைக்கரையில் நீராடி காசி யாத்திரையை முடித்துக் கொண்டு காஞ்சிக்குத் திரும்பினார்கள். இராமானுஜர் வழக்கம் போல வரதரை சேவித்து விட்டு திரும்பிக் கொண்டிருந்தார். அப்போது எதிரே வந்து கொண்டிருந்த யாதவப்பிரகாசர் இராமானுஜரைப் பார்த்ததும் பெரும் அதிர்ச்சி அடைந்தார்.

இராமானுஜர் யாதவப்பிரகாசரைக் கண்டதும் அவரை வணங்கினார்.

"இராமானுஜனே. உன்னைக்காணாமல் நாங்கள் தவித்துப் போய் விட்டோம். நல்லவேளையாக நீ நல்லபடியாக திரும்பி வந்துவிட்டாய். மீண்டும் என்னிடம் கல்வி கற்க நீ வரவேண்டும்"

இராமானுஜரும் எதையும் மனதில் வைத்துக்

கொள்ளாமல் மீண்டும் யாதவப்பிரகாரசரிடம் கல்வி கற்கச் சென்றார்.

பூவிருந்தவில்லியில் பிறந்த திருக்கச்சிநம்பி எனும் திருமால் அடியவர் வரதராஜப்பெருமாளுக்கு திருஆலவட்டக் கைங்கர்யம் செய்து வந்தார். இராமானுஜர் இவரை தனது குருவாக ஏற்க விரும்பி அணுகினார். ஆனால் திருக்கச்சிநம்பி இதற்கு இசைவு தரவில்லை. திருக்கச்சிநம்பி வரதராஜப்பெருமாளிடம் அளவளாவும் அதிசய ஆற்றலைப் பெற்றிருந்தார். திருக்கச்சிநம்பி தன்னை மாணவராக ஏற்றுக்கொள்ளமாட்டேன் என்று கூறினாலும் இராமானுஜர் அவரை விடவில்லை. தான் வரதர் கோயில் கைங்கர்யம் செய்ய விரும்புகிறேன் என்று அவரிடம் தெரிவித்தார். இதற்கு நம்பி இதுபற்றி தாம் வரதராஜப்பெருமாளிடம் கேட்டுச் சொல்லுகிறேன் என்று சொல்லி பின்னர் பெருமாளின் இசைவைப் பெற்று அனுமதி அளித்தார்.

அடுத்தநாளிலிருந்து இராமானுஜர் தினமும் சாலைக்கிணற்றிலிருந்து இரண்டு குடங்கள் தண்ணீரை பெருந்தேவி தாயார் சன்னிதிக்குக் கொண்டு சென்று கொடுக்கும் திருமால் கைங்கர்யத்தை விரும்பிச் செய்தார்.

திருக்கச்சி நம்பி இராமானுஜரை மாணவராக ஏற்றுக்கொள்ளவில்லை எனினும் இராமானுஜர் திருக்கச்சிநம்பியை தனது குருவாக மனதார ஏற்றுக்கொண்டார்.

திருவரங்கத்தில் அமைந்த மடத்தில் வைணவத்திற்கும் பெருமாளுக்கும் சேவை செய்து வந்தவர் ஆளவந்தார். ஒரு முறை வரதராஜப்பெருமாளைத் தரிசிக்க காஞ்சி மாநகருக்கு வருகை தந்தார். யாதவப்பிரகாசர் தனது சீடர்களுடன் வந்து கொண்டிருந்தார். அவர்களுடன் வந்த இராமானுஜரை நேருக்கு நேராகப் பார்த்தார் ஆளவந்தார். அவருடைய முகத்தில் அமைந்திருந்த தேஜஸ் ஆளவந்தாரை மிகவும் கவர தனக்குப் பிறகு மடத்தின் தலைமைப் பொறுப்பை ஏற்று நிர்வகிக்கக்கூடிய ஆற்றல் பெற்றவர் இராமானுஜரே என்பதை உணர்ந்து கொண்டு வரதரிடம் இராமானுஜரை திருவரங்கத்திற்கு அனுப்பி வைக்கும்படி பிரார்த்தனையை சமர்ப்பித்து விட்டு திருவரங்கம் புறப்பட்டுச் சென்றார்.

இராமானுஜர் மீண்டும் யாதவப்பிரகாசரின் குருகுலத்திற்குச் சென்று கல்வி பயிலத் தொடங்கினார். இருவேறு கொள்கை உடையவர்கள் ஒன்று சேர்ந்து இருக்க இயலாதல்லவா? அதுதான் இராமானுஜரின் வாழ்க்கையிலும் நிகழ்ந்தது. ஒருநாள் யாதவப்பிரகாசர் "இந்த உலகத்தில் உள்ள அனைத்தும் பிரம்மமே. எந்த வேறுபாடும் இல்லை" என்று ஒரு ஸ்லோகத்திற்கு பொருள் கூற இராமானுஜரோ குருவின் இந்த கருத்தை ஏற்கவில்லை. "அனைத்திலும் இறைவன் இருந்தாலும் அனைத்தும் ஒன்றல்ல. ஆத்மா பரமாத்மா இரண்டும் வெவ்வேறானவை" என்று ஒரு கருத்தைக் கூறினார்.

அன்றோடு குரு சிஷ்யன் என்ற உறவு முறிந்து போயிற்று. பிற்காலத்தில் இதே யாதவப்பிரகாசர் மனநிம்மதியை இழந்து இராமானுஜரிடம் சிஷ்யனாகச் சேர்ந்த அதிசயம் நிகழ்ந்தது. இராமானுஜர் அவரை தனது சிஷ்யனாக ஏற்று அவருக்கு கோவிந்த ஜீயர் என்ற பட்டப்பெயரைச் சூட்டினார்.

திருக்கோட்டியூரில் திருக்கோட்டியூர் நம்பி எனும் பெரியவர் வாழ்ந்து வந்தார். ஏராளனமான மாணவர்கள் அவரிடம் வைணவ சம்பிரதாயங்களைப் படித்துச் சென்றார்கள். திருக்கோட்டியூரில் அவருடைய இல்லத்தைத் தேடிக்கண்டு பிடித்தார் இராமானுஜர். இராமானுஜர் சென்றபோது திருக்கோட்டியூர் நம்பி மாணவர்களுக்கு பாடம் நடத்திக் கொண்டிருந்தார். வகுப்பு முடியும் வரை இராமானுஜர் காத்திருந்தார். பின்னர் திருக்கோட்டியூர் நம்பியை வணங்கினார்.

நம்பி இராமானுஜரிடம் "நாடி வந்த காரணம் யாது?" என விசாரித்தார்.

"நான் திருவரங்கத்தில் இருந்து தங்களைக் காண வந்திருக்கும் திருமால் அடியவன். த்வயமந்திர இரகசியத்தை அறிய வந்திருக்கிறேன்"

நம்பி இராமானுஜரிடம் "போய் பிறகொரு நாள் வாரும்" எனக்கூற இராமானுஜர் புறப்பட்டுச் சென்று பின்னர் சில காலம் கழித்து மீண்டும் திருக்கோட்டியூருக்கு வந்து நம்பியை சந்தித்தார். அப்போதும் நம்பி இராமானுஜருக்கு மந்திரத்தை உபதேசிக்கத் தயாராக இல்லை. சில காலம் கழித்து வரும்படி கூறினார்.

இவ்வாறு ஒரு முறை அல்ல இருமுறை அல்ல. பதினெட்டு முறை நம்பி இராமானுஜரை திருப்பி அனுப்பினர். இராமானுஜரும் சலிக்காமல் நம்பியை வந்து சந்தித்துக் கொண்டிருந்தார். இராமானுஜரின் உறுதி நம்பியைக் கவர்ந்தது. அவருக்கு மந்திர உபதேசம் செய்ய முடிவு செய்தார்.

ஒரு சிஷ்யரை அனுப்பி இராமானுஜரை தெண்டம் மற்றும் பவித்திரம் ஆகியவற்றோடு வரும்படி அழைப்பு விடுக்க இராமானுஜர் தன்னோடு கூரேசரையும் முதலியாண்டானையும் அழைத்துக் கொண்டு திருக்கோட்டியூர் சென்றார். இருவரையும் கண்ட நம்பி துணுக்குற்றார்.

“ராமானுஜனே. உம்மை தெண்டம் பவித்திரம் ஆகியவற்றோடு மட்டும்தானே வரச்சொன்னேன். நீர் ஏன் இவர்களை உம்மோடு அழைத்து வந்திருக்கிறாய்?” எனக் கேட்க அதற்கு இராமானுஜரோ “இவர்கள் இருவருமே எனது தெண்டம் பவித்திரம்” என்ற பதிலுரைத்தார்.

இராமானுஜர் கூறிய இந்த பதிலைக் கேட்டு மகிழ்ச்சி அடைந்த நம்பி அவரை ஒரு தனி இடத்திற்கு அழைத்துச் சென்று அவரிடம் தாம் சொல்லப்போகும் மந்திர ரகசியத்தை யாருக்கும் சொல்லக்கூடாது என்றொரு உறுதிமொழியை வாங்கிக் கொண்டு மீறினால் நரகம் கிடைக்கும் என்றார். இராமானுஜரும் அதற்கு சம்மதித்தார். நம்பி இராமானுஜருக்கு “ஓம் நமோ நாராயணாய” என்ற எட்டெழுத்து மந்திரத்தின் இரகசியங்களை இராமானுஜருக்கு போதித்து இந்த மந்திரத்தின் இரகசியங்களை அறிந்தவர்கள் வைகுண்டம் செல்லுவது நிச்சயம் என்றும் இராமானுஜருக்கு நம்பி எடுத்துரைத்தார். குருவிற்கு நமஸ்காரம் செய்து விடைபெற்ற இராமானுஜர் திருவரங்கம் புறப்பட்டார்.

இராமானுஜர் திருவரங்கம் புறப்பட்டதும் அவர் மனதில் ஒரு மின்னல் உண்டானது. இந்த மந்திரத்தின் இரகசியங்களை பாமரமக்களுக்கு ஏன் சொல்லக்கூடாது என்று அவர் தனக்குத்தானே கேட்டுக் கொண்டார். உடனே இராமானுஜர் அந்த ஊர் கோயிலுக்குச் சென்று பெரிய கோபுரத்தின் மீது ஏறி நின்று “ஊர் மக்களே. அனைவரும் வாருங்கள். நான் உங்களுக்கு த்வய மந்திரத்தின் இரகசியங்களை சொல்லப்போகிறேன். கேட்டு வைகுந்தம் செல்லுங்கள்” என்று சத்தம் போட்டு சொன்னதும்

ஊர் மக்கள் அங்கே கூடிவிட்டார்கள். ஊர் மக்கள் அனைவரும் கூடியதும் இராமானுஜர் நம்பி சொன்ன மந்திர இரகசியங்களை உரத்த குரலில் ஊர் மக்களுக்கு வெளியிட்டார். ஊர் மக்கள் அனைவரும் மனம் குளிர்ந்தார்கள்.

இராமானுஜர் மந்திர இரசியங்களை வெளியிட்டது திருக்கோட்டியூர் நம்பியின் காதிற்கு எட்டியது. உடனே அவர் வெகுண்டெழுந்து இராமானுஜரை அழைத்து வரச் சொல்லி விசாரித்தார். இராமானுஜரிடம் "நீ சத்தியத்தை மீறி விட்டாய். உனக்கு என்ன கிடைக்கும் தெரியுமா?" எனக் கேட்க அதற்கு இராமானுஜரோ "குருவே. கொடுத்த சத்தியத்தை மீறிய எனக்கு நிச்சயம் நரகம் கிடைக்கும். சத்தியத்தை மீறியதற்காக நான் ஒருவன் மட்டுமே நரகம் செல்லுவேன். ஆனால் இந்த ஊர் மக்கள் அனைவரும் வைகுந்தம் செல்லுவார்கள் அல்லவா?" என்று சொன்னார். இராமானுஜரின் இந்த வார்த்தைகளைக் கேட்ட நம்பி நெகிழ்ந்து போனார். இராமானுஜரின் பரந்த மனம் அவருக்கு அப்போதுதான் புரிந்தது.

திருவரங்கத்தில் இருந்த ஆளவந்தாருக்கு உடல்நலக்குறைவு ஏற்பட தனக்குப்பிறகு மடத்தை திறம்பட நிர்வகிக்க ஒரு வாரிசை நியமித்தாக வேண்டும் என்று அவரது மனது துடிக்க சீடர்களில் ஒருவரான பெரியநம்பியை அழைத்து "நீ காஞ்சிக்குச் சென்று உடனடியாக இராமனுஜரை அழைத்து வா" என்று கட்டளையிட்டார். குருவின் கட்டளையை ஏற்ற பெரிய நம்பி உடனடியாக காஞ்சிக்கு பயணமானார். காஞ்சியை அடைந்த பெரியநம்பி இராமானுஜரை சந்தித்துத் தன்னை அறிமுகப்படுத்திக் கொண்டு "உம்மை ஆளவந்தார் சந்திக்க வேண்டும் என்ற ஆவலில் இருக்கிறார். தாங்கள் உடனே என்னுடன் புறப்பட்டால் நல்லது" என்றார். ஆளவந்தார் அழைக்கிறார் என்ற செய்தியைக் கேட்டு பெரிய நம்பியுடன் இராமானுஜர் திருவரங்கத்திற்கு புறப்பட்டார்.

இராமானுஜரும் பெரியநம்பியும் திருவரங்கத்தை அடைந்து அவரை சந்திக்கும் முன்னரே ஆளவந்தார் பரமபதம் அடைந்துவிட்டார். இராமானுஜர் அடைந்த அதிர்ச்சிக்கு அளவே இல்லை. ஆளவந்தாரின் திருமேனியை வணங்கினார். ஆளவந்தாரின் வலது கையில் மூன்று விரல்கள் மடக்கியபடி இருப்பதைப் பார்த்தார். இது குறித்து அவருடைய சீடர்களிடம்

விசாரித்தார். ஆளவந்தாரின் மனதில் "நம்மாழ்வாரின் திருவாய்மொழிக்கு நல்லதொரு உரை எழுத வேண்டும். பராசரரின் பெயரை தகுந்த பிள்ளைகளுக்கு பெயராக சூட்டவேண்டும். வியாசபகவானின் பிரம்ம சூத்திரத்திற்கு விசிஷ்டாத்துவைத முறைப்படி வியாக்கியானம் எழுத வேண்டும் என்ற மூன்று ஆசைகள் இருந்தன. அதைக்குறிக்கவே அவர் இவ்வாறு மூன்று விரல்களை மடக்கி இருக்கிறார்" என்று அவர்கள் தெரிவித்தார்கள். இராமானுஜர் ஆளவந்தாரின் இந்த மூன்று ஆசைகளை நிறைவேற்றுவேன் என்று சபதம் செய்து அங்கிருந்து காஞ்சிக்குப் புறப்பட்டார்.

ஆளவந்தார் திருநாடு அடைந்ததும் திருவரங்கத்தில் இருந்த வைணவர்கள் இராமானுஜரை திருவரங்கத்திற்கு அழைத்துக் கொண்டு வரவேண்டுமென்று பெரியநம்பியிடம் கேட்டுக்கொள்ள பெரியநம்பியும் தனது துணைவியாருடன் காஞ்சிக்குப் புறப்பட்டார். வழியில் மதுராந்தகத்தில் ஏரிகாத்த இராமரை வணங்க இருவரும் கோயிலுக்குச் சென்றார்கள். இதே சமயத்தில் இராமானுஜர் மதுராந்தகத்திற்கு ஏரிகாத்த இராமர் கோயிலுக்கு இறைவனை தரிசிக்க வந்தார். இராமானுஜர் பெரியநம்பியின் காலில் விழுந்து ஆசிர்வாதம் பெற்றார். பின்னர் இருவரையும் காஞ்சிக்கு அழைத்து அவருடைய இல்லத்தில் தங்கும்படி கேட்டுக் கொண்டார். பெரியநம்பியும் தனது துணைவியாருடன் காஞ்சிக்கு வந்து இராமானுஜரின் இல்லத்தில் சிலகாலம் தங்கியிருந்தார்கள். அப்போது இராமானுஜரின் மனைவிக்கும் பெரியநம்பியின் மனைவிக்கும் கருத்து வேறுபாடு வர பெரியநம்பி தன் மனைவியை அழைத்துக் கொண்டு திருவரங்கம் சென்று விட்டார். இராமானுஜருக்கு விஷயம் தெரிய வந்து இராமானுஜர் தஞ்சம்மாளை அவளுடைய பிறந்தகத்திற்கு அனுப்பி விட்டார். அக்கணமே தஞ்சம்மாளும் பிறந்தகம் புறப்பட்டுச் சென்று விட்டார். இராமானுஜர் துறவறம் மேற்கொள்ள முடிவெடுத்தார். காஞ்சியில் வரதர் கோயில் குளத்தில் மூழ்கி காவி உடை உடுத்தி துறவி ஆனார்.

இராமானுஜரது முக்கியமான இரண்டு சிஷ்யர்களில் முதலாமவர் முதலியாண்டான். மற்றொரு சிஷ்யர் கூரேசர். கூரேசர் காஞ்சிபுரத்தைச் சேர்ந்த ஒரு பெரும் செல்வந்தர். ஏழைகளின் பால் மிகுந்த அன்பு கொண்டவர். ஏழை மக்களுக்கு

பல உதவிகளை இவர் செய்து வந்தார். இராமானுஜரைப் பற்றியும் அவரது தத்துவத்தைப் பற்றியும் அறிந்த கூரேசர் அவருடைய சிஷ்யரானார். கூரேசருடைய துணைவியார் பெயர் ஆண்டாள். கூரேசரைப் போலவே மிகுந்த ஞானம் மிக்கவர். வேதங்களைப் பயின்றவர். எதையும் ஒரு முறை படித்தால் போதும். அதை அப்படியே மனதில் பதித்துக் கொள்ளும் அரிய ஆற்றலைப் பெற்றிருந்தார். இவர்கள் இருவரை மட்டுமே இராமானுஜர் தன்னுடைய தெண்டமும் பவித்ரமுமாகக் கருதினார். அந்த அளவிற்கு இவர்கள் இருவரின் மீதும் இராமானுஜர் அன்பு வைத்திருந்தார்.

மாறனேர் நம்பி என்பவர் தாழ்த்தப்பட்ட குலத்தைச் சேர்ந்தவர். ஊரின் எல்லையில் ஒரு குடிசை வீட்டில் அவர் வசித்து வந்தார். பெரியநம்பி அவரிடம் நட்பு வைத்திருந்தார். ஒரு சமயம் மாறனேர் நம்பி நோய்வாய்ப்பட்டார். பெரியநம்பி அவருக்கு உணவைக் கொண்டு சென்று கொடுத்துக் கொண்டிருந்தார். இராமானுஜருக்கு இந்த விஷயம் தெரிந்ததும் பெரியநம்பியின் மீது வைத்திருந்த மரியாதை இன்னும் அதிகமானது. இவரே உண்மையான வைணவர் என்று நினைத்து நெகிழ்ந்தார்.

ஆளவந்தாரைத் தொடர்ந்து வைணவ மடத்தின் தலைவர் பொறுப்பை ஏற்ற ஸ்ரீரங்கம் கோயிலின் நிர்வாகப் பொறுப்பையும் கவனிக்க வேண்டியவரானார். இராமானுஜர் இந்த பொறுப்பை ஏற்று கோயிலின் வரவு செலவு கணக்கை சரிபார்த்து சரி செய்தார். கோயிலுக்கு வரும் பக்தர்களின் வசதிக்காக சத்திரங்களை உருவாக்கினார். நந்தவனங்களையும் ஏற்படுத்தினார். ஊழலில் ஈடுபட்டவர்களைக் கண்டறிந்து அவர்களை நீக்கினார். இராமானுஜரின் இந்த சீர்திருத்த நடவடிக்கையால் கோயிலில் பணியாற்றும் பலர் பாதிக்கப்பட்டனர். அவர்கள் இராமானுஜரை எதிர்த்தார்கள். இராமானுஜர் கோயிலில் பல சீர்திருத்தங்களைச் செய்து ஒரு ஒழுங்கு முறையை ஏற்படுத்தினார். இந்த முறையானது "இராமானுஜர் திருவாணை" என்று அழைக்கப்பட்டது.

இராமானுஜர் ஸ்ரீரங்கம் கோயிலில் பல சீர்திருத்தங்களைச் செய்து கோயில் வருமானத்தை பெருக்கினார். இதனால் பலர் பாதிக்கப்பட்டார்கள். துறவிகள் உணவை பிட்சை ஏற்றுத்தான் உண்ண வேண்டும் என்பது நியதி. இந்த நியதியின் படி

இராமானுஜர் தினமும் ஏழு வீடுகளுக்குச் சென்று பிட்சை ஏற்பார். இதில் ஸ்ரீரங்கம் கோயிலின் பட்டர் ஒருவரின் வீடும் அடக்கம். இராமானுஜரின் சீர்திருத்தத்தால் பாதிக்கப்பட்ட பலரில் இந்த பட்டரும் ஒருவர். எனவே அவர் இராமானுஜர் இருந்தால் தனக்கு ஆபத்து என்று நினைத்து அவரைக் கொல்ல ஒரு திட்டம் தீட்டினார். அவர் தனது மனைவியிடம் தினமும் இராமானுஜருக்கு அளிக்கும் உணவில் விஷத்தைக் கலக்கும்படி சொன்னார். ஆனால் நல்லஉள்ளம் படைத்த அவருடைய மனைவியோ இதற்கு எளிதில் உடன்படவில்லை. ஆனால் பட்டர் அவளிடம் நீண்ட நேரம் பேசி இதற்குச் சம்மதிக்க வைத்தார். அவருடைய மனைவி உணவில் விஷத்தைக் கலந்தாள்.

வழக்கம் போல இராமானுஜர் பிட்சை கேட்டு வந்து பட்டரின் வீட்டின் முன் நின்றார். பட்டரின் மனைவியும் ஒரு பாத்திரத்தில் விஷம் கலந்த உணவை இட்டுக் கொண்டு வந்தாள். இராமானுஜரைப் பார்த்ததும் அவளது கைகள் நடுங்கின. கொண்டு வந்த உணவை இராமானுஜரின் பாத்திரத்தில் கொட்டிவிட்டு அவள் வீட்டிற்குள் சென்று விட்டாள். வழக்கத்திற்கு மாறாக இருந்த இந்த செய்கை இராமானுஜருக்கு எதையோ உணர்த்தியது. இராமானுஜர் அந்த உணவை சாப்பிடவில்லை. நேராக காவிரிக்குச் சென்றார். அங்கே அந்த உணவைக் கொட்டினார். அப்போது அங்கே இருந்த காகம் ஒன்று அந்த உணவை சாப்பிட்டது. சிறிது நேரத்தில் இறந்தும் போனது. திருவரங்கன் அருளால் இராமானுஜர் இந்த முறையும் உயிர் பிழைத்தார்.

ஆளவந்தாரின் மூன்று கடைசி ஆசைகளில் ஒன்று திருவாய்மொழியை எங்கும் பரப்ப வேண்டும் என்பதாகும். ஆளவந்தாரின் மூன்று ஆசைகளையும் நிறைவேற்றுவேன் என்று சபதம் புரிந்திருந்த இராமானுஜர் திருமாலையாண்டான் எனும் ஆளவந்தாரின் மாணாக்கரிடம் திருவாய்மொழியைக் கற்க ஆரம்பித்தார். தொடர்ந்து பெருமாள் அரையர் என்பவரிடம் திருவாய்மொழியின் உட்பொருள்களை அறிந்து கொண்டார். திருவாய்மொழியில் மிகுந்த புலமை பெற்ற இராமானுஜர் அதை நாடெங்கும் பரப்பும் பெரும்முயற்சியில் ஈடுபட்டார்.

ஆளவந்தாரின் மற்றொரு ஆசை வேதவியாசர் இயற்றிய பிரம்மசூத்திரத்திற்கு உரை எழுதுவது. ஆதிசங்கரர் பிரம்ம

சூத்திரத்திற்கு ஒரு உரை எழுதியிருந்தார். ஆதிசங்கரர் அத்வைத தத்துவத்தை உடையவர். த்வைத தத்துவத்தைச் சார்ந்த மத்வாச்சாரியாரும் பிரம்மசூத்திரத்திற்கு ஒரு உரை எழுதியுள்ளார். விசிஷ்டாத்வைத தத்துவத்தை ஒட்டி பிரம்மசூத்திரத்திற்கு உரை எழுதி ஆளவந்தாரின் விருப்பத்தை நிறைவேற்ற இராமானுஜர் முடிவு செய்தார். போதாயன மகரிஷி என்பவர் பிரம்மசூத்திரத்திற்கு ஒரு உரை எழுதியிருந்தார். அந்த நூலானது போதாயனவிருத்தி என்று அழைக்கப்பட்டது. தான் உரை எழுதும் முன் அந்த நூலைப்படிக்க இராமானுஜர் விரும்பினார். அந்த நூலின் ஒரே ஒரு சுவடி காஷ்மீர மன்னரிடம் இருப்பதாக அறிந்த இராமானுஜர் அதைப் பெற்று வர காஷ்மீர் பயணத்தைத் தொடங்கினார்.

பல மாதங்கள் பயணித்து இராமானுஜர் காஷ்மீரத்தை அடைந்தார். அங்கு மன்னரையும் சந்தித்தார். மன்னரிடம் தான் வந்த காரியத்தையும் தெரிவித்தார். இராமானுஜரின் ஆர்வத்தை அறிந்த மன்னர் மகிழ்ச்சி அடைந்தார். உடனே போதாயனவிருத்தி ஓலைச்சுவடிகளை இராமானுஜருக்குக் கொடுத்து உதவினார். இராமானுஜர் மன்னருக்கு நன்றி தெரிவித்துக்கொண்டு கூரேசருடன் திருவரங்கத்திற்குப் புறப்பட்டார்.

காஷ்மீர மன்னர் இராமானுஜருக்கு போதாயனவிருத்தி ஓலைச்சுவடிகளைக் கொடுத்துவிட்டார் என்ற செய்தி காஷ்மீரத்தில் இருந்த பண்டிதர்களுக்குத் தெரியவந்தது. அந்த அரிய ஓலைச்சுவடியை அவரிடமிருந்து திரும்பப் பெற்றாகவேண்டும் என்று அனைவரும் முடிவு செய்தார்கள். உடனே புறப்பட்டு இராமானுஜரைச் சந்தித்து போதாயனவிருத்தி ஓலைச்சுவடிகளைத் திருப்பி அளிக்குமாறு கேட்டார்கள். இப்படி ஒரு பிரச்சினை வரும் என்பதை இராமானுஜர் எதிர்பார்க்கவேயில்லை.

காஷ்மீரப்பண்டிதர்கள் அத்வைத தத்துவத்தை பின்பற்றுபவர்கள். இராமானுஜரோ விசிஷ்டாத்வைத தத்துவக்காரர். பண்டிதர்கள் ஓலைச்சுவடியை திரும்பக்கேட்டதற்கு இதுவும் ஒரு முக்கிய காரணம். இராமானுஜர் பண்டிதர்களிடம் எவ்வளவு எடுத்துச் சொல்லியும் அவர்கள் ஓலைச்சுவடியைத் தர சம்மதிக்கவேயில்லை. கடைசியில் வேறு வழியின்றி போதாயனவிருத்தி ஓலைச்சுவடிகளை அவர்களிடம்

ஒப்படைத்தார். ஓலைச்சுவடியை இழந்த வருத்தத்தில் இருந்தார் இராமானுஜர். அவருக்கு கூரேசர் சொன்னவை மகிழ்ச்சியை ஏற்படுத்தியது.

"நீங்கள் எதற்கும் வருந்தத்தேவையில்லை. நான் காஷ்மீரத்தில் இருந்தபோதே அந்த ஓலைச்சுவடிகள் அனைத்தையும் படித்து மனப்பாடம் செய்துவிட்டேன். அதை என்னால் முழுமையாக தங்களுக்குச் சொல்ல முடியும்"

மகிழ்ச்சியுடன் இராமானுஜர் திருவரங்கம் திரும்பினார். திருவரங்கத்திற்குத் திரும்பியதும் இராமானுஜர் பிரம்ம சூத்திரத்திற்கு விசிஷ்டாத்வைதத்தை அடிப்படையாகக் கொண்டு உரை எழுதத் தொடங்கினார். கூரேசர் அவருடன் இருந்து மிகவும் துணை புரிந்தார். போதாயனவிருத்தி நூலை கூரேசர் தன் நினைவிலிருந்து சொல்லச் சொல்ல இராமானுஜர் அதைக் கேட்டறிந்தார். இராமானுஜர் தனது உரையைச் சொல்லச் சொல்ல கூரேசர் அதை எழுத்தாணி மூலம் எழுதினார். பல மாதங்கள் இவ்வாறு பணியாற்றி இராமானுஜர் பிரம்மசூத்திரத்திற்கு உரை எழுதி முடித்தார்.

கூரேசரின் மனைவி ஆண்டாள் பரந்த அறிவுடையவர். அவரும் இந்த நூலை எழுத இராமானுஜருக்கு துணை புரிந்தார். இராமானுஜர் எழுதிய இந்த உரை ஸ்ரீபாஷ்யம் என்று பெயர் பெற்றது. பிரம்மசூத்திரத்திற்கு இராமானுஜர் எழுதிய உரை பெரும்புகழ் பெற்றது. அவர் பெயர் இதன்மூலம் நாடெங்கும் பரவியது. ஸ்ரீபாஷ்யக்காரர் என்ற பட்டமும் இராமானுஜருக்கு அளிக்கப்பட்டது.

இராமானுஜர் வைணவத்தின் தலைமைப் பொறுப்பில் இருக்க அவருடைய தம்பி கோவிந்தன் சைவ சமயத்திற்காக தொண்டாற்றி வந்தார். இராமானுஜர் கோவிந்தனை சைவ சமயத்திலிருந்து வைணவத்திற்கு தொண்டாற்ற அழைக்க வேண்டும் என்று முடிவு செய்து தனது எண்ணத்தை தன்னுடைய தாய்மாமன் பெரிய திருமலைநம்பியிடம் தெரிவித்தார். பெரிய திருமலைநம்பி உடனே கோவிந்தனை சந்தித்து வைணவத்தின் சிறப்புகளைப் பற்றி எடுத்துரைத்து அவர் வைணவ சமயத்திற்கு மாறவேண்டும் என்று கேட்டுக்கொண்டார். கோவிந்தனும் இதை ஏற்று மீண்டும் வைணவ சமயத்திற்கு மாறினார்.

கோவிந்தன் தனது தாயார் மற்றும் துணைவியாருடன் திருவரங்கத்தில் வாழ்ந்து வந்தார். கோவிந்தனுக்கு ஒரு தம்பி உண்டு. அவருக்கு ஆண் குழந்தை பிறந்தது. இராமானுஜர் அக்குழந்தைக்கு பராங்குசநம்பி என்று பெயர் சூட்டினார். கூரத்தாழ்வனுக்கு இரண்டு ஆண் குழந்தைகள் பிறந்தன. அதில் ஒரு குழந்தைக்கு பராசரபட்டர் என்றும் மற்றொரு குழந்தைக்கு வேதவியாசபட்டர் என்ற திருப்பெயரிட்டார்.

சிறந்த வைணவக்குழந்தைகளுக்கு இத்தகைய பெயர்களை சூட்ட வேண்டும் என்பது ஆளவந்தாரின் மூன்று ஆசைகளுள் ஒன்று. இராமானுஜர் அவருடைய ஆசையை இதன் வாயிலாக நிறைவேற்றிவிட்டார்.

திருவரங்கத்தில் தாயார் மற்றும் மனைவியுடன் வாழ்ந்து வந்த கோவிந்தனுக்கு இல்லறத்தில் நாட்டமில்லை. அவருடைய தாயாருக்கு இதுகுறித்து கவலை எழுந்தது. கோவிந்தன் வெளிப்படையாக தனக்கு இல்லறத்தில் நாட்டமில்லை எனவும் எம்பெருமான் ஒருவரையே தான் நினைத்துக் கொண்டிருக்கிறேன் என்றும் தெரிவித்துவிட்டார். இராமானுஜர் கோவிந்தனுக்கு துறவு அளிக்க முடிவு செய்தார்.

அவருக்கு காவி உடை அளித்து “எம்பார்” என்ற புதிய பெயரையும் சூட்டினார் இராமானுஜர். கோவிந்தனைத் தொடர்ந்து அவருடைய மனைவியும் துறவறம் பூண்டார்.

அக்காலத்தில் சைவசமயத்தைச் சார்ந்த சோழ மன்னன் ஒருவன் ஆண்டு வந்தான். அவனுடைய ஆலோசகர்கள் சிலர் இராமானுஜர் வைணவ சமயத்தைப் பரப்புகிறார் எனவும் அவரை விட்டு வைத்தால் ஆபத்து எனவும் ஆலோசனை கூறி இராமானுஜரை அழைத்து சிவனுக்கு மேலானதொரு கடவுள் இல்லை என்று எழுதி அவ்வாசகத்தில் கையொப்பம் வாங்கும்படியும் வற்புறுத்தினார்கள். சோழ மன்னனும் இதற்கு அடிபணிந்து தனது காவலாளிகள் சிலரை அழைத்து இராமானுஜரை அழைத்து வரும்படி கட்டளையிட்டான். காவலாளிகள் இராமானுஜரின் இருப்பிடத்திற்குச் சென்றார்கள். அந்த சமயத்தில் இராமானுஜர் நீராடிக்கொண்டிருந்தார். ஆபத்தை அறிந்த கூரேசரும் பெரியநம்பியும் சமயோசிதமாக செயல்பட்டார்கள். கூரேசர் இராமானுஜரின் காவி உடையை

எடுத்து அணிந்து கொண்டு காவலர்களுடன் புறப்பட்டார். அவருடன் பெரியநம்பியும் சென்றார்.

மன்னன் இராமானுஜரை முன்பின் பார்த்ததில்லை. எனவே கூரேசர்தான் இராமானுஜர் என்று நம்பிவிட்டான். ஆனால் உளவாளி ஒருவன் வந்திருப்பவர் இராமானுஜர் அல்ல என்று மன்னனிடம் தெரிவித்துவிட்டான். மன்னன் சிவனுக்கு மேலான கடவுள் இல்லை என்று பொருள்படும்படியான ஒரு வாக்கியம் எழுதப்பட்டிருந்த ஓலைச்சுவடியை கூரேசரிடம் கொடுத்து அதில் கையொப்பம் இடும்படி கட்டளையிட்டார். கூரேசர் அந்த ஓலைச்சுவடியைப் படித்தார். பின்னர் சிவனைக் காட்டிலும் பெரிய கடவுள் இருக்கிறார் என்று பொருள்படும்படி ஒரு வாக்கியத்தை எழுதி கையொப்பமிட்டார். இது மன்னனுக்கு கடும்கோபத்தை வரவழைத்தது. உடனே மன்னன் காவலாளிகளை ஏவி கூரேசரின் கண்களைப் பிடுங்கும்படி கட்டளையிட்டான். உன்னைப் போன்ற வெறிபிடித்த ஒரு மன்னனைக் கண்டதற்காக எனது கண்களை நானே பிடுங்கிக் கொள்கிறேன் என்று கூறி தனது கண்களை தானே பிடுங்கி எறிந்தார். காவலாளிகள் உடன் வந்த பெரியநம்பியின் கண்களைப் பிடுங்கினார்கள். இருவரையும் ஊர் எல்லைக்குக் கொண்டு சென்று விட்டுவிட்டார்கள்.

பெரியநம்பி அப்போதே காலமானார். மிகுந்த சிரமத்திற்கிடையில் கூரேசர் திருவரங்கம் வந்து சேர்ந்தார். அவருக்கு அதிர்ச்சி ஒன்று காத்திருந்தது.

இராமானுஜரின் சிஷ்யர்களை கோவிலுக்குள் அனுமதிக்கக்கூடாது என்று மன்னன் உத்தரவிட்டிருந்தான். ஆனாலும் கூரேசரை கோயிலுக்குள் அனுமதித்தார்கள்.

நான் கோயிலுக்குள் சென்றால் இராமானுஜரின் சிஷ்யன் இல்லை என்றாகிவிடும் என்று கோயிலுக்குச் செல்ல மறுத்துவிட்டார் கூரேசர்.

இராமானுஜர் பின்னர் திருவரங்கம் திரும்பினார். கண்களை இழந்திருந்த கூரேசரைப் பார்த்தார். இராமானுஜர் தன்னைக் காண வந்திருக்கிறார் என்பதை அறிந்ததும் கூரேசர் மிகுந்த மகிழ்ச்சி அடைந்தார். இராமானுஜர் கூரேசரை கட்டித் தழுவினார்.

“கூரேசரே. நாம் இருவரும் காஞ்சிக்குச் சென்று வரதராஜப்

பெருமாளை தரிசித்து உமக்குக் கண்களைத் தரும்படி வேண்டுவோம்"

காஞ்சிக்குச் சென்று வரதரை தரிசிக்கப் போகிறோம் என்று நினைத்ததுமே கூரேசருடைய உள்ளத்தில் மகிழ்ச்சி பொங்கி வழிந்தது. உடனே வரதராஜஸ்தவம் என்ற பாடலை அவரை இயற்றினார். உண்மையில் கூரேசருக்கு இழந்த கண்களைத் திரும்பப் பெறுவதில் ஆர்வமில்லை.

இராமானுஜரும் கூரேசரும் காஞ்சிக்குச் சென்று வரதரை தரிசித்தார்கள். கூரேசர் வரதர் சந்நிதியில் தாம் இயற்றிய பாடலை அரங்கேற்றினார்.

கூரேசரின் பாடலில் மயங்கிய வரதர் கூரேசரிடம் வேண்டும் வரம் கேட்கச் சொன்னார்.

"பெருமாளே. எம்மைக் காட்டிக்கொடுத்த சோழநாட்டு நாலூரான் தங்கள் அருளைப்பெற்று பூரண வாழ்வு வாழ வேண்டும்"

வரதரும் இந்த வரத்தை உடனே அளித்தார்.

அங்கே இருந்தவர்கள் இதைக் கேட்டு அதிர்ச்சியுற்றார்கள். பெருமாளிடம் தனக்கு பார்வை வேண்டும் என்று கேட்பதை விட்டுவிட்டு துரோகம் செய்த நாலூரானுக்கு நற்கதி கிடைக்க பெருமாளிடம் வரம் வேண்டியதைக் கேட்டு அனைவரும் அதிர்ச்சியுற்றார்கள். கிருமி கண்ட சோழனிடம் வந்திருப்பது இராமானுஜர் அல்ல அவருடைய அடியார் கூரேசர் என்று காட்டிக்கொடுத்து கூரேசரின் கண்பார்வைப் போக காரணமாக இருந்தவன் நாலூரான்.

சில காலத்திற்குப் பின்னர் கூரேசர் திருநாடு சேர்ந்தார்.

இராமானுஜரும் கூரேசரின் வெள்ளையுடையை தரித்தபடி சோழநாட்டைவிட்டு முதலியாண்டான், எம்பார் மற்றும் சிஷ்யர்களுடன் வைணவத்தைப் பரப்ப கர்நாடகாவிற்குப் புறப்பட்டார்.

கர்நாடகாவில் மேல்கோட்டை எனும் பகுதியை விட்டலதேவன் எனும் மன்னன் ஒருவன் ஆண்டு

கொண்டிருந்தான். அவன் ஜைன சமயத்தைப் பின்பற்றி வந்தான். அவனது மகளை ஒரு சமயம் பிரம்மராட்சசன் ஒருவன் பிடித்து ஆட்டிப்படைத்துக் கொண்டிருந்தான். மன்னன் தன் மகளுக்கு எத்தனையோ வைத்தியங்களைச் செய்து பார்த்தான். ஆனால் பிரம்மராட்சசன் அவளை விடுவதாயில்லை. மன்னன் கவலையில் ஆழ்ந்தான்.

இராமானுஜர் அப்பகுதிக்கு ஒரு முறை வந்திருந்தார். அவரைப் பற்றி கேள்விப்பட்ட மன்னன் அவரை அழைத்தான். இராமானுஜரும் மன்னின் அழைப்பை ஏற்று அவனைச் சந்தித்தார்.

"இராமானுஜரே. தங்களை வணங்குகிறேன். எனது அருமை மகளை பிரம்மராட்சசன் பிடித்து ஆட்டிப்படைக்கிறான். எத்துணை முயற்சிகள் செய்தும் அவளை குணப்படுத்த முடியவில்லை. தங்களின் பெருமைகளைப் பற்றி கேள்விப்பட்டேன். தாங்கள்தான் எனது மகளைப் பிடித்திருக்கும் பிரம்மராட்சசனை விரட்டி அருள்புரிய வேண்டும்"

மன்னர் இராமானுஜரை வணங்கி தனது கோரிக்கையை வைத்தான்.

இராமானுஜர் மன்னனுக்கு உதவ திருவுள்ளம் கொண்டார். தனது கமண்டலத்திலிருந்த தீர்த்தத்தை இளவரசியின் தலையில் தெளித்ததும் அவளைப் பிடித்திருந்த பிரம்மராட்சசன் ஓடிப்போனான்.

இச்சம்பவம் மன்னனின் மனதைப் பெரிதும் மாற்றிவிட்டது. உடனே வைணவ சமயத்தில் சேர்ந்தான்.

மேலக்கோட்டையிலிருந்த சமண மதத்தலைவர்கள் இதனை எதிர்த்தனர்.

மன்னன் சமண மதத்திலிருந்து வைணவ மதத்திற்கு மாறுவதை அவர்கள் கடுமையாக எதிர்த்தார்கள். உடனே விட்டலதேவன் அவர்களிடம் இராமானுஜரோடு வாதிடும்படி கேட்டுக்கொண்டான். வாதத்தில் யார் வெற்றி பெறுகிறார்களோ தான் அந்த சமயத்தை பின்பற்றுவதாகவும் தெரிவித்தான்.

வாதம் தொடங்கியது. இராமானுஜர் வாதத்தில் வென்றார். சமணர்கள் தங்கள் தோல்வியை ஒப்புக்கொண்டு விலகினார்கள்.

இராமானுஜர் மன்னன் விட்டலதேவனின் பெயரை விஷ்ணுவர்த்தனன் என்று மாற்றி பஞ்சசமஸ்காரம் செய்து அவனை வைணவனாக மாற்றினார். மன்னனைத் தொடர்ந்து அந்த நகரத்தில் ஆயிரக்கணக்கானவர்கள் வைணவர்களாக மாறினார்கள். இவ்வூர் பின்னர் திருநாராயணபுரம் என்று அழைக்கப்பட்டது.

இராமானுஜர் திருநாராயணபுரத்தில் இருந்தபொழுது அங்கே புதருக்குள் இருந்து பெருமாள்சிலை ஒன்றை மாடு மேய்ப்பவர்கள் கண்டெடுத்தார்கள். அந்த விக்கிரகத்திற்கு இராமானுஜர் திருநாராயணப்பெருமாள் என்று பெயரிட்டார். திருநாராயணபுரத்தில் இராமானுஜர் சிலையை மீண்டும் பிரதிஷ்டை செய்து கோயில் ஒன்றை மன்னனின் உதவியோடு நிர்மாணிக்கத் தொடங்கினார். அக்கோயிலின் உற்சவ மூர்த்தியின் பெயர் இராமப்பிரியர்.

உற்சவ மூர்த்தியின் சிலை தில்லி சுல்தானிடம் இருக்கிறது என்பதை அறிந்த இராமானுஜர் உடனே தில்லிக்குப் பயணமானார். சுல்தானைச் சந்தித்து தான் வந்த விவரத்தை எடுத்துக் கூறினார். தில்லி சுல்தான் இராமானுஜருக்கு மனமுவந்து உதவினார். இராமப்பிரியர் சிலையை சுல்தான் இராமானுஜரிடம் ஒப்படைத்தார். இராமானுஜர் சுல்தானுக்கு நன்றி தெரிவித்து தில்லியிலிருந்து திருநாராயணபுரம் நோக்கி பயணமானார்.

தில்லியிலிருந்து இராமப்பிரியர் சிலையுடன் திருக்கண்ணபுரத்திற்குப் பயணமானார் இராமானுஜர். ஒருநாள் இரவு காட்டுவழி ஒன்றில் நடந்து வந்து கொண்டிருந்தார். அப்போது எதிர்பாராதவிதமாக சில திருடர்கள் அவரைச் சூழ்ந்து கொண்டார்கள். அப்போது எதேச்சையாக அப்பகுதியில் வந்து கொண்டிருந்த சில தாழ்த்தப்பட்ட மக்கள் இராமானுஜரை திருடர்களிடமிருந்து காப்பாற்றி திருநாராயணபுரம் வரை துணையாக வந்தார்கள். அது மட்டுமின்றி கோவில் மண்ணும் கல்லும் சுமந்து உதவிசெய்தார்கள்.

அம்மக்களின் பக்தியைப் பார்த்து நெகிழ்ச்சி அடைந்த இராமானுஜர் அவர்களுக்கு திருக்குலத்தார் எனும் பெயரை அளித்து கௌரவித்தார். அதுவரை அரிசன மக்கள் கோவிலுக்குள் செல்ல அனுமதிக்கப்பட்டதில்லை.

இராமானுஜரே முதன்முதலாக அரிசன மக்களும் கோவிலுக்குள் செல்லலாம் என்று அறிவித்தார்.

திருவில்லிபுத்தூரில் அவதரித்து திருவரங்கத்தில் எழுந்தருளிய திருவரங்கனை மணம் முடித்தவர் ஆண்டாள். ஒரு முறை ஆண்டாள் திருவரங்கத்தில் எழுந்தருளி ஆட்சிபுரிந்து கொண்டிருந்த அரங்கனை மணம் முடித்தால் நூறு தடா வெண்ணையும் நூறு தடா அக்காரஅடிசலையும் செய்து படைக்கிறேன் என்று திருமாலிருஞ்சோலை அழகரிடம் வேண்டிக்கொண்டார். தடா என்பது தற்காலத்தில் பயன்படுத்தப்படும் அண்டாவைப் போன்ற ஒரு அளவை.

ஆண்டாளின் வேண்டுதலை நிறைவேற்ற விரும்பினார் இராமானுஜர். எனவே ஆண்டாள் வேண்டிக்கொண்டபடி நூறு தடா வெண்ணையையும் நூறு தடா அக்காரஅடிசலையும் செய்து திருமாலிருஞ்சோலை அழகருக்கு படைத்து ஏற்றுக்கொள்ளும்படி வேண்டிக்கொண்டார். பின்னர் இராமானுஜர் திருவில்லிபுத்தூருக்குச் சென்று ஆண்டாளை தரிசித்தார்.

"அன்று நான் நிறைவேற்றுவதாய் வேண்டிக்கொண்டவற்றை இன்று நீர் என் சார்பாக நிறைவேற்றிவிட்டீர். என் அண்ணலே வருக வருக" என்று ஆண்டாள் இராமானுஜரை வரவேற்றார்.

இராமானுஜருக்கு வடுகநம்பி என்றொரு சிஷ்யர் இருந்தார். ஒருநாள் இராமானுஜர் திருவரங்கத்தில் அமைந்த மடத்தில் சிஷ்யர்களுக்கு வேதாந்த தத்துவங்களை விளக்கிக் கொண்டிருந்தார். அந்த சமயத்தில் திருவரங்கனின் வீதி உலா நடைபெற்றுக் கொண்டிருந்தது. இராமானுஜரும் மற்றவர்களும் மடத்தை விட்டு வெளியேறி வீதி உலா வந்து கொண்டிருந்த இறைவனை தரிசித்தார்கள். வடுகநம்பி அங்கே இல்லாததைக் கண்ட இராமானுஜர் பின்னர் மடத்திற்குச் சென்றார். மடப்பள்ளியில் வடுகநம்பி இருப்பதை அறிந்து அங்கே சென்று அவரிடம்

அரங்கநாதன் வீதி உலா வரும் போது நீர் அவனை சேமிக்காமல் இங்கே என்ன செய்து கொண்டிருக்கிறீர் என்று விசாரித்தார்.

"ஸ்வாமி தாங்கள் அரங்கநாதனுக்கு சேவை செய்கிறீர்கள்.

நானோ ஆசாரியராகிய தங்களுக்கு சேவை செய்கிறேன். தங்களுக்காக பால் காய்ச்சிக் கொண்டிருந்த காரணத்தினால் அரங்களை சேவிக்க வர இயலவில்லை"

வடுகநம்பி இராமானுஜரின் பால் எத்தனை அன்பும் மரியாதையும் வைத்திருந்தார் என்பதை இது காட்டியது.

ஆதிகாலத்தில் மத்வாச்சாரியார் த்வைதம் எனும் கொள்கையை நிறுவினார். ஆத்மா என்பது வேறு. பரமாத்மா என்பது வேறு. இரண்டும் ஒன்றல்ல என்பதே த்வைதக் கொள்கையாகும். பின்னர் தோன்றிய ஆதிசங்கரர் அத்வைதம் என்ற ஒரு கொள்கையை நிலை நாட்டினார். இக்கொள்கையின்படி ஆத்மா, பரமாத்மா அதாவது மனிதன் கடவுள் இரண்டும் வெவ்வேறல்ல. ஒன்றுதான் என்பதே இந்த கொள்கையின் அடிப்படையாகும்.

இராமானுஜரோ விசிஷ்டாத்வைதம் எனும் புதியதொரு கொள்கையை நிறுவினார். பரமாத்மா, ஆத்மா என்பதை இராமானுஜர் பரமாத்மா, ஆத்மா, உடல் என்று மூன்றாகப் பிரித்து நிலைநாட்டினார். இந்த கொள்கையே "விசிஷ்டாத்வைதம்" என்று புகழ்பெற்றது.

இராமானுஜர் 120 வயதைத் தொட்டார். தான் அவதரித்த காரணம் முழுமையடைந்து விட்டதாக உணர்ந்த இராமானுஜர் கடைசியாக தனது சிஷ்யர்கள் அனைவரையும் அழைத்து அவர்களுக்கு அரியதொரு சொற்பொழிவாற்றினார். இந்த உபதேசமானது எண்பத்திரண்டு வார்த்தைகள் என்று அழைக்கப்படுகிறது. சிஷ்யர்களிடம் தான் திருநாடு சென்றால் கண்கலங்கவோ அழவோ கூடாது என்று சொல்லி தனது உபதேசத்தைத் தொடங்கினார்.

"வைணவர்கள் புலனுணர்வுகளுக்கு அடிமையாதல் கூடாது. ஆச்சாரியருடைய போதனைப்படி நடந்து கொள்ள வேண்டும். பாகவதர்களை வணங்குகின்றவர்களுக்கு இறையருள் சீக்கிரம் கிட்டும். வைணவர்கள் சுயநலமின்றி வாழ்தல் வேண்டும். இறைவனை சேவிக்கவும் திருவாய்மொழியைப் படிக்கவும் தினமும் குறைந்தது ஒரு மணி நேரமாவது ஒதுக்க வேண்டும். கடவுள் நம்பிக்கை அற்றவர்களோடு நட்பு கொள்ளக்கூடாது.

குருவை சாதாரண மனிதனாக கருதக்கூடாது. ஸ்ரீ பாஷ்யத்தைப் படித்தல் வேண்டும். இதுமட்டுமின்றி அதை பிறருக்கு பயிற்றுவிக்க வேண்டும். எக்காரணத்தை முன்னிட்டும் பிறரிடம் உள்ள தவறுகளை கண்டுபிடிக்கக் கூடாது. குற்றமற்றவர் என்று இவ்வுலகில் யாருமில்லை"

இவையே இராமானுஜரின் இறுதி உபதேசமாகும்.

இராமானுஜர் எம்பாரின் மடியில் தனது தலையை வைத்துப்படுத்துக் கொண்டார். வடுகநம்பியின் மடியில் கால்களை வைத்தார். சிஷ்யர்களுக்கு உபதேசித்த இராமானுஜர் திருநாடு சென்றடைந்தார். தான் திருநாடு சென்றடைவதற்கு முன்னர் தனது சிஷ்யர்களிடம் தான் திருநாடு சென்றால் யாரும் அழக்கூடாது என்று திருக்கட்டளையிட்டிருந்தார். ஆயினும் துக்கம் தாளாமல் அவருடைய சிஷ்யர்கள் அழுதார்கள்.

இராமானுஜருடைய திருவுடலானது திருவரங்கம் கோயிலுக்குள் நல்லடக்கம் செய்யப்பட்டது. அவர் அடக்கம் செய்யப்பட்ட இடத்திற்கு மேலே அவருடைய திருவுருவச்சிலை ஒன்று அமைக்கப்பட்டது.

இராமானுஜர் வேதார்த்த சங்கிரகம், ஸ்ரீபாஷ்யம், கீதா பாஷ்யம், வேதாந்த தீபம், வேதாந்த சாரம், சரணாகதி கத்யம், ஸ்ரீ ரங்ககத்யம், ஸ்ரீ வைகுண்ட கத்யம் மற்றும் நித்யக்கரந்தம் ஆகிய ஒன்பது அரிய நூல்களை நமக்குத் தந்துச் சென்றுள்ளார்.

இராமானுஜருக்கு மொத்தம் பன்னிரு திருநாமங்கள் உண்டு. பெரிய திருமலை நம்பி சாற்றிய இளையாழ்வார், இராமானுஜர், பரதபுரீசர் கச்சிப்பேரளுளாளன் சாற்றிய எதிராசர், திருவரங்கன் சாற்றிய உடையவர், திருமலைவேங்கடவன் சாற்றிய தேசிகேந்திரன், சாரதாபீட சரஸ்வதி சாற்றிய ஸ்ரீ பாஷ்யக்காரர், பெரியநம்பி சாற்றிய திருப்பாவை ஜீயர், திருக்கோட்டியூர் நம்பி சாற்றிய எம்பெருமானார், ஆண்டாள் சாற்றிய நம்கோயிலண்ணன், திருமலையாண்டான் சாற்றிய சடகோபன் பொன்னடி மற்றும் திருவரங்கப்பெருமாளரையர் சாற்றிய இலட்சுமண முனி என பன்னிரு திருநாமங்கள் இராமானுஜருக்கு வழங்கி வருகின்றன.

இராமானுஜர் திருநாராயணபுரத்தில் சுமார் பன்னிரெண்டு ஆண்டுகள் தங்கி கோயில் திருப்பணி மற்றும் சேவைகள்

பலவற்றைச் செய்தார். அவ்வூர் மக்கள் இராமானுஜருடைய இந்த சேவையை சிறப்பிக்கும் வகையில் அவருடைய திருஉருவச் சிலையை உருவாக்கினார்கள். அவர்களின் வேண்டுகோளுக்கு செவிசாய்த்து தனது சிலையை உகந்து தழுவி விடைபெற்றார். எனவே இந்த திருஉருவச்சிலையானது தமர் உகந்த திருமேனி என்று அழைக்கப்படுகிறது.

இராமானுஜர் பிறந்த ஊரான திருபெரும்புதூரில் அவருக்கு ஒரு சிலை வைக்க முடிவு செய்யப்பட்டது. முதலியாண்டானின் குமாரர் கந்தாடை ஆண்டான் இதற்கு ஏற்பாடு செய்தார். இராமானுஜரின் சிலையும் வடிக்கப்பட்டது. இராமானுஜர் இந்த சிலையை அரவணைத்து தமது தெய்வத்தன்மையை அச்சிலைக்குள் செலுத்தினார். எனவே இந்த திருஉருவச்சிலையானது தாம் உகந்த திருமேனி என்று அழைக்கப்படுகிறது.

திருவரங்கத்தில் இராமானுஜருக்கு ஒரு சிலை வைக்க முடிவு செய்த அவருடைய சிஷ்யர்கள் ஒரு சிலையை வடித்தார்கள். திருஉருவச்சிலை செய்து முடிக்கப்பட்டதும் இராமானுஜர் இறையடி சேர்ந்தார். அவருடைய திருஉடல் திருவரங்கக் கோயிலின் நான்காவது பிரகாரத்தில் நல்லடக்கம் செய்யப்பட்டது. அரங்கன் விருப்பத்தின் பேரில் இராமானுஜருடைய திவ்ய மங்கள திருமேனி நல்லடக்கம் செய்யப்பட்டு தாமான திருமேனி என்று அழைக்கப்படுகிறது.

இராமானுஜர் வைணவர்கள் எவ்வாறு வாழ்தல் சிறந்தது என்பதை விளக்கும் வகையில் அவர்களுக்காக ஆறு கட்டளைகளை வகுத்தார்.

முதல் கட்டளையாவது ஸ்ரீ பாஷ்யம் வாசித்தல் அல்லது வாசிக்கக் கேட்டல் மற்றும் மற்றவர்களுக்கு பயிற்றுவித்தல்

இரண்டாவது கட்டளையாவது திவ்யப்பிரபந்தங்களை வாசித்தல் மற்றும் பிறர்க்கு வாசித்துக் காட்டல்

மூன்றாவது கட்டளையாவது திவ்ய தேசங்களில் அமுதுபடி செய்வித்தல்

நான்காவது கட்டளையாவது திருநாராயணபுரத்தில் ஒரு குடிசை கட்டிக் கொண்டு வாழ்தல்

ஐந்தாவது கட்டளையாவது துவயத்தை அர்த்தம் உணர்ந்து மனப்பாடம் செய்தல்

ஆறாவது கட்டளையாவது ஒரு பாகவதன் இவன் நல்லவன் என்று கூறும் விதத்தில் அவருடைய அபிமானத்தில் ஒதுங்கி வாழ்தல்

இந்த ஆறு கட்டளைகளையும் நிறைவேற்ற முடியாவிட்டாலும் அவற்றில் ஏதேனும் ஒன்றையாவது ஒரு வைணவன் செய்யவேண்டும் என்பது இராமானுஜரின் விருப்பம்.

15

வேதாத்திரி மகரிஷி

"நானும் பிரம்மம். என் முன்னே இருக்கும் நீங்களும் பிரம்மம். எல்லாமே பிரம்மம்" என்ற அரிய தத்துவத்தை பாமரர்களும் புரிந்து கொள்ளும் விதத்தில் விளங்க வைத்த காரணத்தினால் "பாமர மக்களின் தத்துவஞானி" என்று போற்றப்பட்டவர் வேதாத்திரி மகரிஷி.

வேதாத்திரி மகரிஷி இந்த உலக மக்களுக்குத் தந்த ஒரு முக்கிய சொற்றொடர் "வாழ்க வளமுடன்" ஆகும். இதை ஒருவருக்கொருவர் வாழ்த்திக் கொள்ளும் போது சுயபலவீனம் நீங்குவதோடு வளர்ச்சிக்கான கதவும் திறக்கப்படுகிறது என்றார் மகரிஷி.

தமிழ்நாட்டில் செங்கல்பட்டு மாவட்டத்தில் கூடுவாஞ்சேரி என்னும் சிற்றூரில் அவதரித்தவர் வேதாத்திரி மகரிஷி. தாயார் சின்னம்மாள். தந்தை வரதப்ப முதலியார். தந்தை கை நெசவுத் தொழிலைச் செய்து வந்தார். வேதாத்திரி எட்டாவது குழந்தையாகப் பிறந்தவர். இவருக்கு முன்னர் ஆறு தமக்கைகளும் ஒரு அண்ணனும் பிறந்தனர். இவருக்குப் பின்னர் தெய்வசிகாமணி என்ற தம்பியும் பிறந்தார்.

குழந்தை பிறந்து சில நாட்கள் ஆன நிலையில் ஒருநாள் இரவு வேளையில் ஒரு முதியவர் வீட்டுத்திண்ணையில் இரவுப் பொழுதினைக் கழிக்கத் தங்கினார். அந்த முதியவருக்கு உணவளித்தார் அன்னை. அப்போது குழந்தை அழும் சத்தம் கேட்டு குழந்தை யார் என்று கேட்டார். பெற்றோர் தங்களுக்குச் சென்ற வாரம் ஓர் ஆண் குழந்தை பிறந்த விஷயத்தைத் தெரிவிக்க

அந்த முதியவர் தங்கள் மகனுக்கு “வேதாத்திரி” என்று பெயர் சூட்டுங்கள் என்று கூறினார். பெற்றோரும் மகிழ்ந்தனர். மறுநாள் காலை எழுந்து பார்த்த போது அந்த முதியவர் அங்கு இல்லை.

வேதாத்திரிக்கு சிறுவயதில் தாயார் கதைகளைச் சொல்லிச் சொல்லி சோறூட்டுவார். தாயார் சொன்ன கஜேந்திர மோட்சம் கதை வேதாத்திரியை வெகுவாகக் கவர்ந்து விட்டது. அந்த கதையைச் சொல்லி சோறூட்டினால் வழக்கத்தை விட அதிகமாக சாப்பிட்டது அந்த குழந்தை.

ஒருநாள் காலை தயிர் விற்கும் பெண்மணியிடம் தயிர் வாங்க அழைத்த தாயார் பாத்திரத்தையும் காசையும் எடுத்துக் கொண்டு வர உள்ளே சென்றார். அங்கே வந்த சிறுவர் வேதாத்திரி தயிர்க்கூடையைப் பிடித்துக் கொண்டு எழுந்து நின்று தயிர் பானைக்குள் கையை விட்டு தயிரை எடுத்துச் சாப்பிட்டான். தயிர் வாயிலிருந்து வழிந்து கழுத்து, உடல் முதலான பகுதிகளில் வழிய, தொடர்ந்து தயிரை எடுத்துச் சாப்பிட்ட வண்ணம் இருந்தான். வீட்டிற்குள்ளிருந்து வெளியே வந்த தாயார் இதைக் கண்டு உடனே தயிர்க்காரியிடம் கோபித்துக் கொண்டார். “குழந்தைதான் தெரியாமல் இப்படிச் செய்கிறான் என்றால் நீ அதைத் தடுக்க வேண்டாமா?” என்று கேட்டார். அதற்கு “அம்மா கண்ணன் தயிரையும் வெண்ணையையும் எடுத்துத் தின்ற கதையை நான் கேள்விப்பட்டிருக்கிறேன். இன்று அதே காட்சியைத்தான் இங்கே பார்க்கிறேன். இதைத் தடுக்காதீர்கள் அம்மா” என்று சொன்ன தயிர்க்காரியின் கண்களிலிருந்து ஆனந்தத்தால் நீர் வழிய தாயாரின் கண்களிலிருந்தும் தன்னையறியாமல் ஆனந்தக் கண்ணீர் வடிந்தது. வேதாத்திரியோ அன்னையின் கால்களைப் பிடித்துக் கொண்டு நின்றான்.

வேதாத்திரியின் தொடக்கக் கல்வி கூடுவாஞ்சேரியில் ஒரு கிருத்துவப் பள்ளியில் துவங்கியது. அக்காலத்தில் வேதாத்திரி படித்த கிருஸ்துவ மிஷின் பள்ளியில் புளியங்கொட்டைகளை அடுக்கி அதில் அ, ஆ என்று எழுதும் பயிற்சியைத் தருவார்கள். வறுமையின் காரணமாக எட்டாவது வயதில் மூன்றாவது வகுப்போடு அவருடைய கல்வி முற்று பெற்றது. பள்ளிக் கல்விதான் முற்றுபெற்றதேயொழிய வேறு விதமான கல்வி அவருக்குக்கிடைத்தது. அப்போது அவர் தன் வயது நண்பர்களுடன்

பல விதமான விளையாட்டுக்களை விளையாடி வந்தார். ஒருநாள் கோலி விளையாடிக் கொண்டிருந்த போது பாலகிருஷ்ண நாயகர் என்பவர் இதை கவனித்தார். வேதாத்திரியின் களையான முகம் அவரைக் கவர்ந்தது. கோலி விளையாடி பொழுதைக் கழிக்கிறானே என்ற எண்ணம் அவர் மனதில் எழ அவர் உடனே வேதாத்திரியை அழைத்தார். "கோலி விளையாடுவதால் உனக்கு என்ன நன்மை கிடைக்கிறது?" என்று கேட்க அதற்கு வேதாத்திரி "ஒன்றுமில்லை. வேடிக்கைக்காக விளையாடுகிறேன்" என்றான். உடனே அவர் "தினமும் உனக்கு நான் காலணா தருகிறேன். கோலி விளையாடுவதை விட்டு விட்டு அந்த நேரம் என்னுடன் நீ வரவேண்டும்" என்றார். இதற்கு வேதாத்திரி சம்மதிக்க அவர் தினமும் வேதாத்திரிக்கு பஜனைப் பாடல்களைக் கற்றுத் தந்தார். கூடவே பக்தியும் அவர் மனதில் வேர்விட்டு வளரத் தொடங்கியது.

வேதாத்திரிக்கு ஒன்பது வயது நடந்து கொண்டிருந்தது. பெற்றோர் அவரை அழைத்துக் கொண்டு திருப்போரூருக்குச் சென்றார்கள். முருகப்பெருமானை வழிபட்டு பின்னர் அங்கிருந்து மாமல்லபுரம் சென்றார்கள். அங்கு அப்போது ஒரு திருவிழா நடைபெற்றுக் கொண்டிருந்தது. வேதாத்திரியின் குடும்பத்தில் அசைவம் சாப்பிடும் வழக்கம் இருந்தது. அத்திருவிழாவில் வேதாத்திரி காலணா கொடுத்து "புலால் உணவின் கேடுகள்" என்ற ஒரு புத்தகத்தினை வாங்கி வாசித்தார். அப்புத்தகத்திலுள்ள கருத்துக்கள் அவர் மனதை மாற்றிட அன்று முதல் புலால் உண்ணும் வழக்கத்தை கைவிட்டார்.

வேதாத்திரிக்கு பத்து வயது நடந்து கொண்டிருந்தபோது "திருப்போரூர் சந்நதி முறை" என்ற நூலில் இடம் பெற்ற ஒரு பாடலை பக்திப்பெருக்கோடு பாடிக் கொண்டிருப்பதை வழக்கமாக வைத்திருந்தார்.

அஞ்சக் கரபரத் தொட்டிலிற் சதுர்வேத

மானவட மொருநாலையும்

ஆதியுடன் இச்சைஞா னங்கிரியை நாமுமுற்

றருள்வளர்ந் தொளிர் சத்திகள்

வேதாத்திரி இந்த பாடலை அடிக்கடி உச்சரித்தவண்ணம் இருந்தார்.

சிறுவயதில் வேதாத்திரியின் குடும்பம் மிகவும் வறுமையான சூழ்நிலையில் உழன்றது. மூன்று வேளை சாப்பாடு என்பது அபூர்வம். வறுமை எவ்வளவு கொடியது என்பதை தன் இளம்வயதில் உணர்ந்த வேதாத்திரி அதுகுறித்து சிந்தித்துக் கொண்டே இருந்தார். அதிகமாக உழைத்தால் வறுமையிலிருந்து சற்று விடுபடலாம் என்பதைப் புரிந்து கொண்டவர் நெசவுத் தொழிலைத் தொடர்ந்து செய்து வந்தார். பின்னர் தன்னிடம் வேலைபார்ப்பவர்களுக்கு உரிய கூலியை உடனடியாகக் கொடுத்தார். கிடைக்கும் லாபத்தில் 25 சதவிகிதத்தை ஊக்கத்தொகையாகக் கொடுத்தார்.

வேதாத்திரிக்கு இப்போது வயது பனிரெண்டு. பக்தி வளர வளர கூடவே கேள்விகளும் அவர் மனதில் விளைந்து தகுந்த விடை சொல் என்றது. இன்பம் துன்பம் எனும் உணர்ச்சிகள் யாவை? இவற்றின் மூலமும் முடிவும் என்ன? நான் யார்? உயிர் என்பது என்ன? உயிர் உடலில் எவ்வாறு இயங்குகிறது? நோயும் முதுமையும் ஏன் உண்டாகின்றன? கடவுள் யார்? பிரபஞ்சத்தை ஏன் அவர் படைத்தார்? ஏழ்மை ஏன்? எப்படி உண்டாயிற்று? அதைப் போக்குவது எப்படி? தனது மனதில் தோன்றிய இந்த கேள்விகளுக்கான விடையைத் தேடிக்கொண்டே இருந்தார்.

இளவயது முதலே வறுமையில் உழன்றதால் அவர் மனதில் வறுமை என்றால் என்ன? கடவுள் என்பவர் யார்? நம்மால் ஏன் கடவுளைக் காண முடியவில்லை? மனித வாழ்வில் துன்பங்கள் ஏன் தோன்றுகின்றன? என் கேள்விகள் எழுந்தவண்ணம் இருந்தன. இதற்கான விடைகளைத் தேடும் ஆராய்ச்சிகளில் தொடர்ந்து ஈடுபட்டார். இதன் விளைவாக தனது முப்பத்திஐந்தாவது வயதில் இறைநிலையை உணர்ந்து கொண்டார். இதைத் தொடர்ந்து மக்களுக்காக அவர் உருவாக்கிய கலை மனவளக்கலை.

ஒரு கட்டத்தில் சென்னைக்கு வேலை தேடிச் சென்றார். மூத்த சகோதரியின் வீட்டில் தங்கினார். ஐம்பது ரூபாய் சம்பளத்தில் ஒரு வேலை கிடைத்தது. சென்னையில் இருந்த போது இவருக்கு மருத்துவர் கிருஷ்ணாராவின் அறிமுகம் கிடைத்தது. எஸ். கிருஷ்ணராவ் ஆயுர்வேதம், சித்தமருத்துவம், யுனானி முதலான மருத்துவத்தில் சிறந்து விளங்கினார். இவர் வேதாத்திரிக்குக் கிடைத்த இரண்டாவது குரு ஆவார். வேதாத்திரிக்கு ஆயுர்வேத

மருத்துவத்தைச் சொல்லிக் கொடுத்தார். தத்துவம், தவம் முதலானவற்றிலும் ஞானம் மிக்கவராய் விளங்கினார். தியானம் யோகம் முதலானவற்றையும் போதித்தார். தற்போது பார்த்து வந்த வேலை போய்விட பின்னர் போஸ்டல் ஆடிட் ஆபிஸில் பணியில் சேர்ந்தார்.

தனது இருபத்திமூன்றாவது வயதில் தன் மாமாவின் மகள் லோகாம்பாளைத் திருமணம் செய்து கொண்டார். ஒரு சமயம் தனது செருப்பு அறுந்துவிட அதைத் தைக்க பாதையோராம் இருந்த ஒரு தொழிலாளியிடம் கொடுத்தார். அவன் வயிறு ஒட்டிப்போயிருந்தது. “அவனிடம் நீ சாப்பிடவில்லையா?” என்று கேட்க அவனோ “நேற்றிரவு கூட சாப்பிடவில்லை” என்றான். போதிய வருமானமின்றித் தவித்ததன் காரணமாக அவனால் சரியாகச் சாப்பிட முடியவில்லை. அவனுடைய வறுமை நிலையை அறிந்து வருந்தினார். ஏழைகள் ஒரு வேளை உணவு கூட கிடைக்காமல் பட்டினி கிடப்பதை நினைத்து அவர் உள்ளம் வாடியது. ஆழ்ந்து சிந்தித்தது. ஏழைகள் பட்டினி கிடந்து தவிக்கும் போது தான் மட்டும் ஏன் மூன்று வேளை உணவு உட்கொள்ள வேண்டும் என நினைத்து அன்று முதல் இரவு சாப்பாடு சாப்பிடுவதைத் தவிர்த்தார். கடைசிவரை இந்த கொள்கையைக் கடைபிடித்தார்.

இப்போது வேதாத்திரிக்கு வயது முப்பத்திஇரண்டு. திருமணமாகி ஒன்பது ஆண்டுகள் ஆகியும் பிள்ளைச் செல்வம் வாய்க்கவில்லை. லோகாம்பாள் வேதாத்திரியிடம் மற்றொரு திருமணம் செய்து கொள்ளச் சொன்னார். ஆனால் வேதாத்திரி இதை ஏற்கவில்லை. லோகாம்பாள் பிடிவாதமாக இதற்கு சம்மதிக்க வைக்க வேறுவழியின்றி வேதாத்திரி லோகாம்பாளின் சின்னமாவின் மகள் லட்சுமியை இரண்டாவது மனைவியாக ஏற்றுக் கொண்டார்.

நண்பர் ஒருவர் மூலமாக சென்னையில் இருந்த பரஞ்சோதி மகான் என்பவரைப் பற்றி அறிந்து அவரைச் சந்தித்தார் வேதாத்திரி. அப்போது அவருக்கு வயது முப்பத்திநான்கு. அவரிடம் தனக்கு ஞான உபதேசம் செய்து வைக்குமாறு கேட்டுக் கொண்டார். பத்து ஒழுக்க முறைகளைப் பற்றி எடுத்துரைத்து தீட்சை வழங்கினார். பதினைந்து நாட்கள் கழித்து சாந்தியோகத்தைக் கற்பித்தார்.

இறுதியாக சுத்தி எனும் தீட்சை வழங்கப்பட்டது. பரஞ்சோதி மகானுடன் கொழும்பு சென்று திரும்பினார். மற்றொரு முறை கண்டிக்குச் சென்று திரும்பினார். 1946 ஆம் ஆண்டில் தனது போஸ்டல் ஆடிட் அலுவலகப் பணியினை இராஜினாமா செய்தார்.

வேதாத்திரி மகரிஷி 1953 ஆம் ஆண்டில் ஒருநாள் தெருத் திண்ணையில் உறங்கிக் கொண்டிருந்தார். நள்ளிரவு கண்விழித்துப் பார்த்தபோது அருகில் வள்ளலார் அமர்ந்திருப்பதைக் கண்டார். வள்ளலார் மகரிஷியிடம் இன்னும் பத்து ஆண்டுகள் உன்னோடு இருக்கப் போகிறேன். இதை யாரிடமும் சொல்லக் கூடாது என்று சொல்லி மறைந்தார். இந்த நிகழ்ச்சிக்குப் பின்னர் இவருடைய ஆன்மிக ஆற்றல் பன்மடங்கு அதிகரித்தது. உலக சமாதானம் என்ற பாடல்கள் அடங்கிய நூலினை 1957 ஆம் ஆண்டில் வெளியிட்டார். 1958 ஆம் ஆண்டில் உலக சமுதாய சேவா சங்கம் தோன்றியது. இதன் காரணமாகவே மகரிஷி உலக சமுதாய சேவா சங்கத்தின் தலைமைப்பீடமான ஆழியாறு அறிவுத்திருக்கோயிலில் ஓம்கார மண்டபம் அமைந்த இடத்திற்கு அருட்பெருஞ்சோதி நகர் என்று பெயர் சூட்டினார்.

உலக சமுதாய சேவா சங்கத்தின் தலைமையகம் 1958 ஆம் ஆண்டில் கூடுவாஞ்சேரியில் துவக்கப்பட்டது. பின்னர் 1967 ல் இதன் முதல் கிளை கடலூரில் தொடங்கப்பட்டது. தொடர்ந்து 1968 ல் காரைக்காலில் மற்றொரு கிளை உருவானது.

ஒருசமயம் வேதாத்திரி சென்னையிலிருந்து இரயிலில் முதல்வகுப்பில் கூடுவாஞ்சேரிக்குப் பயணித்துக் கொண்டிருந்தார். அதே பெட்டியில் இலங்கையைச் சேர்ந்த ஒரு அன்பரும் பயணித்துக் கொண்டிருந்தார். பயணத்தில் அறிமுகம் ஏற்பட்டது. இலங்கை அன்பர் மகரிஷியிடம் தன் மனதில் இருக்கும் ஒரு சந்தேகத்தைத் தீர்த்து வைக்குமாறு கேட்கிறார். மகரிஷியும் சரியென்றார். அன்பரும் "எது புண்ணியம்? எது பாவம்? என்பது குழப்பமாக இருக்கிறது. விளக்குவீர்களா?" என்று தன் சந்தேகத்தைக் கேள்வியாகக் கேட்டார். இதற்கு மகரிஷி மிக எளிமையாக பதிலுரைத்தார்.

"நாம் ஒரு செயலைச் செய்யும் போது அந்த செயலின் விளைவில் தனக்கோ பிறருக்கோ தற்காலத்திலோ பிற்காலத்திலோ

உடலாலோ உள்ளத்தாலோ தீங்கு விளைந்தால் அந்த செயல் பாவம். மாறாக யாருக்கும் தீங்கு விளையாது நன்மை பயக்குமானால் அந்த செயல் புண்ணியம்"

மகரிஷியின் எளிமையான விளக்கத்தைக் கேட்ட அந்த அன்பர் தன் சந்தேகம் நிவர்த்தி அடைந்து திருப்தி அடைந்தார்.

ஐம்பது வயதைக் கடந்ததும் வேதாத்திரி மகரிஷிக்கு முழுமையாக ஆன்மிகத்தில் தன்னை ஈடுபடுத்திக் கொள்ள வேண்டும் என்ற ஆவல் பிறந்தது. தான் வாழ்ந்த வீட்டிலிருந்து சற்று தொலைவில் ஒரு குடிலை அமைத்தார். தன் நெருங்கிய ஆன்மிக நண்பர்கள் ஐவரை அழைத்தார். அன்றைய பகல் உணவை அவர்களோடு உண்டு புறப்படத் தயாரானார். தன் மனைவி லோகாம்பாளுக்கு தன் முடிவை முன்பே அறிவித்திருந்தார். மனைவி லோகாம்பாள் மகரிஷியிடம் இரண்டு வரங்களைக் கேட்டார். முதலாவது தங்கள் சீடர்கள் தங்களை சந்திக்க வந்தால் தாங்கள் அனுமதி அளிப்பதைப் போல நாங்கள் தங்களை சந்திக்க வந்தால் அனுமதி வேண்டும். இதற்கு சரியென்று சம்மதித்தார். அடுத்ததாக தாங்கள் உடல் நலத்துடன் உள்ளவரை ஆன்மிகப் பணிகளைச் செய்யுங்கள். வயதின் காரணமாக உடல் நலம் பாதிக்கப்பட்டால் தாங்கள் இல்லம் திரும்ப வேண்டும். தங்களுக்கு பணி விடை செய்யும் பாக்கியத்தை எமக்கு அருள வேண்டும் என்ற இரண்டாவது வரத்தைக் கேட்க அதற்கும் சரியென்றார். மகரிஷி வீட்டை விட்டுப் புறப்பட்டு அந்த குடிசையில் தங்கினார். குன்று ஒன்றில் தவமியற்றினார். பகல் பொழுதுகளில் தத்துவ விசாரணைகளை மேற்கொண்டார். 1958 ஆம் ஆண்டிற்குப் பிறகு "வாழ்க வளமுடன்" என்ற மந்திரத்தைப் பயன்படுத்தத் தொடங்கினார். பின்னாட்களில் இந்த வார்த்தைகள் பாமரர்களையும் சென்று சேர்ந்து மிகவும் பிரபலமாயின.

வேதாத்திரி மகரிஷி பல வெளிநாடுகளுக்கும் சுற்றுப் பயணம் செய்து தனது ஆன்மிக சிந்தினைகள் மற்றும் கண்டுபிடிப்புகள் பற்றி உரைகள் நிகழ்த்தினார். 1972 முதல் 1991 வரை பத்தொன்பது முறை அமெரிக்காவிற்குச் சென்று ஆன்மிகக் கூட்டங்களில் கலந்து கொண்டு உரைகளை நிகழ்த்தியுள்ளார்.

பொள்ளாச்சியில் மகரிஷி ஆறு நாட்கள் அகத்தாய்வு பயிற்சியை நடத்தினார். அப்போது அங்கு சந்தித்த அன்பர்களிடம்

உலக சமுதாய சேவா சங்கத்தின் சார்பில் ஆறு மலைகள் சூழ்ந்த இயற்கை வளம் நிறைந்த ஒரு இடத்தில் ஓங்கார வடிவில் ஒரு ஆசிரமம் அமைக்க வேண்டும் என்ற தனது விருப்பத்தைத் தெரிவித்தார். இதையடுத்து ஆழியாறு பகுதியில் அருட்செல்வர் மகாலிங்கம் பதினொரு ஏக்கர் நிலத்தினை அறிவுத் திருக்கோயில் அமைக்க நன்கொடையாக வழங்கினார். அறிவுத் திருக்கோயில் ஆழியாறு பகுதியில் 1985 ஆம் ஆண்டில் துவக்கப்பட்டது. அன்னை லோகாம்பாள் குத்து விளக்கினை ஏற்றி துவக்கி வைத்தார்கள்.

ஒரு முறை மகரிஷி தனது அன்பர் ஒருவருடன் காரில் சென்று கொண்டிருந்தார். வழியில் ஒரு இளநீர் கடை தென்பட காரை நிறுத்துமாறு கூறினார். இளநீர் விற்பவர் வியாரமின்றி தவித்துக் கொண்டிருக்கிறார். நாம் அவருடைய வியாபாரத்தைத் துவக்கி வைக்கலாம் என்று கூறி உரிய பணத்ததைத் தந்து இரண்டு இளநீர் வாங்கிப் பருகினார்கள்.

இளநீர் வியாபார் “சாமி உங்களைப் பார்த்தால் கடவுள் மாதிரி தெரியுது. இன்னைக்கு வியாபாரம் உங்க மூலமா தொடங்கியிருக்கு” என்றார்.

மகரிஷியும் அன்பரும் புறப்பட்டுச் சென்று மாலை அவ்வழியே மீண்டும் திரும்பினார்கள். அந்த இளநீர் கடைக்காரர் கையில் இரண்டு இளநீர்களை வைத்துக் கொண்டு காரை மறித்தார்.

“சாமி இன்னைக்கு எல்லா இளநீரும் வித்துப் போச்சி. இதை உங்களுக்காகத்தான் வெச்சிகிட்டு காத்திருக்கேன்”

இவ்வாறு சொன்ன அந்த வியாபாரி இளநீரை மகரிஷியிடம் கொடுத்தான். மகரிஷியும் மீண்டும் அந்த இளநீருக்கான பணத்தைக் கொடுத்து இளநீரைப் பெற்றுக் கொண்டார்.

மகரிஷி அவ்வப்போது எழுதிய கவிதைகள் “ஞானக்களஞ்சியம்” என்ற தலைப்பில் இரண்டு தொகுதிகளாக வெளிவந்துள்ளன. முதல் தொகுதியில் 847 கவிதைகளும் இரண்டாவது தொகுதியில் 948 கவிதைகளும் ஆக 1795 கவிதைகள் இரண்டு தொகுதிகளிலும் உள்ளன. இவை இறைவணக்கம், பொருளாதாரம், அரசியல், சமுதாயம், விஞ்ஞானம், மெய்ஞானம்

ஆகிய இயல்களில் அமைந்துள்ளன. மகரிஷியின் கவிதைகள் எளிமையானவை.

வேதாத்திரி Unified Force, Logical Solution to the problems of Humanity, Mind, Genetic Centre முதலான தலைப்புகளில் ஆங்கில நூல்களைப் படைத்துள்ளார். இதன் பின்னரே இவற்றின் தமிழாக்கங்கள் வெளியாகின.

மகரிஷி தனது கருத்துக்களை முதலில் கைப்பிரதியாகத்தான் விநியோகித்துக் கொண்டிருந்தார். ஒரு கட்டத்தில் இதை அச்சிதழாக வெளியிட வேண்டும் என்று அன்பர்கள் பலர் விருப்பம் தெரிவித்தனர். மே 1957 ஆம் ஆண்டில் "அன்பொளி" என்ற தலைப்பில் ஒரு புத்தகமாக கூடுவாஞ்சேரியில் வெளியிடப்பட்டது. முதல் பிரதியை வெளியிட்டவர் பரஞ்சோதி மகான்.

மனைவியை அனைவரும் மதித்துப் போற்ற வேண்டும் என்ற எண்ணத்தில் "மனைவி நல வேட்பு விழா" என்ற ஒரு விழாவினை முதன்முதலில் கூடுவாஞ்சேரியில் 30 ஆகஸ்ட் 1994 அன்று துவக்கினார். 24 டிசம்பர் 1994 ல் அன்னை லோகாம்பாள் இறையடி சேர்ந்தார்.

2005 ஆம் ஆண்டில் மகரிஷிக்கு இருமுறை இருதய பாதிப்பு உண்டானது. இதன் பின்னர் 2006 ல் உடல்நலக் குறைவு ஏற்பட்டது. 28 மார்ச் 2006 அன்று பிற்பகல் 12.20 மணிக்கு மகரிஷி தனது 95 வது வயதில் இறைவனுடன் இரண்டறக் கலந்தார். ஆழியாறு திருக்கோயிலில் அவருடைய திருவுடல் அன்பர்கள் அஞ்சலி செலுத்த வைக்கப்பட்டது. 30 மார்ச் 2006 வியாழக்கிழமை பிற்பகல் 12.30 மணிக்கு ஆழியாறு அறிவுத் திருக்கோயில் வளாகத்தில் நல்லடக்கம் செய்யப்பட்டது.

16
ஸ்ரீ வேதாந்த தேசிகர்

இறைவனின் பாதங்களைத் தாங்கும் பாதுகைகளைப் பற்றி "பாதுகா சஹஸ்ரம்" என்ற ஆயிரம் ஸ்லோகங்களை ஓர் இரவின் ஒரு யாம காலத்திற்குள் அதாவது மூன்று மணி நேரத்திற்குள் இயற்றிய ஸ்ரீ வேதாந்த தேசிகர் வைணவ நெறியை வகுத்த மகான்களுள் ஒருவர். "ஸ்ரீவேதாந்தசார்ய" என்ற விருதினை ஸ்ரீரங்கநாதப் பெருமாளே கொடுத்த பெருமைக்கு உரியவர் ஸ்ரீவேதாந்த தேசிகர்.

காஞ்சிபுரம் பகுதியில் அமைந்த திருத்தண்கா திருத்தலத்தில் தூப்புல் அக்ரஹாரத்தில் அனந்தசூரி – தோதராம்பா என்ற வைணவத் தம்பதியினர் வாழ்ந்து வந்தனர். ஒருநாள் தோதராம்பாவின் கனவில் திருப்பதி ஏழுமலையான் தோன்றினார். அவர் ஒரு சிறுவனின் உருவத்தில் தோன்றி தோதராம்பாவிற்கு ஒரு வெள்ளிமணியைத் தர அதை வாங்கி விழுங்குகிறார். இதே போன்ற ஒரு கனவு திருப்பதி திருமலை ஜீயருக்கும் ஏற்பட்டது. நாளடைவில் தோதராம்பாவிற்கு ஒரு ஆண் குழந்தை பிறந்தது. திருப்பதி திருமலை திருமணியின் அம்சமாகப் பிறந்த குழந்தைக்கு "வேங்கடநாதன்" என்று பெயர் சூட்டி வளர்க்கத்தொடங்கினார்கள். இவர் 1261 ஆம் ஆண்டு அக்டோபர் மாதத்தில் புரட்டாசி மாத திருவோண நன்னாளில் அவதரித்தவர்.

வேங்கடநாதனின் தாய்மாமன் கடாம்பி அப்புள்ளார். இவர் வேங்கடநாதனுக்கு உபநயனம், பஞ்சசம்ஸ்காரம் போன்ற சம்பிரதாயங்களைச் செய்வித்தார். மேலும் வேதங்கள் உபநிஷத்துக்கள் போன்றவற்றையும் கற்பித்தார். அப்புள்ளார்

கருடமந்திரத்தையும் வேங்கடநாதனுக்கு உபதேசித்தார். வேங்கடநாதன் தமிழ்மொழி மற்றும் வடமொழியில் புலமை பெற்று விளங்கினார்.

வேங்கடநாதன் ஐந்து வயது பாலகனாக இருந்த சமயத்தில் தாய்மாமன் கடாம்பி அப்புள்ளார் நடாதூர் அம்மாளின் உபன்யாசத்தைக் கேட்பதற்காக வேங்கடநாதனைத் தன்னுடன் அழைத்துக் கொண்டு சென்றார். நடாதூர் அம்மாளின் உபன்யாசம் அப்போது பெரும் செல்வாக்கு பெற்றிருந்தது. அக்காலத்தில் அப்பகுதியில் வாழ்ந்த மக்கள் வெள்ளமென உபன்யாசத்தைக் கேட்கக் கூடுவது வழக்கம்.

அப்புள்ளார் வேங்கடநாதனுடன் ஒரு இடத்தில் உட்கார்ந்து உபன்யாசத்தைக் கேட்கத் தொடங்கினார். வேங்கடநாதனும் உபன்யாசத்தை லயித்துக் கேட்டுக் கொண்டிருந்தான். ஒரு கட்டத்தில் நடாதூர்அம்மாளின் பார்வை குழந்தை வேங்கடநாதனின் மீது விழுந்தது.

நடாதூர் அம்மாள் அக்குழந்தையின் முகதேஜஸைக் கண்டு மயங்கினார். சற்று இடைவெளியில் தன் உபன்யாசத்தைத் தொடர நினைத்த போது எங்கே நிறுத்தினோம் என்று யோசிக்கத் தொடங்கி சற்று தடுமாறினார். இதை கவனித்த அக்குழந்தை வேங்கடநாதன் நடாதூர் அம்மாள் விட்ட இடத்தை அடி எடுத்துக் கொடுத்து நினைவூட்டியது. இதைக் கண்டு வியந்து மகிழ்ந்த நடாதூர்அம்மாள் குழந்தையை அள்ளி எடுத்து மகிழ்ந்து அப்புள்ளாரிடம் “இந்த குழந்தை தெய்வாம்சம் பொருந்திய குழந்தை. பிற்காலத்தில் வைணவம் இவனால் பெரும் வளர்ச்சி பெற்று நிலைத்து நிற்கும். இவனுக்கு அனைத்து சாஸ்திர சம்பிரதாயங்களையும் முறைப்படி கற்றுக் கொடுங்கள்” என்று கூறி நடாதூர்அம்மாள் வேங்கடநாதனை ஆசிர்வதித்து அனுப்பி வைத்தார்.

வேங்கடநாதனுக்கு உரிய பருவத்தில் திருமங்கை என்ற பெண்ணை மணம் செய்து வைத்தார்கள். திருமணம் செய்து கொண்டாலும் அவருக்கு மணவாழ்க்கையில் பெரிதாக ஈடுபாடு இருக்கவில்லை. அவருடைய மனமானது எப்போதும் வேங்கடவனையே நினைத்துக் கொண்டிருந்தது.

நாளடைவில் தாய்மாமன் அப்புள்ளார் முதுமை அடைந்தார். அவர்திருநாடு அடைவதற்குமுன்னால்நெடுநாட்களாகபாதுகாத்து வந்த ஸ்ரீஇராமானுஜரின் பாதுகைகளை வேங்கடநாதனிடம் ஒப்படைத்தார். அவற்றை வேங்கடநாதன் மிக்க மரியாதையோடு பெற்றுக் கொண்டார். நாளடைவில் அப்புள்ளார் திருநாடு சென்றடைந்தார்.

ஒரு சமயம் வேங்கடநாதன் திருவஹீந்திரபுரம் சென்றார். அங்கே எழுந்தருளியிருந்த நரசிம்மமூர்த்தியை வணங்கி ஒரு அரசமரத்தடியின் கீழ் அமர்ந்து கருட மந்திரத்தை உச்சரித்தார். அப்போது அங்கே கருடாழ்வார் தோன்றி அவரை ஆசிர்வதித்து ஸ்ரீஹயக்ரீவமந்திரத்தை உபதேசித்து ஸ்ரீஹயக்ரீவரின் விக்கிரகம் ஒன்றைக் கொடுத்துச் சென்றார். கருடாழ்வார் உபதேசித்த ஸ்ரீஹயக்ரீவமந்திரத்தை தொடர்ந்து உச்சரித்து வந்தார். இதனால் மகிழ்ச்சி அடைந்த ஸ்ரீஹயக்ரீவர் நேரில் தோன்றி ஆசிர்வதித்தார். ஸ்ரீஹயக்ரீவரின் அருளால் வேங்கடநாதன் மிகுந்த ஞானம் பெற்றார். இதன் பின்னர் அவர் திருவஹீந்திரபுரத்தில் தங்கி உபன்யாசம் போன்றவற்றின் மூலம் வைணவத்தை வளர்க்கத் தொடங்கினார்.

தேசிகரின் ஆழ்ந்த ஞானத்தையும் வாதத் திறமையையும் மதிக்கும் விதத்தில் ஸ்ரீரங்கநாதப் பெருமாளே அவருக்கு "வேதாந்தசார்ய" என்ற பட்டத்தை அளித்தார். ரங்கநாயகித் தாயாரும் "சர்வதந்தரஸ்வதந்திரர்" என்ற பட்டத்தை அளித்துச் சிறப்பித்தார். இந்த நிகழ்ச்சிக்குப் பின்னர் வேங்கடநாதன் என்ற இயற்பெயர் மறைந்து அனைரும் வேதாந்ததேசிகர் என்ற பட்டப்பெயரால் அழைக்கத் தொடங்கினார்கள்.

ஒருநாள் தேசிகருக்கு காஞ்சியில் கோயில் கொண்டிருக்கும் வரதராஜப் பெருமாளை தரிசிக்க வேண்டும் என்ற ஆவல் பிறக்க அவர் காஞ்சிக்குப் புறப்பட்டார். வழியில் திருக்கோவிலூருக்குச் சென்றார். அங்கே திரிவிக்கிரமப் பெருமாளை தரிசித்து "தேஹளீசஸ்துதி" என்ற ஸ்தோத்திரத்தை அருளினார். பின்னர் காஞ்சியை அடைந்து வரதராஜப் பெருமாளையும் பெருந்தேவித்தாயாரையும் தரிசித்து அங்கேயே சிலகாலம் தங்கினார். அப்போது வரதராஜபஞ்சாசத் முதலான ஸ்தோத்திரத்தை அருளிச் செய்தார். இந்த சமயத்தில்

அவருக்கு பல சீடர்கள் அமைந்தனர். அவர்களுக்கு வைணவ சம்பிரதாயங்களைக் கற்பித்தும் நாள்தோறும் உபன்யாசங்கள் செய்தும் வைணவத்தை வளர்த்தார். அப்புள்ளார் பரம்பரையைச் சேர்ந்த ஒருவர் ஸ்ரீதேசிகரைத் தேடி வந்தார். அவர் தன்னிடம் இருந்த ஒரு ஹயக்ரீவ விக்ரகத்தை தேசிகரிடம் கொடுத்தார்.

"ஸ்வாமி. இந்த விக்கிரகம் எங்கள் முன்னோர்களால் ஆராதிக்கப்பட்டது. இந்த விக்கிரகம் ஸ்ரீஇராமானுஜருக்கு சரஸ்வதிதேவியே கொடுத்தது என்று என் முன்னோர் சொல்லியிருக்கிறார்கள். ஹயக்ரீவப் பெருமாள் என் கனவில் தோன்றி இதைத் தங்களிடம் ஒப்படைக்கும்படி கட்டளையிட்டார். இதைத் தாங்கள் பெற்றுக் கொள்ள வேண்டும்"

முன்பு கருடமந்திரத்தை உச்சரித்தபோது கருடன் நேரில் தோன்றி ஒரு ஹயக்கிரீவர் விக்கிரகத்தைக் கொடுத்திருந்தார். அவர் அதை ஆராதித்து வந்தார். இப்போது ஹயக்கிரீவர் அருளால் ஸ்ரீதேசிகரைத் தேடி வந்த இரண்டாவது ஹயக்ரீவ விக்கிரகம் இது. அதையும் பக்தியோடு பெற்றுக் கொண்டார் தேசிகர். ஏற்கெனவே தன்னிடமிருந்த ஹயக்ரீவரோடு இதையும் சேர்த்து தினந்தோறும் பூஜைகளைச் செய்து வந்தார் தேசிகர். நாளடைவில் தேசிகருக்கு திருமலைக்குச் சென்று பெருமாளை தரிசிக்க வேண்டும் என்ற ஆர்வம் ஏற்பட உடனே திருமலை நோக்கித் தன் பயணத்தைத் துவக்கினார். திருமலையில் சிலகாலம் தங்கியிருந்து வேங்கடவனை மனம் குளிர தரிசித்தார். திருமலையில் தங்கியிருந்த போது "தயாசதகம்" என்ற ஸ்தோத்திர நூலை இயற்றினார். பின்பு காஞ்சிக்குத் திரும்பினார். காஞ்சிக்குத் திரும்பிய பின்னர் தேசிகருக்கு ஒரு ஆண் குழந்தை பிறந்தது. அக்குழந்தைக்கு வரதன் என்ற பெயர் சூட்டி மகிழ்ந்தார். இந்த வரதன் பிற்காலத்தில் வைணவத்திற்குத் தொண்டாற்றினார். நயினாச்சார்யார் என்ற பெயரோடு வாழ்ந்து தேசிகரின் புகழ்பாடும் "பிள்ளையந்தாதி" என்ற நூலையும் இயற்றினார்.

ஸ்ரீதேசிகரின் புகழ் பல இடங்களிலும் பரவியது. பல சமயத்தாரும் அவரைத் தேடி வாதிட வந்தார்கள். தன்னைத் தேடி வந்தவர்களையெல்லாம் மிகச்சுலபமாக வென்று வைணவமே சிறந்தது என்று நிலைநாட்டினார். ஒருசமயம் தேசிகரைத் தேடி சகலவித்தைகளும் தெரிந்த ஒருதுறவி வந்தார். அவர் தேசிகரை

வாதிட அழைத்தார். தேசிகரும் அவருடன் வாதிட்டார். இறுதியில் வைணவமே சிறந்தது என்று தக்க ஆதாரங்களுடன் நிலைநாட்டினார் தேசிகர். இந்த தோல்வியை ஏற்றுக் கொள்ள முடியாமல் அந்ததுறவி அருகிலிருந்த ஒரு குளத்தின் நீரைக் குடித்தார். அந்த நீரானது தேசிகரின் வயிற்றில் நிறைந்து தேசிகரின் வயிறு பெருக்கத் தொடங்கியது. உடனே தேசிகர் அருகிலிருந்த ஒரு கல்தூணை தன் நகத்தால் கீறினார். அந்த கல்தூணிலிருந்து தண்ணீர் மடை திறந்தாற் போல பெருக்கெடுத்து ஓடத் தொடங்கியது. தேசிகரின் வயிறு முன்பு போலானது. இதைக் கண்ட அந்த துறவி திடுக்கிட்டுப் போனார். தேசிகரை எவராலும் வெல்ல முடியாது என்பதைப் புரிந்து கொண்டு அவரிடம் மன்னிப்பு கோரி புறப்பட்டுச் சென்றார். ஸ்ரீதேசிகரும் அவரை பெருந்தன்மையோடு மன்னித்து அனுப்பி வைத்தார்.

ஞானம் நிறைந்திருக்கும் இடத்தில் வறுமையும் இருக்கும் என்று சொல்லுவார்கள். தேசிகரும் போதிய பொருள் வசதியின்றி இருந்தார். ஆனால் அதை அவர் ஒரு பொருட்டாகவே நினைக்கவில்லை. விஜயநகர மன்னரிடத்தில் மிகுந்த செல்வாக்கு பெற்ற வித்யாரண்யர் என்பவர் இருந்தார். அவர் தேசிகரின் இளம் வயதுத் தோழர். தனது நண்பருக்கு மன்னர் மூலமாக பொருளுதவி செய்ய நினைத்தார். இதுகுறித்து தேசிகரிடம் தெரிவித்தார். ஆனால் தேசிகர் மன்னரிடத்தில் உதவி பெற விரும்பவில்லை என்று தெரிவித்து விட்டார். இதை அறிந்த மன்னர் வியந்தார். இந்த சமயத்தில் தேசிகர் எழுதிய நூல் “வைராக்கிய பஞ்சகம்” ஆகும்.

ஸ்ரீரங்கத்தில் ஒருவாதப் போர் நடக்க இருப்பதாகவும் அதில் தாங்கள் வந்து கலந்து கொண்டு வைணவமே சிறந்தது என்று நிலை நாட்ட வேண்டும் என்றும் தேசிகருக்கு அழைப்பு வந்தது. ஸ்ரீரங்கநாதப் பெருமாளை தரிசிக்க வேண்டும் என்று நினைத்துக் கொண்டிருந்தவருக்கு இந்த அழைப்பு மகிழ்ச்சியைத் தர உடனே ஸ்ரீரங்கம் புறப்பட்டார். ஸ்ரீரங்கம் சென்றதும் ரங்கநாதப் பெருமாளை மனம் குளிர தரிசித்தார். பின்னர் நடைபெற்ற வாதத்தில் கலந்து கொண்டு தன் ஆழ்ந்த ஞானத்தினால் வைணவமே சிறந்த சமயம் என்பதை நிறுவினார். இராமானுஜர் தோற்றுவித்த விசிஷ்டாத்வைதமே சிறந்தது என்ற

கொள்கையினை அனைத்து இடங்களிலும் பரவச் செய்தார் தேசிகர்.

திருவஹீந்திரபுரத்தில் தங்கியிருந்து வைணவச் சேவை செய்த போது ஒருசமயம் கொத்தனார் ஒருவர் அவரைச் சந்தித்து சவால் விடுத்தார்.

"ஸ்வாமி. நீர் அனைத்து கலைகளிலும் கைதேர்ந்தவர் என்று கூறுகிறார்களே. அது உண்மையா?"

கொத்தனார் இவ்வாறு கேட்க அதற்கு தேசிகர் ஆம் என்பது போல புன்னகை பூத்தார்.

"அப்படியானால் உங்களுக்குக் கிணறு வெட்டத் தெரியுமா? அப்படி நீங்கள் ஒரு கிணற்றை உருவாக்கினால் உங்களை சர்வதந்திரஸ்வதந்திரர் என்று நான் ஒப்புக் கொள்ளுவேன்"

ஸ்ரீரங்கநாயகித் தாயார் தனக்கு அளித்த பட்டத்தை ஒருவர் சோதிக்க விரும்புகிறார். இந்த சோதனையில் ஜெயித்தால்தான் தாயார் கொடுத்த பட்டம் உண்மை என்பது அனைவருக்கும் புரியும் என்று உடனே இதற்கு ஒப்புக் கொண்டார்.

ஒரு இடத்தைத் தேர்வு செய்து கொத்தனார் கொடுத்த சீரற்ற கற்களைப் பயன்படுத்தி சிறப்பான ஒரு கிணற்றைக் கட்டி முடித்தார். இதைக் கண்ட கொத்தனார் வியந்து போனார். தன் தோல்வியை அவர் ஒப்புக் கொண்டு மன்னிப்பு கோரி புறப்பட்டார்.

திருவஹீந்திரபுரத்தில் தங்கியிருந்த போது அவரைத் தேடி காஞ்சிபுரத்திலிருந்து சிஷ்யர்கள் வந்தார்கள். தாங்கள் காஞ்சிபுரத்திற்கு வர வேண்டும் என்று வேண்டுகோளை முன் வைத்தார்கள். சிஷ்யர்களின் அழைப்பினை ஏற்று காஞ்சிக்குச் சென்றார்.

காஞ்சிபுரத்தில் ஒரு பாம்பாட்டி அவரைத் தேடி வந்தான்.

"ஸ்வாமி. தாங்கள் பலவிதமான மந்திரங்களைக் கற்றவர் என்று கேள்விப்பட்டேன். என்னிடம் நிறைய பாம்புகள் இருக்கின்றன. அவற்றைத் தங்களால் கட்டுப்படுத்த முடியுமா?"

அந்த பாம்பாட்டி தான் கொண்டு வந்த கூடையைத்

திறந்து காட்டினான். அதில் பலவிதமான விஷப்பாம்புகள் காணப்பட்டன. அந்த பாம்புகளை தரையில் விட்டான். அவை அங்குமிங்கும் நெளிந்து ஓடத் துவங்கின. தேசிகர் ஒரு மந்திரத்தை உச்சரித்து சில கோடுகளை வரைந்தார். அவர் வரைந்த கோட்டைத் தாண்ட முடியாமல் அந்தப் பாம்புகள் திணறின. அந்த பாம்புக்கூட்டத்தில் இருந்த ஒரு ராஜநாகம் மட்டும் கோட்டைத் தாண்டி சீறிக்கொண்டு வந்தது. உடனே தேசிகர் கருட மந்திரத்தை உச்சரித்தார். ஆகாயத்தில் எங்கிருந்தோ வந்த கருடபகவான் அங்கிருந்த எல்லா பாம்புகளையும் தூக்கிக் கொண்டு சென்று விட்டார்.

பாம்பாட்டி இப்போது திடுக்கிட்டுப் போனான். தனக்கு சாப்பாடு போட்ட பாம்புகளை கருடபகவான் தூக்கிக் கொண்டு சென்று விட்டார். இனி பிழைப்பிற்கு என்ன செய்வது என்று நினைத்து வருந்தினான். தன் செயலுக்காக தேசிகரிடத்தில் மன்னிப்பு கேட்டு தனக்கு உதவும்படி வேண்டி நின்றான். தேசிகரும் மனமிரங்கி கருடதண்டகம் ஸ்லோகங்களைப் பாட கருடபகவான் தூக்கிச் சென்ற பாம்புகளைக் கொண்டு வந்து போட்டுச் சென்றார். அதை எடுத்துக் கொண்டு புறப்பட்டான் பாம்பாட்டி.

இவ்வாறாக வேதாந்த தேசிகர் தனக்கு விடுக்கப்பட்ட பல தரப்பட்ட சவால்களை முறியடித்து வென்றார். சிலகாலம் காஞ்சிவாசத்திற்குப் பின்னர் தேசிகர் ஸ்ரீரங்கநாதனை தரிசிக்க ஸ்ரீரங்கம் புறப்பட்டார். வழியில் ஒருநாள் இரவு நேரத்தில் வணிகர் ஒருவரின் இல்லத்தில் திண்ணையில் உறங்கினார். தினந்தோறும் ஹயக்கிரீவருக்கு பூஜை நைவேத்தியம் செய்வார். அன்று ஹயக்கிரீவருக்கு பூஜை மட்டும் செய்தார். ஆனால் நைவேத்தியம் செய்யவில்லை. இதனால் அவர் மனம் வருத்தமடைந்தது. அன்று இரவு ஒரு வெள்ளைக்குதிரை அங்கே வந்து வணிகரின் வீட்டில் வைத்திருந்த கடலையையும் பின்னர் வயலிலும் சென்று மேயத் தொடங்கியது.

அந்த வணிகர் உடனே திண்ணையில் தூங்கிக் கொண்டிருந்த தேசிகரை எழுப்பி உங்களுடைய குதிரை எனது கடலையும் வயலில் விளைந்திருந்த பயிரையும் மேய்ந்துவிட்டது என்று சொன்னார். உடனே தேசிகருக்கு குதிரை உருவத்தில் வந்திருப்பது

ஹயக்கிரீவரே என்பது புரிந்து போனது. ஒரு குவளையில் சிறிது பாலைக் கொண்டு வரும்படி வணிகரிடத்தில் கூறினார். அவரும் அவ்வாறே கொண்டு வந்தார். தேசிகர் அந்த பாலை ஹயக்கிரீவருக்கு நிவேதனம் செய்து தானும் சிறிது அருந்த அந்த வெள்ளைக் குதிரை அங்கிருந்து மறைந்து போனது. தேசிகர் வணிகரிடம் வந்தது ஹயக்கிரீவரே என்று விளக்கிய பின்னர் அந்த வணிகர் மிக்க மகிழ்ச்சி அடைந்தார்.

ஒரு சமயம் கவிஞர் ஒருவர் தேசிகரை சந்தித்து ஒரு விஷயத்தைக் கூறினார். தான் பகவானின் பாதகமலங்களைப் புகழ்ந்து ஒரு இரவிற்குள் ஆயிரம் ஸ்லோகங்களை எழுதுவேன் என்றும் அவ்வாறு உங்களால் எழுத முடியுமா? என்றும் சவால் விடுத்தார். இதற்கு தேசிகர் பகவானின் பாதகமலங்களைப் பற்றி என்ன அவர் பாதுகைகளைப் புகழ்ந்து என்னால் ஓர் இரவின் ஒரு யாம காலத்திற்குள் ஆயிரம் ஸ்லோகங்களை எழுத முடியும் என்று கூறி அவ்வாறே ஆயிரம் ஸ்லோகங்களை எழுதி முடித்தார். இந்த புகழ் பெற்றநூல் "பாதுகா சஹஸ்ரம்" என்று அழைக்கப்படுகிறது.

வறுமையில் வாடிய ஏழை பிரம்மச்சாரி ஒருவன் தேசிகரைப் பற்றிக் கேள்விப்பட்டு அவரைச் சந்தித்து தன் ஏழ்மை நிலையினைப் போக்குமாறு வேண்டிக் கொண்டான். தேசிகரும் அவன் நிலை கண்டு மனமிரங்கினார். தேசிகர் தாயார் ரங்கநாச்சியாரைப் புகழ்ந்து "ஸ்ரீஸ்துதி" என்ற ஸ்தோத்திரத்தைப் பாடினார். தேசிகருடைய பாடல்களைக் கேட்டு மகிழ்ச்சி அடைந்த தாயார் தங்கக்காசுகளை அங்கே மழையாகப் பொழியச் செய்தார். இதைக் கண்டு பிரமித்துப் போன அந்த ஏழை பிரம்மச்சாரியிடம் உனக்கு வேண்டிய தங்கக்காசுகளை எடுத்துக் கொள் என்று தேசிகர் சொல்ல அவரும் தனக்குத் தேவையான தங்கக்காசுகளை எடுத்துக் கொண்டு சென்றான். அவருடைய வறுமை அகன்றது.

அலாவுதீன் கில்ஜியின் சேனாதிபதி மாலிக்காபூர் ஸ்ரீரங்கத்தை நோக்கி வந்து கொண்டிருப்பதாக ஒரு செய்தி பரவியது. ஸ்ரீரங்கம் கோயில் சொத்துக்களைப் பாதுகாக்க விரும்பிய தேசிகர் அதற்கான ஏற்பாடுகளைச் செய்தார். ஸ்ரீசுதர்ஸன பட்டர் எனும் அடியவர் "ச்ருதப்பிரகாசிகை" என்ற நூலைப் படைத்திருந்தார். அதன் கையெழுத்துப் பிரதியை தேசிகரிடம் கொடுத்து பாதுகாக்கும்படி வேண்டிக் கொண்டார். மேலும் தன்னுடைய இரண்டு

பிள்ளைகளையும் தேசிகரிடம் ஒப்படைத்தார். அனைத்தையும் ஏற்றுக் கொண்ட தேசிகர் அங்கிருந்து புறப்பட்டு சத்தியமங்கலம் என்ற பகுதியை வந்தடைந்தார். அங்கு இருந்து வைணவத்தை வளர்க்கும் பணிகளைச் செய்து வந்தார். செஞ்சியை ஆண்டு வந்த கோபன்னராயர் என்பவர் ஸ்ரீரங்கத்தை மீட்டெடுத்தார். இதன் பின்னர் அவருடைய வேண்டுகோளை ஏற்று தேசிகர் ஸ்ரீரங்கத்திற்குத் திரும்பினார். மீண்டும் ஸ்ரீரங்கத்தில் வைணவப் பணிகளைத் தொடர்ந்து செய்து வந்தார்.

ஸ்ரீரங்கநாதர் தேசிகரின் பெருமையை உலகிற்கு உணர்த்த மற்றொரு சோதனையை வைத்தார். ஒரு சிற்பி தேசிகரைச் சந்தித்து ஒரு சவால் விடுத்தான்.

"தாங்கள் சகலகலாவல்லவர் என்று கூறுகிறார்களே? நான் ஒரு பீடத்தை வடிவமைக்கிறேன். அதில் பொருந்துமாறு தங்கள் உருவத்தைத் தாங்களே செதுக்க முடியுமா?"

இதற்கு தேசிகரும் ஒப்புக் கொள்ள அந்த சிற்பி ஒரு பீடத்தைச் செதுக்கி முடித்தான். இப்போது தேசிகர் தனது உருவத்தைத் தானே வடிவமைத்துச் செதுக்கினார். பின்னர் அந்த சிற்பி தேசிகரின் சிலையை அந்த பீடத்தில் பொருத்த முயல அது பொருந்தாமல் போனது. உடனே சிலையில்தான் ஏதோ தவறு இருக்கிறது என்று நினைத்த அந்த சிற்பி உளியால் சிலையை சரி செய்ய முயன்றான். அப்போது அவன் சிலையில் தொட்ட பாகத்தில் தேசிகரின் உடலில் இருந்து இரத்தம் பெருகியது. இதைக் கண்டு அனைவரும் திடுக்கிட்டார்கள். இதன் பின்னரே அந்த சிற்பி தன்னுடைய பீடத்தில்தான் தவறு இருக்கிறது என்பதைப் புரிந்து கொண்டு தேசிகரிடம் மன்னிப்பு கோரி நின்றான். தேசிகரும் அவனை மன்னித்தருளி ஆசிர்வதித்து அனுப்பினார். பின்னர் அவரே அந்த பீடத்தையும் சரி செய்து முடித்தார். இப்போது அவர் உருவாக்கிய சிலை அழகாக அந்த பீடத்தில் பொருந்தியது. ஒரு திருக்கையில் ஸ்ரீகோசமும் ஒரு திருக்கையில் ஞானமுத்திரையுமாகச் சுடர்விட்டு விளங்கும் அந்த அற்புதச் சிலையை தனது மார்போடு அணைத்து அதை தனது பிள்ளையான நயினாச்சாரியாரிடம் கொடுத்தார். நயினாச்சாரியார் ஸ்ரீவேதாந்த தேசிகரின் காலத்திற்குப் பின்னர் அதை திருவஹீந்திரபுரத்தில் பிரதிஷ்டை செய்தார்.

ஸ்ரீ தேசிகரின் முக்கியமான சீடர்களில் ஒருவர் பேரருளாளர்.

அவர் குடும்பத்தைத் துறந்து சந்நியாசத்தை ஏற்றுக் கொண்ட போது அவருக்கு "பிரம்மதந்திரஸ்வதந்திரர்" என்று பெயர் சூட்டப்பட்டது. இவர் ஸ்ரீதேசிகரின் திருவாயிரப்படிக்கு "நிகமபரிமளம்" என்ற விளக்க நூலினை எழுதி அதை சீடர்களுக்கு போதித்து வந்தார்.

இவ்வாறாக ஸ்ரீவேதாந்த தேசிகர் நூறு வயதிற்கு மேல் வாழ்ந்து வைணவ சமயத்தைத் தழைக்கச் செய்தார். தேசிகர் சீடர்கள் திவ்யப்பிரபந்த பாசுரங்களை ஓத அவற்றைக் கேட்டுக் கொண்டே தனது குரு அப்புள்ளாரின் திருவடிகளை தியானித்தபடி திருநாட்டுக்கு எழுந்தருளினார்.

தன்னுடைய ஆழ்ந்த ஞானத்தினால் நூற்றுக்கணக்கான நூல்களை இயற்றி வைணவத்தின் புகழை நிலைத்து நிற்கச் செய்த பெருமை உடையவர் ஸ்ரீவேதாந்த தேசிகர். வேதாந்த தேசிகர் தமிழிலும் சமஸ்கிருதத்திலும் 112 நூல்களை இயற்றியுள்ளார் என்பது குறிப்பிடத்தக்கது.

பார்வை நூல்கள்

அருணகிரிநாதர், ரிஷபானந்தர், அநுராகம், 10 கண்ணதாசன் சாலை, தியாகராயநகர், சென்னை 600 017, இரண்டாம் பதிப்பு ஜீன் 1997

தவத்திரு குன்றக்குடி அடிகளார் தமிழகத்தின் ஆன்மிக வழிகாட்டி, பொன்னீலன், நியூ செஞ்சுரி புக் ஹவுஸ் (பி) லிட்., 41–B சிட்கோ இண்டஸ்டிரியல் எஸ்டேட், அம்பத்தூர், சென்னை 600 098, மூன்றாவது பதிப்பு நவம்பர் 2009

குன்றக்குடி அடிகளார், கிருங்கை சேதுபதி, சாகித்திய அகாதெமி, 443 அண்ணாசாலை, தேனாம்பேட்டை, சென்னை 600 018, மூன்றாம் பதிப்பு 2018

காஞ்சிப் பெரியவர் வாழ்வில் சுவையான நிகழ்ச்சிகள் 100, கங்கா ராமமூர்த்தி, கங்கை புத்தக நிலையம், 13 தீனதயாளு தெரு, தியாகராய நகர், சென்னை 600017, ஆறாம் பதிப்பு மே 2019

ரமணமுனிவர், அ.ஜெயக்குமார், உமா பதிப்பகம், 58 ஐயப்ப செட்டித் தெரு, மண்ணடி, சென்னை 600 001, இரண்டாம் பதிப்பு மே 1998

ஸ்ரீ ரமண மகரிஷி, டாக்டர்.சோ.சேசாசலம், அநுராகம், 19 கண்ணதாசன் சாலை, தியாகராயநகர், சென்னை 600 017, நான்காம் பதிப்பு 2002

ஞானக்கவி ராமலிங்கர், புரசு பாலகிருஷ்ணன், நேஷனல் புக் டிரஸ்ட், A–5 கிரீன் பார்க், புதுதில்லி 110 016, இரண்டாம் பதிப்பு 1996

பாபாஜியும் பதினெண் சித்தர் கிரியா யோக மரபும், மார்ஷல் கோவிந்தன் (1991), பாபாஜி கிரியா யோக ஆசிரியர் மரபு அறக்கட்டளை, பெங்களூர்.

ஒரு யோகியின் சுயசரிதம், பரமஹம்ச யோகானந்தர் (2003), யோகதா சத்சங்க சொஸைட்டி ஆஃப் இந்தியா, கொல்கத்தா.

பாபாஜியின் தெய்வீகக் குரல், கிரியா யோகத்தைப் பற்றிய மூன்று பேருரைகள், வி.டி.நீலகண்டன், எஸ்.ஏ.ஏ.ராமையா, பாபாஜி நாகராஜ் (டிசம்பர் 2009),

பாபாஜியின் கிரியா யோக ஆசாரியர்களின் அமைப்பு, கனடா.

வேதாத்திரி மகரிஷி வாழ்வில் 100 சுவையான நிகழ்ச்சிகள், மன்னார்குடி பானுகுமார், விஜயா பதிப்பகம், இராஜவீதி, கோயமுத்தூர் 641 001, முதற்பதிப்பு பிப்ரவரி 2008

எமது வெளியீடுகள்

ஆன்மிகம்

எமது ஆசிரியர் குழுவு

- ஜோதிர்லிங்க கோவில்கள் (வண்ண புத்தகம்)
- மகாராஷ்டிரா அஷ்ட விநாயகர் கோவில்கள் (வண்ண புத்தகம்)
- நட்சத்திர பரிகார கோவில்கள் (வண்ண புத்தகம்)
- திருமணக்கோவில்கள் (வண்ண புத்தகம்)
- ஆன்மிகம் அறிவோமா (அறிவுரைத் தொகுப்பு)
- ஸ்ரீமந் நாராயணீயம் (பாகம் – 1, 2)

வரலொட்டி ரெங்கசாமி

- பச்சைப்புடவைக்காரி (பாகம் – 1)
- மீண்டும் பச்சைப்புடவைக்காரி (பாகம் – 2)
- பச்சைப்புடவைக்காரியின் கொத்தடிமை (பாகம் – 3)
- பச்சைப்புடவைக்காரி (பாகம் – 4)
- தாயென வந்தவள்
- வாராய் என் தோழி...
- மரணத்தின் தன்மை சொல்வேன்
- நிலவென வாராயோ!
- அருள்மழை தாராயோ!
- வீணையடி நீ எனக்கு
- நம்மாழ்வார்
- வானமழை நீ எனக்கு
- ஒரு கதைசொல்லியின் கதை
- நாளாம் நாளாம் திருநாளாம்...
- நெஞ்சினில் ரஞ்சனி
- அன்பே சக்தி
- கண்ணன் என்னும் காதல் தெய்வம் பகவத் கீதை – ஒரு புதிய விளக்கம் (பாகம் – 1, 2)
- அன்பே அபிராமி
- நெஞ்சினில் நீ

பிரபுசங்கர்

- நல்லன எல்லாம் அருளும் நாரத புராணம்
- ஜெய் அனுமன்
- முருகா... ஆறு படையின் புராணக் கதை
- புதிய பார்வையில் ராமாயணம்
- என்ன விரதம், என்ன பலன்?
- கோயிலுக்குப் போகலாமா, சுட்டிகளே!
- ஓம் சக்தி! (தமிழக சக்தி பீடங்கள்)
- இளையோரே, இனியவை கேளீர்! (நன்னெறிக் கதைகள்)
- அன்புக் குழந்தைகளே! (பூஜ்யஸ்ரீ ஜயேந்திர சரஸ்வதி ஸ்வாமிகள்)
- கதை கேளு.. ராமாயண கதை கேளு...
- 108 திவ்யதேச தரிசனம் தூத்துக்குடி (நவ திருப்பதிகள்), திருநெல்வேலி (ஆழ்வார்கள் பாசுரங்கள் – உரையுடன்)

பா.சு.ரமணன்

- சேக்கிழாரின் பெரியபுராணம் (63 நாயன்மார்களின் வரலாறு எளிய தமிழில்...)
- பாம்பன் சுவாமிகள்
- ஸ்ரீ சேஷாத்ரி ஆயிரம்
- சித்தர்கள் வாழ்வில்... (சித்தர்களின் வாழ்க்கையும் உபதேசமும்)
- ஸ்ரீ ரமண பாகவதம் (பாகம் – 1, 2)
- ஸ்ரீ ராமகிருஷ்ண பரமஹம்சர் (வாழ்க்கையும் உபதேசமும்)
- சுவாமி விவேகானந்தர் (வாழ்க்கையும் சிந்தனைகளும்)
- அருள் தரும் யோகி ஸ்ரீ அரவிந்தர்
- வரம் தரும் அன்னை
- திருவண்ணாமலை மகான்கள்
- நாடிஜோதிடம் உண்மையா?

ஜி.எஸ்.எஸ்.

- திருவடி முதல் திருமுடி வரை
- களிப்பு – கலக்கம் – கம்போடியா
- குருக்ஷேத்ரம்
- மகாபாரத மாந்தர்கள்
- நினை அவனை (பஜகோவிந்தம்)
- நவீனப் பிரச்னைகள் – புராணத் தீர்வுகள்

தி.செல்லப்பா

- விசேஷம் இது வித்தியாசம் (கோயில்களின் அதிசய வழிபாடுகள்) பாகம் – 1, 2
- லவகுசா
- வருவான் வடிவேலன்

எமது வெளியீடுகள்

- சரணம் ஐயப்பா

இந்திரா சௌந்தர்ராஜன்
- கடவுளைக் கண்டவர்கள்
- கிருஷ்ணஜாலம்
- தெரிந்த பாரதம் தெரியாத பாத்திரம்
- வரதா வரம்தா

பி. சுவாமிநாதன்
- தெய்வ தரிசனம் (பாகம் – 1, 2)
- பண்டரிபுரத்து மகான்கள்
- ஆதிசங்கரர் வழியும் சொன்னார்... வாழ்ந்தும் காட்டினார்

திருப்பூர் கிருஷ்ணன்
- காஞ்சியின் கருணைக்கடல் (பாகம் – 1, 2)
- ஷிர்டி பாபா

வா. ஜானகிராமன்
- ராமாயண மகாகாவியம் (வான்மீகி – கம்பன் ஒரு ஒப்பீடு)
  - பாகம் – 1 (பாலகாண்டம்)
  - பாகம் – 2 (அயோத்தியா காண்டம்)
  - பாகம் – 3 (ஆரண்ய காண்டம், கிஷ்கிந்தா காண்டம்)
- தெய்வீகத் திருமணங்கள்

ஆர். ஹேமா பாஸ்கர் ராஜு
- நட்சத்திர பலன்களும், ஆன்மிக குறிப்புகளும்
- வாழ்வை வளமாக்கும் திருக்கோவில் வழிபாடு
- நவக்கிரகங்களும் பரிகாரங்களும்

மா.க. சுப்பிரமணியன்
- சிவநேயச் செல்வர்கள் (பெரியபுராணக்கதைகள்)
- இதிகாசக் கதைகள் (இராமாயண, மகாபாரத சுருக்க உரைநடை)
- முருகப்பெருமான் கதை

எல். முருகராஜ்
- பிரம்மாண்ட நாயகனின் பிரம்மோற்சவம்
- திருமலை திருப்பதி சுப்ரபாதம் முதல் பிரம்மோற்சவம் வரை
- சரணம் ஐயப்பா...

ஏ.வி. சுவாமிநாத சிவாச்சாரியார்
- அறிந்ததும் அறியாததும்! (பாகம் – 1, 2)

ஆண்டாள் பிரியதர்ஷினி
- மனசில் பட்டதை
- சர்வம் சக்திமயம்

திருப்புகழ் மதிவண்ணன்
- ஜெயித்துக் காட்டுவோம்
- கந்தனே உனை மறவேன்

பி.ஆர். ராஜாராம்
- பீஷ்மர்
- எல்லோருக்கும் தலைவன் ஒருவனே சாயி

லட்சுமி ராஜரத்னம்
- உன்னை அறிந்தால்
- அழகன் முருகன்

க.சீ. வெங்கட் சுப்ரமண்யம்
- சாஸ்தா வரவைக் கேளாய் தத்வமஸ்யாதி லஷ்யம்
- ஸ்ரீ சங்கர விஜயம் கைலாய சங்கரனே காலடி சங்கரன்

தராசு ஷ்யாம்
- மகேந்திர ரகசியம்
- நட்சத்திர ஆலய ஜோதிடமும் பயணமும்

ஆர்.வி. பதி
- மகான் ஸ்ரீ நாராயண குரு புனித சரிதம்
- சென்னை நவகிரக கோயில்கள்

ஷ்யாம் குமாரி
தமிழில்: மாலினி நாராயணன்
- ஸ்ரீ அன்னையின் அற்புத அலைகள்
- ஸ்ரீ அரவிந்தர் நீங்காத நினைவுகள்

உமா பாலசுப்ரமணியன்
- திருமுறையுள் கருத்தும் கதையும் (பாகம் 1, 2)

தேனி மு. சுப்பிரமணி
- கேரளக் கோயில்கள் (பாகம் – 1, 2)

இலக்கியமேகம் ஸ்ரீநிவாசன்
- அன்றாட வாழ்வில் ஆத்திச்சூடி

பி.என். பரசுராமன்
- நிம்மதியாக வாழ

ஆர். வெங்கடேஷ்
- பரிபூரண அருளாளன்

எமது வெளியீடுகள்

இசைக்கவி ரமணன்
- தெய்வப்பிறவிகள்

கீதா கெங்கையா
- தெரிந்த விநாயகர்! தெரியாத தகவல்கள்...

தொகுப்பு : பேராசிரியர் சி.ஆர். அனந்தராமன்
- ரிக் வேத த்ரிகால ஸந்தயா வந்தனம் (தமிழ் | English | Sanskrit)

திருப்பிரம்மா
- சிலிர்க்க வைக்கும் சித்தர் மயம்

ஐயா சந்திரசேகரன்
- பிள்ளையார் சுழி

சரவணக்குமார்
- பூலோக தெய்வங்கள்

கி. ஷ்யாம் சந்தர்
- மதுரன்

ப. திருமலை
- ஆன்மிக ஒளியில் அறிவியல்

முத்தாலங்குறிச்சி காமராசு
- வரங்களை அள்ளித் தரும் வல்லநாடு சித்தர்

சித்ரா மூர்த்தி
- திருப்புகழ் யோகி வள்ளிமலை ஸ்ரீ சச்சிதானந்த சுவாமிகள்

கவியோகி வேதம்
- ஸ்ரீ காஞ்சிப்பெரியவாளின் கருணை அதிசயங்கள்

இ.எஸ்.லலிதாமதி
- மகாபாரதத்தில் வரும் சாபமும்

ஜெமினி ராமமூர்த்தி
- திருக்கயிலையில் நாதோபாஸனை

டாக்டர். அபினவம் ராஜகோபாலன்
- இன்பமே எந்நாளும், துன்பம் இல்லை

திருமதி சத்யவதனா
- ஆன்மிகம் தெய்வீகம்

முனைவர் இரா. அரங்கராஜன்
- தமிழகக் கோயிற்கலை (தமிழகத் திருக்கோயில்கள் வழிபாட்டு வரலாறு)

விட்டல் கிருஷ்ணன்
- விட்டலனை நாடி...

சுசர்ல வெங்கடரமணி
- கற்பதுவும் கருதுவதும்

ஸ்ரீ வெங்கட்ரமணி
- ஆன்மிக சிறுகதைகள்

ஆதலையூர் சூரியகுமார்
- சம்பிரதாயங்களில் சயின்ஸ்

பவித்ரா நந்தகுமார்
- ஆண்டாளும் அற்புதங்களும்

தன்னம்பிக்கை/சுயமுன்னேற்றம்

ஜி.எஸ்.எஸ்
- பார்வையை மாற்றுங்கள் பாராட்டு நிச்சயம்
- நேரம் நல்ல நேரம்

ஜி.வி. ரமேஷ் குமார்
- IAS, IPS சாதனையாளர்களின் வெற்றிக்கதை
- ஆட்சித் தலைவிகள் பெண் கலெக்டர்கள் வெற்றிக்கனி வென்ற கதை

திருவள்ளூர் என்.சி.ஸ்ரீதரன்
- மனமே விழித்தெழு

என்.சி. ஸ்ரீதரன், ராதா ஸ்ரீதரன்
- பெற்றோர் பிள்ளைகள் பிரச்சனைகள்

டாக்டர் ஆர். கார்த்திகேயன்
- மனமே நீ மாறி விடு

தி.குலசேகர்
- சக்ஸஸ் மந்த்ரா

எஸ். ரங்கராஜன்
- அடிப்படை மார்க்கெட்டிங் கோட்பாடுகள்

பேராசிரியர் முனைவர் சௌந்தர மகாதேவன்
- வாழ நினைத்தால் வாழலாம்

செ. இராஜ சேகரன்
- கலெக்டர்கள் உருவான வரலாறு ஐ.சி. எஸ்., முதல் ஐ.ஏ.எஸ்., வரை

போட்டி தேர்வு

பெ. வெங்கடாசலம்
- ரயில்வே தேர்வு வாரியம் (RRB)
- T. N. P. S. C Group IV –VAO தேர்வு வழிகாட்டி

எமது வெளியீடுகள்

- TNUSRB – காவலர் தேர்வு கையேடு

எமது ஆசிரியர் குழு

- போலீஸ் தேர்வு வழிகாட்டி மாதிரி வினா – விடை

பொது

அந்துமணி

- அந்துமணி பதில்கள்! (பாகம் 1 – 5)
- ஐந்து நாடுகளில் அந்துமணி
- அமெரிக்காவில் அந்துமணி
- லட்சத்தீவில் அந்துமணி!
- அமைதிப் படையுடன் அந்துமணி
- ஆறு நாடுகளில் அந்துமணி!
- பார்த்தது, கேட்டது, படித்தது! (பாகம் 1 – 16)

முனைவர் இரா. சிவராமன்

- இந்திய கணித மேதைகள்
- கிரேக்க கணித மேதைகள் (பாகம் – 1)
- எண்களின் ஜாலங்கள்
- அன்றாட வாழ்வில் கணிதம் (பாகம் 1 – 3)
- களிப்பூட்டும் கணிதக் கோட்பாடுகள்
- சீன கணித மேதைகள்

ஆர்னிகா நாசர்

- நட்சத்திர கிரகணம்
- நட்சத்திரப்பெண் (விஞ்ஞான சிறுகதைகள்)
- உயிரியல் கடிகாரம் (விஞ்ஞான சிறுகதைகள்)
- கனவெனும் மாயசமவெளி (விஞ்ஞான சிறுகதைகள்)
- புல்லாங்குழல் (விஞ்ஞான சிறுகதைகள்)
- அவன் பெயர் அனிருத்!

கல்கி

- பொன்னியின் செல்வன் (பாகம் 1 – 5)

க. விஜயகுமார்

- நல்லிரவு
- போலீஸ் ஒரு நிருபரின் வாக்குமூலம்
- காவல்நிலையம் மக்களின் உரிமைகள்
- மன அழுத்தத்தில் இருந்து நிம்மதி

கிரேஸி மோகன்

- கிரேஸியைக் கேளுங்கள் (பாகம் – 1, 2)
- மாது மிரண்டால் (நாடகம்)

ஜி.எஸ்.எஸ்.

- திருப்புமுனையான திரைப்படப் பாடல்கள்
- அருண் சரண்யா சிறுகதைகள் (பாகம் – 1, 2)

தி. குலசேகர்

- காதல் இரவு
- துவந்துவ யுத்தம்
- தீராக்காதல்

என்.சி.மோகன்தாஸ்

- இதயம்.. இதயம்.. துடிக்கிறதே ! (மர்ம நாவல்.. சமூக – அரசியல் – காதலோடு)
- யார் அந்த நிலவு?
- நிலவே, கலையாதே!

ஆதலையூர் சூரியகுமார்

- தேசம் நேசித்த தலைவன் – நேதாஜி சுபாஷ் சந்திரபோஸ்
- சோழ சாம்ராஜ்யத்தின் ஆணிவேர் – கரிகாலன் சபதம் (பாகம் – 1, 2)

ஜி.வி. ரமேஷ்குமார்

- O.C என்ற C.M
- நிஜ ஹீரோக்கள்
- கர்த்தரின் நாமத்தில்

எல். முருகராஜ்

- பசுமை நிறைந்த நினைவுகளே
- எப்போதும் எம்.ஜி.ஆர்
- சித்ராலயா கோபுவின் மலரும் நினைவுகள்

ப. லட்சுமி

- நாயகன்
- அந்துமணியுடனான எங்கள் பயணம்
- காக்காவை காதலித்தவன்!

டாக்டர் கு. கணேசன்

- நலமுடன் வாழ
- நலம் நம் கையில்! (பாகம் – 1, 2)

கோமல் அன்பரசன்

- தமிழ்நாட்டு கொலை வழக்குகள் (பாகம் – 1, 2)

எமது வெளியீடுகள்

முனைவர் தி.பாலசுப்பிரமணியன்
- இந்திய சுதந்திரப் போராட்டத்தில் தமிழகப் பெண்களின் பங்களிப்பு

பேராசிரியர் அ.முகமதுஅப்துல்காதர்
- உலகை வெல்வோம்!
  (இளைஞர்களுக்கான தன்னம்பிக்கை வழிகாட்டி)

சுவாமி விருபாக் ஷா
- புலியின் நிசப்தம்

நடுவூர் சிவா
- தண்ணீர்... கண்ணீர்...!
  (இதற்காகத்தானா மெனக்கெட்டாய் தமிழா!)

இசைக்கவி ரமணன்
- பாமரன் பார்வையில் பாரதி

இந்திரா சௌந்தர்ராஜன்
- உயிரோடு உறவாடு...

தராசு ஷ்யாம்
- நேதாஜி பேப்பர்ஸ்

சரவணக்குமார்
- இருக்காங்க இப்படியும்

முனைவர் இளைசை சுந்தரம்
- மகிழ்ச்சிச் சிறகுகள்

மலர்அமுதன்
- கங்கைக்கரை சிறுத்தை

க.சீ. வெங்கட சுப்ரமண்யம்
- பூக்கள் பூத்த தருணம்

வே. ஸ்ரீராம் சர்மா
- வீரத் தளபதி குயிலி

ஸ்ரீவித்யா தேசிகன்
- வாணி ஜெயராமின் இசைப்பயணம் நாதமெனும் கோயிலிலே

சி. கலாதம்பி
- மறக்கமுடியுமா!
  தமிழ் சினிமா ஒரு பார்வை

பேராசிரியர் டாக்டர் எஸ்.அர்த்தனாரி
- சர்க்கரை நோயினால் வரும் இருதய செயலிழப்பு, சிறுநீரக செயலிழப்பு

என். பிரதீபன்
- ஊட்டி
  (சுற்றுலா உலகின் சுவாசம்)

பூரணி
- விகுலன்! நகுலன்!

ஆங்கிலம்

வரலொட்டி ரெங்கசாமி
- Unto Him
- Being in Business
- The Abode of Love

பெ. வெங்கடாசலம்
- SBI (State Bank of India) CLERK GRADE MOCK TEST SERIES for Preliminary Examination 2021
- BANK EXAM MOCK TEST SERIES for Preliminary Examination

என். சத்திய மூர்த்தி
- Justice Party to Jayalalithaa and After

டாக்டர் கிருஷ்ணன் சுவாமிநாதன்
- Diabetes Demystified
  A common man's guide to prevent and fight Diabetes

திருப்புகழ் மதிவண்ணன்
- Earth to Heaven
  – A Spiritual Journey

புத்தகம் தேவைக்கு :

1800 425 7700 (Toll Free) **75500 09565** (whatsapp only)

(காலை 7:00 – இரவு 7:00 மணி)

www.vaasagarvattam.in, அமேசான், பிளிப்கார்ட் ஆன்லைன் ஷாப்பிங்கிலும் கிடைக்கும்

தாமரை பிரதர்ஸ் மீடியா பிரைவேட் லிமிடெட்

எமது வெளியீடுகள்

- தயவு செய்து, மன்னியுங்கள்...,
  நன்றி!

பிரபு சங்கர்

- பாராட்டு விழா (சிறுகதைகள்)
- பிரபு சங்கர் சிறுகதைகள்

முத்தாலங்குறிச்சி காமராசு

- பொருநை (தாமிரபரணி) ஆற்றில் புதைந்த ரகசியங்கள் (பாகம் – 1, 2)

இ.எஸ். லலிதாமதி

- தோள் சாயும் பொழுது
- காற்றாய் வருபவள்

பாலகணேஷ்

- பஞ்சு விரட்டு
- டார்ச்சர் கிங் 12ம் மணிமாறன்

எஸ்.ரஜத்

- ரத்தத்தின் ரத்தமே
- ஜெயலலிதாவின் மனம் திறந்து சொல்கிறேன்...

B.R.மஹாதேவன்

- மறைக்கப்பட்ட பாரதம்
- தமிழர்கள் இந்துக்களா?

ப. திருமலை

- பெண்ணே பேராற்றல் (பாகம் – 1, 2)

மது ஸ்ரீதரன்

- 7 (செவன்) பாகம் – 1, 2

டாக்டர் வி.மோகன்
தமிழில் : கீதா கெங்கையா

- பேன்டிங், போஸ், இவர்களுக்கு பின்னும்...!
  மறக்கப்பட்ட சர்க்கரை கோளாறு!

கீதா கெங்கையா

- என் பயணங்களின் வழியே...

டாக்டர் கிருஷ்ணன் சுவாமிநாதன்

- சாமானியனும் சர்க்கரை நோயும்

டாக்டர் எஸ். மீனாட்சி சுந்தரம்

- விரிந்த சிறகுகள்

Dr. B.R.J. கண்ணன்

- இதயப் பூக்கள்

திருமதி. ரஜனி ரஜத்

- தமிழ் உரைநடை வளர்ச்சிக்கு தினமலர் வாரமலர் அந்துமணி பதில்களின் பங்கு

என். சத்திய மூர்த்தி

- சதம் அடிக்கும் சமூகநீதி

வரலொட்டி ரெங்கசாமி

- ஒரு காதல் கதை

பிரபாகரன்

- திராவிட கேள்வியும் தேசிய பதிலும்

எமது ஆசிரியர் குழு

- முத்திரை சிறுகதைகள்
  (தினமலர் – வாரமலர் சிறுகதைகள்)

எம்.ஆர். வெங்கடேஷ்
தமிழில் : கீதா கெங்கையா

- ஒருவனுக்கு ஒருத்தி
  பொருளாதாரமும் கலாச்சாரமும்

ஆத்மாஜீவ்

- நடுநிசியில்

ஜெனிபர் பிரேம்

- இளஸ்... மனஸ்...

டாக்டர் ஆர். கார்த்திகேயன்

- புலி, ஆடு, புல்லுக்கட்டு

ஜோதி மகாதேவன்

- H_2O

எஸ்.எஸ். ராமகிருஷ்ணன்

- மக்கள் மனதில் வாழும் எம்.ஜி.ஆர்

ப. ராகவன்

- பொன்னான வாக்கு

விஞ்ஞானி த.வி.வெங்கடேஸ்வரன்

- அறிவோமா அறிவியல்

ஜெயமோகன்

- ஜனநாயகச் சோதனைச்சாலையில்

முனைவர் சந்திரிகா சுப்ரமணியன்

- சங்ககால நாணயவியலின் தந்தை

கோலாகல ஸ்ரீநிவாஸ்

- சீனாவின் கொரோனா அரசியல்

தேனி மு. சுப்பிரமணி

- விக்கிப்பீடியாவில் எழுதலாம் வாங்

பேராசிரியர் ப. க. பொன்னுசாமி

- நான்தான் கொவிட் – 19

அண்ணாமலை சுகுமாரன்

- நம்ம ஊரு மூலிகைகள்
- கவின்மிகு கம்போடியா